ഗ്രീൻ ബുക്സ്

രേണു രാജസ്ഥാനി

ഡോ. ഫ്രാൻസിസ് ആലപ്പാട്ട്

ആലപ്പാട്ട് ആന്റണി (എ.കെ. ആന്റണിയുടെയും
റോസിയുടെയും മകൻ).
സഹോദരങ്ങൾ: ജോൺസൺ, മേരി.
തൃശ്ശൂർ സേക്രഡ് ഹാർട്ട്, മോഡൽ ബോയ്സ് ഹൈസ്കൂൾ,
സെന്റ് തോമസ് കോളേജ് എന്നിവിടങ്ങളിൽ പഠനം.
കോഴിക്കോട് മെഡിക്കൽ കോളേജിൽനിന്ന്
എം.ബി.ബി.എസ് ബിരുദം.
കോഴിക്കോട് ജെസ്യൂട്ട് ട്രെയിനിംഗ് കോളേജ്,
അഡയാർ സേക്രഡ് ഹാർട്ട് കോളേജ്, ആലുവ
മംഗലപ്പുഴ സെന്റ് ജോസഫ് പൊന്തിഫിക്കൽ
ഇൻസ്റ്റിറ്റ്യൂട്ട് എന്നിവിടങ്ങളിൽ നിന്ന്
തത്ത്വശാസ്ത്ര-ദൈവശാസ്ത്ര ബിരുദങ്ങളും.
1995ൽ വൈദികാഭിഷേകത്തിനു ശേഷം പാവറട്ടി,
ഇരവിമംഗലം, കണ്ണംകുളങ്ങര, വിജയപുരം (ചേറൂർ),
കൊളങ്ങാട്ടുകര, നെഹ്റു നഗർ എന്നിവിടങ്ങളിൽ ശുശ്രൂഷ.
മാനസിക ആരോഗ്യ ആസ്പത്രിക്കു വേണ്ടി കേരള
ഹൈക്കോടതി നിയമിച്ച മോണിറ്ററിംഗ് കമ്മിറ്റിയിലും
തൃശ്ശൂർ ജില്ലാ ആശുപത്രി, തൃശ്ശൂർ മെഡിക്കൽ കോളേജ്,
കൊരട്ടി ഗവ. ലെപ്രസി ഇൻസ്റ്റിറ്റ്യൂട്ട് എന്നിവയുടെ
ഉപദേശക സമിതിയിലും അംഗമായിരുന്നു.
കേരള ബ്ലഡ് ഡോണേഴ്സ് ഫോറത്തിന്റെ (1979) സ്ഥാപകൻ.
'പൂവിതൾ പൊഴിയുമ്പോൾ' എന്ന രക്തദാന
ഡോക്യുമെന്ററിയുടെയും ടി.ജി. രവി നായകനായി
അഭിനയിച്ച 'ഓർമ്മകൾക്കപ്പുറം' എന്ന
ഷോർട്ട് ഫിലിമിന്റെയും സംവിധാനം നിർവ്വഹിച്ചിട്ടുണ്ട്.

ജൂബിലി മിഷൻ മെഡിക്കൽ കോളേജ്, ജൂബിലി മിഷൻ കോളേജ് ഓഫ് നേഴ്സിംഗ്, ജൂബിലി മിഷൻ പാരാമെഡിക്കൽ ഇൻസ്റ്റിറ്റ്യൂട്ട്, തൃശ്ശൂർ ഇൻസ്റ്റിറ്റ്യൂട്ട് ഓഫ് മെന്റൽ ഹെൽത്ത് സയൻസസ് (TIMHANS) എന്നിവയുടെ സ്ഥാപക ഡയറക്ടറുമാണ്.
തൃശൂർ അതിരൂപത വികാരി ജനറൽ, ജൂബിലി മിഷൻ മെഡിക്കൽ കോളേജ് പ്രസിഡന്റ്, സാന്ത്വനം ചെയർമാൻ, സത്സംഗ് രക്ഷാധികാരി എന്നീ നിലകളിൽ പ്രവർത്തിച്ചിട്ടുണ്ട്.
തൃശ്ശൂർ അതിരൂപതയുടെ തീരദേശ ആരോഗ്യമിഷൻ കേന്ദ്രമായ ഏങ്ങണ്ടിയൂർ മേരി ഇമ്മാക്കുലേറ്റ് (എം.ഐ. മിഷൻ) ഹോസ്പിറ്റലിന്റെ ഡയറക്ടറും ഇന്ത്യൻ റെഡ് ക്രോസ് സൊസൈറ്റിയുടെ ചെയർമാനുമായിരുന്നു.
കൃതികൾ: വിവാഹവേദിയിലേക്ക്, ഇലഞ്ഞിപ്പൂമണമൊഴുകിവരുന്നു, ദൈവവചനം-ധ്യാനിക്കാനും ജീവിക്കാനും, സുഭാഷിതങ്ങൾ ചിന്താദളങ്ങൾ, നോമ്പുകാല ചിന്തകൾ, കന്തൻചാവടി, ആറ്റുവഞ്ചി(ഞ്ഞി), രാഘവാ കൃഷ്ണാ, അനഘ, അവൾക്കൊപ്പം, ഒരു വ്രണിതമാനസൻ, ഞാൻ എന്ന ഞാൻ (സാമൂഹികവിശകലനം) മാഞ്ചിറപ്പാലം (സേവന മേഖലാചരിത്രം), Kenosis - The Story of a Bleeding Heart, Blood is Thicker Than Water, The Unfathable (Biography).
മേൽവിലാസം: 'അമ്മവീട്',
ബെന്നറ്റ് റോഡ്, തൃശൂർ-680 020.
ഫോൺ: 9847148509

നോവൽ

രേണു രാജസ്ഥാനി

ഡോ. ഫ്രാൻസിസ് ആലപ്പാട്ട്

ഗ്രീൻ ബുക്സ്

green books private limited
gb building, civil lane road, ayyanthole,
thrissur- 680 003, kerala, ph: +91 487-2381066, 2381039
website: www.greenbooksindia.com
e-mail: info@greenbooksindia.com

malayalam
renu rajasthani
novel
by
dr. francis alappat

published november 2022
reprinted january 2023

cover illustration : ameer ali
cover design : rajesh chalode

printed in india
geethanjali offset prints, kozhikode

branches:
thrissur 0487-2422515
thiruvananthapuram 0471-2335301
calicut 0495 4854662

isbn : 978-93-95878-34-0

₹ 210.00
GBPL/1264/2022

ആമുഖം

ഒരു ജാതി, ഒരു മതം, ഒരു ദൈവം മനുഷ്യന് എന്ന് നവോത്ഥാന നായകനായ ശ്രീനാരായണഗുരുസ്വാമി ലോകത്തിന് നൽകിയ പ്രവാചക സന്ദേശം ഏറ്റവും പ്രസക്തമാകുന്ന ഒരു കാലമാണ് ഇത്. മനുഷ്യൻ നന്നാകണം എന്നാണല്ലോ ഇതിന്റെ പൊരുൾ. പലവിധ സ്വാധീനങ്ങൾ മൂലം മനുഷ്യൻ വിഘടിച്ചുപോയതിന്റെ ദുരവസ്ഥയിലാണ് നാമിന്ന്. 'അവർ ഒന്നായിരിക്കേണ'മെന്ന് യേശുക്രിസ്തുവും മനുഷ്യനുവേണ്ടി പ്രാർത്ഥിക്കുന്നു. ഒന്നായിരിക്കുന്നതിലാണ് ശക്തി, മഹിമ, തറവാടിത്തം, പൂർണ്ണത എന്ന് ആധുനികലോകത്തിന് മനസ്സിലാകാതെ പോകുന്നു. നിരുപാധികമായ സ്നേഹമാണ് മനുഷ്യനെ ഒന്നിപ്പിക്കുന്നത്.

കുടുംബപശ്ചാത്തലം, ധനസ്ഥിതി, മറ്റ് സാമൂഹിക ഉയർച്ചതാഴ്ചകൾ എന്നിവ മൂലം സമൂഹഗാത്രം ക്ഷത മേറ്റുകഴിയുന്ന അവസ്ഥയിൽ സ്നേഹത്തിന് അമൃത് പകരാൻ ദൃഢനിശ്ചയം ചെയ്ത പ്രിൻസിനേയും രേണുവിനേയും അവതരിപ്പിക്കുകവഴി അതിർവരമ്പു കൾ തകർക്കുക എന്ന ലക്ഷ്യത്തോടെ കുറിച്ചിട്ട വരികളാണ് നോവലായി രൂപം പ്രാപിച്ചത്. സംഭവങ്ങൾ തീർത്തും ഭാവനയിൽനിന്ന് ജനിച്ചവയല്ല; പക്ഷേ നോവലിലുള്ള പേരുകൾ സാങ്കല്പികമാണ്. സ്നേഹ മാണ് അഖിലസാരമൂഴിയിൽ എന്ന ആശയപ്രചരണം തന്നെയാണ് ലക്ഷ്യം. ജാതിയുടെയും മതത്തിന്റെയും ധനത്തിന്റെയും നിറത്തിന്റെയും പേരിൽ നാം അത്ര ത്തോളം അകന്നു പോയി! ഇത് ചെറിയ ഒരു പ്രതി രോധമാകട്ടെ എന്ന് ആശംസിക്കുന്നു.

എഴുത്തിന്റെ പ്രതലം ഇപ്പോൾ ഞാൻ പൗരോഹിത്യ ശുശ്രൂഷ ചെയ്യുന്ന തൃശ്ശൂർ നെഹ്റുനഗർ പള്ളിയാണ്. എഴുത്തിന് സഹായകരമായ ശാന്തമായ അന്തരീക്ഷത്തിൽ രചനകൾ നടത്താൻ അവസരമൊരുക്കിത്തന്ന തൃശ്ശൂർ ആർച്ച് ബിഷപ്പ് ഡോ. ആൻഡ്രൂസ് താഴത്തിനും ദേവാലയ അംഗങ്ങൾക്കും നന്ദി. ഈ പുസ്തകത്തിന് പുറംചട്ട തയ്യാറാക്കിത്തന്ന എന്റെ സതീർത്ഥ്യനും സുഹൃത്തുമായ ഡോ. അമീർ അലിക്ക് നന്ദി.

പുസ്തകരൂപം ജനിക്കുന്നത് തൃശ്ശൂർ ഗ്രീൻ ബുക്സിലാണ്. ഗ്രീൻ ബുക്സിനോട് ഞാൻ കടപ്പെട്ടിരിക്കുന്നു.

മൂല്യങ്ങളെ ത്യാഗം സഹിച്ചും നെഞ്ചോട് ചേർത്തുപിടിക്കുന്ന യുവജനങ്ങളോടുള്ള ഐക്യദാർഢ്യപ്രഖ്യാപനമാണ് ഇതിലെ ഓരോ സംഭവങ്ങളും വാക്കുകളും.

നന്ദി,

ഡോ. ഫ്രാൻസിസ് ആലപ്പാട്ട്

അവതാരിക

ആലപ്പാട്ടച്ചന്റെ ഇരുപത്തിയേഴ് രചനകളും സസൂക്ഷ്മം വായിച്ച വ്യക്തിയാണ് ഈ കുറിപ്പെഴുതുന്നത്. 1997 മുതൽ പല നിലകളിൽ അദ്ദേഹത്തോടൊപ്പം പ്രവർത്തിച്ചതിനാൽ പ്രവർത്തനങ്ങളുടെ അകവും പുറവും സന്ദേശവും മനസ്സിലാക്കാൻ എനിക്ക് കഴിഞ്ഞിട്ടുണ്ട്. ചെറുകഥകൾ, നോവലുകൾ, പ്രതികരണസമാഹാരങ്ങൾ എന്നിവയിലെല്ലാം തെളിഞ്ഞുവരുന്ന സന്ദേശം പകൽപോലെ വ്യക്തമാണ്. പൊതു ഇതിവൃത്തം സംഭവങ്ങളോടുള്ള ശക്തമായ പ്രതികരണമാണ്. സ്വന്തം സമുദായത്തിൽനിന്നായാലും പ്രവർത്തിച്ചിട്ടുള്ള സ്ഥാപനങ്ങളിലായാലും പ്രതികരണം അതിശക്തമായിരിക്കും - നിർഭയത്വ പ്രതികരണം. ഇതെല്ലാം മനസ്സിലാക്കുമ്പോൾ ഈ ധവളവസ്ത്രധാരിയുടെ മതം ഏതാണെന്നുപോലും സംശയം തോന്നും.

നന്മയുടെ പക്ഷത്ത് പാറ പോലെ ഉറച്ചുനിൽക്കുന്നതുകൊണ്ട് അദ്ദേഹത്തിന് കൈവരിക്കാനായത് നഷ്ടങ്ങൾ മാത്രം. പക്ഷേ പ്രവർത്തനങ്ങളും ഗ്രന്ഥങ്ങളും വഴി അദ്ദേഹത്തിന് ലഭിച്ച പൊതുജനസ്വീകാര്യത സമാനതകളില്ലാത്തതാണ്. തന്റെ ശക്തിയും സ്വാധീനവും പാവപ്പെട്ടവരുടെ ഉന്നമനത്തിന്നായി മാറ്റിവെച്ചു. 'രേണു രാജസ്ഥാനി' വായിച്ചപ്പോഴും നോവലിസ്റ്റിന്റെ സ്നേഹാർദ്ര ഹൃദയത്തിന്റെ ഒരു കൊച്ചുപതിപ്പായി അനുഭവപ്പെട്ടു. ഉന്നതസ്ഥാനീയനായ ഗ്രന്ഥകാരൻ എല്ലാ കൃതികളിലും പാവപ്പെട്ടവരോടൊപ്പം ഇടപഴകാനും അവരുടെ ആവശ്യങ്ങൾക്കുവേണ്ടി വീറോടെ വാദിക്കാനും തന്റെ മൂർച്ചയുള്ള തൂലിക ഉപയോഗിക്കുന്നത് എന്നെ അത്ഭുതപ്പെടുത്തുന്നു. ഇല്ലായ്മ എന്തെന്ന്

അറിയാത്ത ഒരാൾ പാവപ്പെട്ടവർക്കു വേണ്ടിയുള്ള സ്ഥിരസാന്നിധ്യമാകുന്ന ചിത്രം തന്നെയാണ് ഈ നോവലിലും വായിച്ചെടുക്കാൻ കഴിയുന്നത്. ഇത് സാധാരണമല്ല. സമൂഹത്തിൽ ഉയർന്നു നിൽക്കുന്നവർ തരാതരക്കാരുമായിട്ടാണല്ലോ സാധാരണ ചങ്ങാത്തം കൂടുക. ഇവിടെ നേരെ മറിച്ചാണ്. ഒരുപക്ഷേ അദ്ദേഹത്തിലെ വൈദികൻ ദരിദ്രനായിപ്പിറന്ന യേശുക്രിസ്തുവിന്റെ കൂട്ടുകാരനായിരിക്കും. ദരിദ്രർക്ക് മോചനമേകാനാണല്ലോ യേശുക്രിസ്തു ഭൂജാതനായതെന്ന് യേശു തന്നെ വ്യക്തമാക്കിയിട്ടുണ്ടല്ലോ. ആ ക്രിസ്തുവിന്റെ സ്നേഹത്തിന് അതിർത്തികളില്ല.

നോവലിസ്റ്റിന്റെ എല്ലാ രചനകളിലും സ്വന്തം അനുഭവങ്ങൾ ചാലിച്ചുചേർത്തതുകൊണ്ട് വായനക്കാർക്ക് അതേ അനുഭവം പങ്കുവച്ചു ലഭിക്കുന്നു. സമൂഹത്തിലെ അനാരോഗ്യകരമായ പ്രവണതകളുമായി ഏറ്റുമുട്ടിക്കൊണ്ടുള്ള രചനാശൈലി ഡോ. ആലപ്പാട്ടിനെ മറ്റ് ഗ്രന്ഥകാരന്മാരിൽനിന്ന് വ്യത്യസ്തനാക്കുന്നു. ഒഴുക്കും അടക്കവുമുള്ള ഭാഷ വായന സുഖമാക്കുന്നു. വായന ആരംഭിച്ചാൽ പറ്റുമെങ്കിൽ പൂർണ്ണമായിട്ടു മാത്രമേ നിർത്താൻ തോന്നുകയുള്ളൂ. ആത്മഹത്യയോ കൊലപാതകമോ ആയി അവസാനിക്കേണ്ടിയിരുന്ന നോവൽ സുന്ദരമായ ഭാവനയിൽ ശുഭമായി പര്യവസാനിപ്പിക്കാൻ നോവലിസ്റ്റ് പ്രദർശിപ്പിച്ച 'ട്വിസ്റ്റ്' അനുമോദനമർഹിക്കുന്നു. 'രേണു രാജസ്ഥാനി' അനേകഹൃദയങ്ങളെ സ്വാധീനിക്കും എന്നതിന് സംശയമില്ല.

ജിമ്മി ജോൺ കാഞ്ഞിരത്തിങ്കൽ

സമർപ്പണം

എന്റെ പെറ്റമ്മ റോസി ആന്റണി ആലപ്പാട്ടിനും
പോറ്റമ്മ മാർഗ്രറ്റ് ജോൺ കുട്ടഞ്ചേരിക്കും
ലോകത്തെ പാലൂട്ടി വളർത്തിയ എല്ലാ അമ്മമാർക്കും

രേണു രാജസ്ഥാനി

"റോണി സെബാസ്റ്റ്യൻ..."

"പ്രസന്റ് ടീച്ചർ."

"രാജു മോഹൻ..."

"പ്രസന്റ് ടീച്ചർ."

രേണു രാജസ്ഥാനി..."

"പ്രസന്റ് ടീച്ചർ."

കളിചിരിയുടെ ലോവർ പ്രൈമറി കഴിഞ്ഞ്, നിലവാരമുള്ള സ്കൂളിലേക്ക് എത്തിയ ആദ്യദിവസം ക്ലാസ് ടീച്ചർ ഹാജർ വിളിക്കുകയായിരുന്നു. പുതിയ സ്കൂൾ, ടീച്ചർ, മിക്കവാറും പല സ്കൂളുകളിൽ നിന്ന് മാറി വന്ന കുട്ടികൾ. പഴയ ക്ലാസ്സിലെ ഒന്നുരണ്ട് കൂട്ടുകാരുമുണ്ട്. കുട്ടികൾ പതിവുപോലെ 'പ്രസന്റ് മിസ്' എന്ന് മറുപടി നൽകുന്നുണ്ടായിരുന്നു.

അതിനിടയിലാണ് കൗതുകമുണർത്തുന്ന ഒരു പേര് വിളിച്ചത്. അപരിചിതമായ പേരു വിളിച്ചപ്പോൾ കുട്ടികൾ ചിരിച്ചു. ടീച്ചർക്കും ഈ പേര് കൗതുകമായി തോന്നി. കുട്ടി ഏതാണെന്ന് ടീച്ചർ സൂക്ഷിച്ചു നോക്കി. എന്തൊക്കെയോ പറഞ്ഞു ചെറിയ ശബ്ദമുണ്ടാക്കിയ കുട്ടികളെ 'സൈലൻസ്' എന്ന താക്കീതോടെ നിശ്ശബ്ദമാക്കി. പേരിൽ എന്തെങ്കിലും തെറ്റ് പറ്റിയിട്ടുണ്ടോ എന്ന് ടീച്ചർ രേണുവിനോടുതന്നെ ചോദിച്ചു. ഇതുതന്നെയാണ് തന്റെ പേര് എന്ന് നല്ല മിടുക്കോടെതന്നെ രേണു ടീച്ചറോട് പറഞ്ഞു. അദ്ധ്യാപിക ഹാജർ വിളി തുടർന്നു.

പേരുപോലെത്തന്നെ പെരുമാറ്റവും ടീച്ചറിൽ കൗതുകമുണർത്തി. രാജസ്ഥാനി എന്ന വീട്ടുപേർ ഉണ്ടെങ്കിലും നല്ലൊരു കേരളപെൺകുട്ടിയെപ്പോലെ മുടി രണ്ടായി മെടഞ്ഞ്, നെറ്റിയിൽ പൊട്ട് തൊട്ട് വന്ന പുതിയ ശിഷ്യയെ ടീച്ചർക്ക് ആദ്യനോട്ടത്തിൽത്തന്നെ ഇഷ്ടപ്പെട്ടു.

Meet me in the Teacher's Room after lunch എന്ന് പറഞ്ഞ് ടീച്ചർ പുറത്തുപോയി. ഇനി അഞ്ചുമിനിറ്റ് ഇടവേളയുണ്ട്.

ആദ്യദിവസത്തിന്റെ പുതുമയിൽ എല്ലാവരും നല്ല ഉത്സാഹത്തിലാണ്. സംസാരത്തിനിടയിൽ 'രാജസ്ഥാനി' എന്ന വാക്ക് ഉയർന്നു കേൾക്കുന്നുണ്ടായിരുന്നു, പ്രത്യേകിച്ച് ആൺകുട്ടികളുടെ ഇടയിൽ നിന്ന്. ചില പെൺകുട്ടികൾ രാജസ്ഥാനിയോട് സ്നേഹപൂർവ്വം പേരിനെക്കുറിച്ച് ചോദിക്കുന്നുണ്ടായിരുന്നു.

ആദ്യദിവസമായിരുന്നതിനാൽ ജനറൽ അസംബ്ലി, പ്രിൻസിപ്പലിന്റെ അച്ചടക്ക നയ പ്രഖ്യാപനം തുടങ്ങിയവയുടെ അറിയിപ്പുകളായിരുന്നു. ഈ സെഷൻ അല്പം നീണ്ടുപോയി. പന്ത്രണ്ടു മണി കഴിഞ്ഞതിനാൽ ഹെഡ്മിസ്ട്രസ് ലഞ്ച് ബ്രേക്ക് പ്രഖ്യാപിച്ചു. ഒന്നരയ്ക്ക് ക്ലാസിൽ കൃത്യമായി എത്തിയിരിക്കണം. ഇംഗ്ലീഷ് മീഡിയം ഹൈസ്കൂൾ ആയതിനാൽ ചിരിക്കുന്നതുപോലും ഇംഗ്ലീഷിലായിരിക്കണമെന്ന് പ്രിൻസിപ്പൽ പറയാതെ പറഞ്ഞത് കുട്ടികൾക്ക് പെട്ടെന്ന് മനസ്സിലായി. ആളൊരു പുലിയാണെന്ന് ആൺകുട്ടികൾ പരസ്പരം പറയുന്നുണ്ടായിരുന്നു.

ഉച്ചഭക്ഷണത്തിനുശേഷം രേണു ടീച്ചേഴ്സ് റൂം ചോദിച്ചറിഞ്ഞ് ക്ലാസ്ടീച്ചറെ കാണാൻ പോയി. അമ്മ സ്വന്തം മകളോടെന്നപോലെ സ്നേഹത്തോടെ കാര്യങ്ങൾ ചോദിച്ചറിഞ്ഞു. സംഭാഷണം മലയാളത്തിൽ. രേണു നല്ല ഉച്ചാരണശുദ്ധിയോടെ സംസാരിച്ചത് ടീച്ചർ ശ്രദ്ധിച്ചു.

രാജസ്ഥാനി വീട്ടുപേരിലാണ് ഞങ്ങളുടെ പ്രദേശത്ത് അറിയപ്പെടുക. വർഷങ്ങൾക്കുമുമ്പ് മാർബിൾ പണി ചെയ്യാൻ രാജസ്ഥാനിൽനിന്ന് അച്ഛൻ വന്നു. ഈ നാട്ടിൽനിന്നാണ് വിവാഹം ചെയ്തത്. ഏകമകൾ രേണു. സ്കൂളിൽ 'രാജസ്ഥാനി' എന്നത് കുടുംബപ്പേരായി. രേണുവിന്റെ ഇംഗ്ലീഷ് പരിജ്ഞാനം പരിശോധിക്കാൻ ടീച്ചറുടെ സംസാരം ഇംഗ്ലീഷിലേക്ക് മാറ്റി. ഒരു അഞ്ചാം സ്റ്റാന്റേർഡ് വിദ്യാർത്ഥിയേക്കാൾ മെച്ചപ്പെട്ട ഇംഗ്ലീഷ് പരിജ്ഞാനമുണ്ട്. ''മോള് മിടുക്കിയായി പഠിച്ച് നല്ല നിലയിലെത്തും'' എന്ന് അനുഗ്രഹിച്ച ടീച്ചർ പോകുമ്പോൾ ഒരു കാര്യം ചോദിച്ചു. ''എന്ത് പഠിക്കാനാണ് കൂടുതൽ ഇഷ്ടം?''

ഒരു നിമിഷംപോലും ആലോചിക്കാതെ ഉത്തരം റെഡി. ''എനിക്ക് ഡോക്ടറാകണം.''

ഉച്ചകഴിഞ്ഞുള്ള ക്ലാസിന്റെ ബെൽ മുഴങ്ങി. രേണു തിടുക്കത്തിൽ ക്ലാസിലേക്ക് പോയി. ഇവളൊരു മിടുക്കിയാകും. ടീച്ചറിന്റെ മനസ്സ് പറഞ്ഞു.

പുതിയ സ്കൂൾ, പുതിയ കൂട്ടുകാർ

രേണുവിന്റെ മുൻസ്കൂളിൽ പെൺകുട്ടികൾ മാത്രമാണുണ്ടായിരുന്നത്. ഇത് മിക്സഡ് സ്കൂളാണ്. ആൺകുട്ടികളും പെൺകുട്ടികളും പകുതി വീതം. ചില ക്ലാസ്സുകളിൽ പെൺകുട്ടികൾ കൂടുതലുണ്ടായിരുന്നു. പെൺകുട്ടികൾക്ക് ആൺപിള്ളേരുമായി പരിചയപ്പെടാൻ സമയമെടുത്തു. മുൻപരിചയമില്ലല്ലോ. സ്മാർട്ടാകുന്നതിന്റെ പേരിൽ ചില ആൺകുട്ടിളും പെൺകുട്ടികളും പരിചയപ്പെടാൻ ശ്രമിക്കുന്നുണ്ട്. പക്ഷേ, ഇരുകൂട്ടർക്കും നാണം. മുഖത്തു നോക്കി സംസാരിക്കില്ല. പേര് അറിഞ്ഞാലും 'കുട്ടി' എന്നേ വിളിക്കൂ. കുട്ടിക്കളിയുടെ പ്രായം തന്നെയാണല്ലോ. പിന്നെ കൂടുതൽ പരിചയപ്പെടുന്നത് ടീച്ചർമാർക്ക് വലിയ ഇഷ്ടമല്ലെന്ന് കുട്ടികൾക്ക് മനസ്സിലായി. അതുകൊണ്ട് ടീച്ചർമാരുള്ളപ്പോൾ അധികം 'ഫ്രീ' ആകാൻ ധൈര്യപ്പെടില്ല.

ഫുൾ എ പ്ലസ് എന്ന ലക്ഷ്യത്തോടെയാണ് പഠനക്രമം. അതുകൊണ്ട് ശനിയാഴ്ച ഒരു മണിവരെ ഓരോ ആഴ്ചയിലും എടുത്ത വിഷയങ്ങൾ റിവിഷനും ഒരു ടെസ്റ്റും ഉണ്ടാകും. തുടക്കം മുതൽ എല്ലാ വീക്കിലി ടെസ്റ്റിലും രേണുവിനു തന്നെയാണ് ഫസ്റ്റ്. ശനിയാഴ്ച പതിവു യൂണിഫോം വേണ്ട. തൃശ്ശൂർപൂരം കുടമാറ്റംപോലെ കുട്ടികൾ ചെത്ത് വസ്ത്രങ്ങളിലാണ് വരിക. രേണു എല്ലാ ആഴ്ചയും പുതിയ കളറുകളൊന്നും ധരിക്കാറില്ല. പച്ച പരിഷ്കാരികളും കാഷൽ ഡ്രസ് പ്രേമികളുമായ ആൺകുട്ടികളും രേണുവിന്റെ വസ്ത്രശൈലി ശ്രദ്ധിക്കുമായിരുന്നു. പക്ഷേ, അവളുടെ മുഖത്തെ ഐശ്വര്യത്തെ തോല്പിക്കാൻ ഒരു വസ്ത്രപരേഡിനും കഴിഞ്ഞിരുന്നില്ല.

സ്കൂളിൽ നല്ല നിലവാരവും ഉയർന്ന വിലയും ഈടാക്കുന്ന കാന്റീൻ ഉണ്ട്. വെജ്, നോൺ വെജ്, ബർത്ത് ഡേ കൂട്ടായ്മകൾക്കുള്ള രണ്ടുമൂന്ന് സൈഡ് റൂമുകൾ, ഫോറസ്റ്റ് ഇനം കേക്കുകൾ, സമ്മാനങ്ങൾ വാങ്ങാനുള്ള ആകർഷണീയമായ ഐറ്റംസുള്ള ഷോപ്പ്

എന്നിവയെല്ലാം ഉൾക്കൊള്ളുന്ന കാന്റീൻ. ഈ ഇംഗ്ലീഷ് മീഡിയം സ്കൂളിൽ കൂടുതലും ധനികരുടെ മക്കളാണ് പഠിക്കാനെത്തുക. വരുമാനം കുറഞ്ഞവർ ഉച്ചയൂണ് ടിഫിൻ കാരിയറിൽ കൊണ്ടുവരും. അവർ ഒരുമിച്ചിരുന്നു ഭക്ഷണം കഴിക്കുന്ന ഒരു സെറ്റ് ആണ്. വീട്ടിൽ നിന്ന് കൊണ്ടുവരുന്ന ചില ഇനങ്ങൾ അവർ പങ്കിടും. ഏതായാലും ഉച്ചയൂണ് സമയം അവർക്ക് ഏറ്റവും സന്തോഷം നൽകുന്ന സമയ മാണ്. പങ്കുവെക്കലിലാണല്ലോ സന്തോഷം.

ഇതിൽ ചില കുട്ടികൾ കാന്റീനിലേക്ക് തിടുക്കത്തിൽ പോയി ചില ഇഷ്ടവിഭവങ്ങൾ വാങ്ങിക്കൊണ്ടുവരും. കട്ട്ലെറ്റ്, ചില്ലി ചിക്കൻ, ഐസ്ക്രീം. രേണു കേന്റീനിൽനിന്ന് വാങ്ങിക്കൊണ്ടുവരുന്ന ഒരു ഡിഷും തൊട്ടുനോക്കുപോലും ഇല്ല. വീട്ടിൽ നിന്ന് കൊണ്ടുവരുന്ന താണ് അവൾക്ക് പ്രിയം. അമ്മയുടെ കൈകൊണ്ട് പാചകം ചെയ്യുന്ന ചോറായാലും ചപ്പാത്തിയായാലും അതിന്റെ രുചി അമ്മ വീട്ടിൽ നിന്ന് ഇറങ്ങുമ്പോൾ നൽകുന്ന ഉമ്മയോളം ആണ്. മാത്രമല്ല, ഒരു പത്രാസുകാരി ക്ലാസ്മേറ്റ് അവൾ പലപ്പോഴും കാന്റീനിൽനിന്ന് വാങ്ങുന്ന ഇഷ്ടവിഭവങ്ങൾക്കുള്ള പണം അച്ഛന്റെ പോക്കറ്റിൽ നിന്ന് എടുക്കുന്നതാണെന്ന് പൊങ്ങച്ചം പറയുകയും ചെയ്തത് രേണുവിന് ഒട്ടും ഇഷ്ടപ്പെട്ടതുമില്ല.

സ്കൂളിലേക്ക് തിടുക്കത്തിൽ ബാഗ് തയ്യാറാക്കി ഇറങ്ങിയ ഒരു ദിവസം ടിഫിൻ ബോക്സ് എടുക്കാൻ മറന്നു. ക്ലാസ്സിൽ എത്തിയ ശേഷമാണ് ടിഫിൻ എടുക്കാൻ മറന്നത് തിരിച്ചറിഞ്ഞത്. കാന്റീ നിൽ പോയി കഴിക്കാൻ പണമെടുത്തിരുന്നതുമില്ല. ക്ലാസ്സുകൾ ആരംഭിച്ചതോടെ ഉച്ചയൂണിന്റെ കാര്യമെല്ലാം രേണു മറന്നു. ഉച്ച ഭക്ഷണത്തിന് ബെല്ലടിച്ചപ്പോൾ രേണുവിനെ അന്വേഷിച്ച് ഒരാൾ ഓഫീസിൽ കാത്തുനിൽക്കുന്നുണ്ടെന്ന് പ്യൂൺ ലക്ഷ്മിച്ചേച്ചി അറി യിച്ചു.

ഓഫീസിലേക്കോടിയ രേണുവിനെ കാത്ത് അതാ അമ്മ നിൽ ക്കുന്നു. കൈയിൽ ടിഫിൻ ബോക്സ് സഞ്ചിയുമുണ്ട്. അമ്മയെ കണ്ടപ്പോൾ രേണു ഓടിവന്ന് അമ്മയെ വട്ടം കെട്ടിപ്പിടിച്ചു. അപ്പോ ഴേക്കും ക്ലാസ് ടീച്ചറും വന്നു.

''മോൾ മിടുക്കിയാണ് കേട്ടോ. അവൾ നമ്മുടെയൊക്കെ അഭി മാനമാകും.''

ടീച്ചർ രേണുവിനെ പുറത്തുതട്ടി സ്നേഹം കാണിച്ചു. രേണു അമ്മയ്ക്ക് ഉമ്മ കൊടുത്ത് ടിഫിൻ ബോക്സുമായി ക്ലാസ്സിലേക്ക് ഓടി.

ഉച്ചയൂണിന് കൂട്ടുകാർ രേണുവിനെ കാത്ത് ഭക്ഷണം കഴിക്കാതെ കാത്തിരിക്കുന്നു. 'സോറി ഫ്രണ്ട്സ്' എന്ന് പറഞ്ഞു. എല്ലാവരും ഭക്ഷണം തിടുക്കത്തിൽ പങ്കുവെച്ച് കഴിക്കാൻ ആരംഭിച്ചു. രാവിലെ അമ്മയ്ക്ക് അല്പം സമയംകൂടി പാചകത്തിന് ലഭിച്ചതിനാൽ രേണുവിന് ഇഷ്ടമുള്ള മുട്ട ഓംലറ്റും മറ്റൊരു പാക്കറ്റിൽ കൂടുതലായി പായ്ക്ക് ചെയ്തുവച്ചിരുന്നു. രേണു സസന്തോഷം കൂട്ടുകാർക്ക് വിഭവം പങ്കുവെച്ച് കൊടുത്തു. ഊണ് ഉഷാർ. പക്ഷേ, എല്ലാവർക്കും ഒരു പരിഭവം,

''അമ്മ വന്നിട്ട് ഞങ്ങളെ വിളിച്ചില്ലല്ലോ.''

''അതിന് സമയമുണ്ടായില്ലല്ലോ മോളേ.''

''അടുത്ത പ്രാവശ്യം വരുമ്പോൾ വിളിക്കണം ട്ടോ.''

''ഷുവർ.''

ഫൈനൽ ബെല്ല് മുഴങ്ങുമ്പോഴേക്കും ആൺകുട്ടികളും പെൺകുട്ടികളും see you എന്ന് ആർത്തുവിളിച്ചോടും. See you tomorrow.

ബർത്ത് ഡേ

നൂറ് ശതമാനം ജയം മാത്രമല്ല, നൂറ് ശതമാനം എ പ്ലസും നേടണമെന്നാണ് പ്രിൻസിപ്പലിന്റെയും സഹാദ്ധ്യാപകരുടെയും മാത്രമല്ല, രക്ഷകർത്താക്കളുടെയും നിർബന്ധം. മുൻവർഷങ്ങളിൽ ഈ സ്ഥാനം ലഭിച്ചിരുന്നതിനാൽ സംസ്ഥാനത്തെ അറിയപ്പെടുന്ന ഒരു സ്ഥാപനമാണിത്.

ഉന്നതവിജയത്തിന് കുടുംബപശ്ചാത്തലം വളരെ പ്രധാനപ്പെട്ടതാണല്ലോ. മാതാപിതാക്കൾ തമ്മിൽ നല്ല ബന്ധമാണെങ്കിൽ മക്കൾക്ക് സ്വസ്ഥമായി പഠിക്കാനാകും. തകർന്നുകൊണ്ടിരിക്കുന്ന കുടുംബബന്ധങ്ങൾ കുട്ടികൾ നേടുന്ന മാർക്കുകളിൽനിന്ന് വായിച്ചെടുക്കാം. പ്രിൻസിപ്പൽ മറ്റ് ഉന്നതബിരുദാനന്തര ബിരുദങ്ങളുടെ കൂടെ മനശ്ശാസ്ത്രത്തിൽ ഡിപ്ലോമയും കരസ്ഥമാക്കിയിട്ടുണ്ട്. അദ്ധ്യാപകർക്കും കുടുംബപശ്ചാത്തലം ആരോഗ്യകരമാണെങ്കിൽ മാത്രമേ അദ്ധ്യയനം മികവുറ്റതാവുമെന്ന് പ്രിൻസിപ്പലിനറിയാം.

ക്ലാസുകൾ തുടങ്ങി ആദ്യ ടേം പരീക്ഷാഫലം വരുന്നതോടെ ക്ലാസ് ടീച്ചർക്ക് വിദ്യാർത്ഥികളെക്കുറിച്ച് സാമാന്യം നല്ല അറിവ് ലഭിക്കുമല്ലോ. ഈ പ്രാഥമിക പരീക്ഷാഫലം കിട്ടിക്കഴിഞ്ഞാൽ വൈകാതെ ക്ലാസ് ടീച്ചർ ഓരോ വിദ്യാർത്ഥികളുടെയും വീട് സന്ദർശിക്കും. അന്നേരം മാതാപിതാക്കന്മാർ വീട്ടിലുണ്ടാകണമെന്ന് പ്രിൻസിപ്പലിന് നിർബന്ധമുണ്ട്.

രേണുവിന്റെ ക്ലാസ് ടീച്ചർ വീട് സന്ദർശനത്തിനെത്തി. അതിനെ ഒരു വീട് എന്നു പറയാമോ? ടീച്ചർ ഒരു നിമിഷം തരിച്ചുനിന്നു. പിന്നെ ഒരുവിധം വീട്ടിലേക്ക് കടന്നു. അച്ഛൻ വില്യമും അമ്മ മേരിയും വീട്ടിലുണ്ടായിരുന്നു. മേരി രേണുവിന് ഭക്ഷണം കൊണ്ടുവന്ന സമയത്ത് കണ്ട് സംസാരിച്ചിരുന്നു. അഡ്മിഷൻ സമയത്ത് വില്യമും മേരിയും ഒന്നിച്ചാണ് വന്നത്. അപ്പോഴൊന്നും ടീച്ചർ വീട് കണ്ടിട്ടില്ലായിരുന്നു. രേണു കുപ്പയിലെ മാണിക്യംതന്നെ. ടീച്ചറുടെ മനസ്സ്

മന്ത്രിച്ചു. സ്നേഹമുള്ള കുടുംബം. നേരത്തെ പോയ മറ്റ് പല വീടുകളിലും കാണാത്ത ഐശ്വര്യം. ടീച്ചർ മടങ്ങി.

കനാൽവക്കിൽ മുക്കാലും ഓലമേഞ്ഞതും മുൻഭാഗം മാത്രം ഓടുകൊണ്ടും പണിത ചെറിയൊരു വീട്. നടയിലെ മുറിയിൽത്തന്നെയാണ് രേണുവിന്റെ പഠനമുറി. ടീച്ചർ വരുന്നതുകൊണ്ട് പിതാവ് വില്യം നേരത്തെ പണി അവസാനിപ്പിച്ച് വന്നതാണ്. ചെറുതാണെങ്കിലും മുറികൾ ഇടുങ്ങിയതാണെങ്കിലും കാറ്റും വെളിച്ചവും ധാരാളം പ്രവേശിക്കുന്ന വിധം പണി തീർത്ത മുറികൾ.

''ഇവിടെയിരുന്നാണ് ഞങ്ങളുടെ മോൾ പഠിക്കുന്നത്. സ്കൂളിൽ നിന്നെത്തിയാൽ അയൽപക്കത്തെ കൂട്ടുകാർക്കൊപ്പം അരമണിക്കൂറോളം കളിക്കും. രേണുവിനും കൂട്ടുകാർക്കും അമ്മ ചില പലഹാരങ്ങളോ കപ്പ പുഴുങ്ങിയതും ഉള്ളിച്ചമ്മന്തിയോ കൊടുക്കും. ടീച്ചറുള്ള സമയത്ത് വന്ന കുട്ടികൾ രേണുവിന്റെ അമ്മയെ 'അമ്മ' എന്നു വിളിക്കുന്നത് ടീച്ചർ പ്രത്യേകം ശ്രദ്ധിച്ചു.

പഠനവിജയത്തിന് സഹായകരമായ ഒരു ടൈംടേബിളും നിർദ്ദേശങ്ങളും നൽകി. അവർ സ്നേഹത്തോടെ നൽകിയ കാപ്പിയും രേണുവിന്റെ അമ്മയുണ്ടാക്കിയ ഉഴുന്നുവടയും കഴിച്ചു. മടങ്ങുമ്പോൾ ചെറിയൊരു പൊതി ടീച്ചർക്ക് കൊടുത്ത് ബാഗിൽ വെക്കാൻ പറഞ്ഞു. ടീച്ചർ അത്ഭുതപ്പെട്ടു നിൽക്കുമ്പോൾ അമ്മ: ''ടീച്ചർക്കും മക്കളൊക്കെ ഉള്ളതല്ലേ, അവർക്ക് കൊടുക്കാൻ കുറച്ച് ഉഴുന്നുവടയാണത്.''

ആ കുടുംബത്തിന്റെ സ്നേഹവും പരിഗണനയും മറ്റും ടീച്ചർ പ്രത്യേകം ശ്രദ്ധിച്ചു. രേണുവിന്റെ ശിരസ്സിൽ കൈവച്ച് അനുഗ്രഹിച്ച് യാത്രയായി. അച്ഛനും അമ്മയും അര കിലോമീറ്റർ അകലെയുള്ള ബസ് സ്റ്റോപ്പ് വരെ പോയി മോളുടെ ഗുരുനാഥയെ യാത്രയാക്കി.

ഒരു കുട്ടിക്ക് [illegible] എല്ലാ വിഷയങ്ങളിലും ടോപ്പ് മാർക്ക്. സാധാരണ അങ്ങനെ പതിവില്ല. തന്റെ ടീച്ചിങ്ങ് ചരിത്രത്തിലാദ്യമാണിത്. മാത്രമല്ല, ഹിന്ദിയിൽ ടീച്ചറേക്കാൾ കൂടുതൽ അറിവ് രേണുവിനുണ്ടെന്ന് ടീച്ചർക്കറിയാം. ക്ലാസ്സിലാണെങ്കിൽ ഹിന്ദി ഭാഷയിൽ കുട്ടികൾ വളരെ പിന്നിൽ. ഇതേക്കുറിച്ച് പ്രിൻസിപ്പൽ ടീച്ചറിന് വാണിങ്ങ് മെമ്മോ നൽകിയിട്ടുണ്ട്. അതുകൊണ്ട് വളരെ ഒരുങ്ങിയാണ് ടീച്ചർ ഹിന്ദി ക്ലാസ്സിലെത്തുക. കൂടുതൽ സംശയം ചോദിക്കുന്നവരോട് ഉച്ച ഇടവേളയിൽ രേണുവിനോട് ചോദിക്കാൻ രഹസ്യമായി പറയാറുണ്ട്. അതുകൊണ്ട് ഊണ് കഴിഞ്ഞാൽ കൂട്ടുകാർ അടുത്തുവരും. ആദ്യം പെൺകുട്ടികൾ മാത്രമേ വരാറുള്ളൂ. പിന്നെ വിഷയത്തിൽ മോശമായ ചില ആൺകുട്ടികളും പുസ്തകമായെത്തും. അതുകൊണ്ടൊന്നും രേണു ക്ലാസ്സിൽ ഷൈൻ ചെയ്യാൻ നിന്നുകൊടുത്തില്ല. കൂട്ടുകാരുടെ

മനസ്സിൽ രേണു ഒരു താരമായി മാറിക്കഴിഞ്ഞിരുന്നു. കുട്ടികളുടെ സംസാരത്തിൽനിന്ന് രേണു വീടുകളിലും സ്വാഭാവികമായും മിടുക്കത്തി കുട്ടിയായി മാറി.

ആൺകുട്ടികളും കുറേശ്ശെയായി രേണുവിൽനിന്ന് ഹിന്ദി പഠിക്കാൻ അടുത്തുവന്നു. രേണുവിന് വിഷയം നന്നായി അറിയാമെന്ന് മാത്രമല്ല, ചില ടിപ്സിന്റെ സഹായത്തോടെ വളരെ ലളിതമായി പഠിപ്പിക്കാനും കഴിവുണ്ട്. ചില വിദ്യാർത്ഥികൾക്ക് ഹിന്ദി അക്ഷരമാലക്രമം പോലുമറിവില്ല. അവരോട് ഹോം വർക്ക് എന്നപോലെ വീട്ടിൽനിന്ന് പഠിക്കാൻ രേണു നിർദ്ദേശിക്കും.

മറ്റു വിഷയങ്ങളിലെല്ലാം രേണുവിന്റെ തൊട്ടുതാഴെ മാർക്ക് ലഭിക്കുന്ന ഒരു ആൺകുട്ടിയുണ്ടായിരുന്നു. ഹിന്ദിയിൽ പാസ് മാർക്ക് ലഭിച്ചാൽ ഭാഗ്യം. അധികമാരോടും സംസാരിക്കാത്ത ഈ ആൺകുട്ടി ഒരു ദിവസം അല്പം ധൈര്യം സംഭരിച്ചതുപോലെ ഹിന്ദി ഗ്രാമർ പാഠത്തിലെ സംശയം ചോദിക്കാൻ രേണുവിന്റെ അടുത്തുവന്നു. പൊതുവേ നാണക്കാരനായ കുട്ടി അസ്വസ്ഥതയോടെയാണ് സംസാരിച്ചത്. രേണുവിന്റെ തുറന്ന സംസാരം അവന് ധൈര്യം പകർന്നു. സംശയനിവാരണത്തോടൊപ്പം അവന് ആത്മധൈര്യവും കിട്ടി. അപ്പോഴും തികഞ്ഞ അപരിചിതരെപ്പോലെയായിരുന്നു ഇരുവരും. മറ്റു കുട്ടികളിൽനിന്ന് വ്യത്യസ്തനായി പല പ്രാവശ്യം നന്ദി പറഞ്ഞാണ് അവൻ മടങ്ങിയത്.

ഉച്ചഭക്ഷണ ഇടവേള കഴിഞ്ഞ് ക്ലാസ് തുടർന്നു. പരസ്യമായി പറഞ്ഞില്ലെങ്കിലും ക്ലാസിലെ കുട്ടികൾ ഹിന്ദിയിൽ മെച്ചപ്പെട്ടതിൽ ടീച്ചർക്ക് സന്തോഷമായി.

സാധാരണ സ്കൂളുകളിൽ ബർത്ത്ഡേ ആഘോഷങ്ങൾക്ക് മിഠായി വിതരണമാണ് പതിവ്. ചിലപ്പോൾ കേക്ക് മുറിച്ച് വിതരണവുമുണ്ടാകും. എന്നാൽ ഇവിടെ രണ്ടു തലത്തിലാണ് ആഘോഷം – ക്ലാസ്സിനകത്തും കാന്റീനിൽ അടുത്ത കൂട്ടുകാർക്കും. ക്ലാസ്സിനകത്തെ ആഘോഷത്തിൽ എല്ലാ ക്ലാസ്മേറ്റ്സും 'ബേഡ്ഡേ ഗൈക്കും' 'ഗാൾസിനും' പ്രത്യേക സമ്മാനമാണ് പശ വെച്ച് ഒട്ടിച്ച കവറിൽ നൽകുക. വളരെ വ്യക്തിപരം. കടലാസിന്റെ ഒരു പുറത്ത് വിദ്യാർത്ഥിയിൽ കാണുന്ന സദ്ഗുണങ്ങൾ; മറുഭാഗത്ത് സൗമ്യഭാഷയിൽ തിരുത്തേണ്ട കാര്യങ്ങൾ. മനശ്ശാസ്ത്രം പഠിച്ച പ്രിൻസിപ്പലിന്റെ ഐഡിയയാണിത്. പലർക്കും അത് ഗുണകരമാണ്. തങ്ങൾപോലും ശ്രദ്ധിക്കാത്ത സദ്ഗുണങ്ങൾ ശക്തിപ്പെടുത്താനും ശീലമായതുകൊണ്ട് ആവർത്തിക്കപ്പെടുന്ന വാക്ക്, നോക്ക്, പ്രവൃത്തി, മോശസ്വഭാവങ്ങൾ തിരുത്താനും ഇത് സഹായകരമായിരുന്നു.

അങ്ങനെ ഒരു ദിവസം രേണുവിന്റെ ബർത്ത്ഡേയും വന്നു. അവൾക്കും കുറെ കവറുകൾ കിട്ടി. അപ്പോഴാണ് കുട്ടികൾക്ക് തന്നെ ഇത്രയധികം ഇഷ്ടമാണെന്ന് മനസ്സിലായത്. ഒരു കവർ വ്യത്യസ്ത മായിരുന്നു. ഹിന്ദിയിലാണ് എഴുതിയിരിക്കുന്നത്. ഹിന്ദി പഠിക്കാൻ സഹായിച്ചതിന്റെ 'ധന്യവാദ്' ആണ് നിറയെ. രേണുവിന് ആളെ മനസ്സിലായി. പക്ഷേ, അപ്പോൾ മാത്രമാണ് പേര് ശരിക്കും മനസ്സി ലായത്. പ്രിൻസ്. പ്രിൻസി എന്ന് കുട്ടികൾ വിളിക്കുന്നതു കേട്ടി ട്ടുണ്ട്. ശരിയായ പേര് ഇപ്പോൾ മനസ്സിലായി. തെറ്റില്ലാതെ ഹിന്ദി യിൽ എഴുതിയതിൽ രേണുവിന് പ്രത്യേകിച്ചും സന്തോഷമായി.

പോക്കറ്റ് മണി ഉള്ള 'ബോയ്സ് ഗാൽസ്' കൂട്ടുകാരോടൊത്ത് ക്ലാസ് ടൈമിനുശേഷം കാന്റീനിൽ പ്രത്യേക പാർട്ടി നടത്താറുണ്ട്. സ്കൂളിന്റെ മികച്ച നിലവാരത്തിൽ ഇതെല്ലാം പ്രധാന ഘടകങ്ങ ളാണ്. സ്വിമ്മിങ്ങ്പൂൾ, കുതിരസവാരിയൊക്കെയുള്ള അപൂർവ്വം ചില സ്കൂളുകളുണ്ട്. ഇവിടെ സ്ഥലസൗകര്യമില്ല. ഈ കാമ്പസ്സിന് ഒരു അനക്സ് സജ്ജീകരിക്കുന്ന കാര്യം വൈകാതെ ഉണ്ടാകുമെന്നും ഇൻഡോർ സ്റ്റേഡിയം, സ്വിമ്മിങ്ങ് പൂൾ, കുതിരസവാരി എന്നിവ യടക്കമുള്ള സ്പോർട്സ് കോംപ്ലക്സ് എന്നിവ ഉണ്ടാകുമെന്നും പ്രിൻസിപ്പൽ പി.ടി.എ. മീറ്റിങ്ങിൽ അറിയിച്ചതായി കുട്ടികൾ രക്ഷ കർത്താക്കളിൽ നിന്നറിഞ്ഞു. ധനാഢ്യരായ രക്ഷകർത്താക്കൾ ഇതി നായി ലക്ഷങ്ങൾ മുടക്കാൻ റെഡിയാണുതാനും. ഇതൊന്നും രേണുവും കുടുംബവും ഗൗരവത്തിലെടുത്തില്ല. തങ്ങളുടെ ഏക മകൾ പഠിച്ച് ഒരു പ്രൊഫഷണൽ ആകണമെന്നായിരുന്നു അവരുടെ ആഗ്രഹം.

സ്പോർട്സ് ഡേ, പേരന്റ്സ് ഡേ, ആന്വൽഡേ എന്നിവയെല്ലാം ഉയർന്ന നിലവാരത്തിൽത്തന്നെ നടക്കുമായിരുന്നു. സോളോ സോങ്ങ്, മിമിക്രി എന്നീ രണ്ടിനങ്ങളിൽ മാത്രമേ രേണുവിനെ വേദിയിൽ കാണാറുള്ളൂ. അതിന് കാരണവുമുണ്ടായിരുന്നു. അതൊന്നും മറ്റു കുട്ടികൾക്ക് അറിയില്ല.

ചെറിയ ഉല്ലാസയാത്രകൾ

ഒമ്പതാംക്ലാസുകാർക്ക് സ്കൂളിന്റെ കലണ്ടറിൽ ഓണാവധി കഴിഞ്ഞു വരുന്ന ആഴ്ചാവസാനമാണ് പിക്നിക്. മറ്റു ക്ലാസ്സുകാർക്ക് ഷോർട്ട് പിക്നിക്. സ്കൂൾ സമയപരിധിയിൽ മാത്രം. ഒമ്പതരയ്ക്ക് പോയാൽ ഉച്ചതിരിഞ്ഞ് നാലുമണിവരെ മാത്രം. ഒമ്പതാംക്ലാസുകാർക്ക് മൂന്നു ദിവസം വരെ പിക്നിക്കാവാം. ചെറിയ ക്ലാസ്സുകാർക്ക് ഒമ്പതാം ക്ലാസ്സിലെത്താൻ വെപ്രാളമാണ്. ചെറിയ പിക്നിക്കിൽ അവർ സംതൃപ്തരല്ല. പിക്നിക്കിൽ അദ്ധ്യാപകർക്കൊപ്പം രക്ഷിതാക്കളുടെ ഏതാനും പ്രതിനിധികളും കാണും.

ട്രിപ്പ് ലോങ്ങല്ലെങ്കിലും മാതൃഭാഷയിൽ സംസാരിക്കാനും ഉച്ച ഭക്ഷണവും സ്നാക്സും കൊണ്ടുപോകാനും അനുവാദമുണ്ട്. പിക്നിക്കിനിടയിൽ കുട്ടികൾ മത്സരിച്ചെന്നപോലെ അവർ കൊണ്ടു വന്ന എക്സോട്ടിക് സ്നാക്സ് കൈമാറുന്നുണ്ട്. അധികമാരും ശ്രദ്ധിക്കാത്ത സമയത്ത് പ്രിൻസ് രേണുവിന് ഒരു പാക്കറ്റ് കൈമാറി. വാങ്ങാൻ അല്പം മടിച്ചെങ്കിലും മറ്റുള്ളവർ ശ്രദ്ധിക്കാതിരിക്കാൻ രേണു അത് സ്വീകരിച്ചു. 'ശുക്രിയ' എന്ന് പ്രിൻസും 'ബഹുത്ത് അച്ചാ' എന്ന് രേണുവും ഉപചാരം പറഞ്ഞു. രേണുവിനാണെങ്കിൽ വിലകൂടിയ ഐറ്റംസ് ഒന്നും കൈയിലുണ്ടായിരുന്നില്ല. അച്ഛൻ വാങ്ങിക്കൊടുത്ത രണ്ടുമൂന്ന് പാക്കറ്റ് കപ്പലണ്ടി മിഠായി മാത്രം. ഇതിൽനിന്ന് പ്രിൻസിന് രേണു ഒരു പാക്കറ്റ് സമ്മാനിച്ചു. ഉടൻ അത് രുചിച്ചുനോക്കിയ അവൻ 'ബഹുത്ത് മീഠാ മിത്തായ്' എന്ന് മറുപടി പറഞ്ഞപ്പോൾ അവൾ ഉറക്കെ ചിരിച്ചു. ഹിന്ദിയെ ഭയപ്പെട്ടിരുന്ന കുട്ടി ഹിന്ദിക്കാരനായി മാറിയോ? ഇനി ഒരുപക്ഷേ ഹിന്ദി പേപ്പറിൽ അവൻ എന്നേക്കാൾ മാർക്ക് അടിച്ചെടുത്തേക്കാം. ഏതായാലും രേണുവിന് സന്തോഷമായി. സ്കൂളിൽ തിരിച്ചെത്തിയപ്പോൾ രേണുവിന്റെ അമ്മ കാത്തുനിൽപ്പുണ്ടായിരുന്നു.

രേണുവിനെ സന്തോഷത്തോടെയാണ് പിക്നിക്കിനയച്ചതെങ്കിലും അവളുടെ മാതാപിതാക്കൾക്ക് ടെൻഷനായിരുന്നു. തങ്ങൾക്ക് മകനും

മകളുമാണ് രേണു. മാതാപിതാക്കളും മോളും കൂടി ഒത്തുകൂടിയാൽ അവിടെ സ്വർഗ്ഗമായി. സമാധാനമുള്ള കുടുംബങ്ങളാണ് ഭൂമിയിലെ സ്വർഗ്ഗം. മരണത്തിനുശേഷം കൈവരേണ്ട ഒരു സ്ഥലമല്ല അത്. ജീവിച്ചിരിക്കുമ്പോൾ പങ്കുവെക്കൽ അനുഭവത്തിലൂടെ സ്വർഗ്ഗജീവിതം അനുഭവിക്കാം. പണം ഉണ്ടെങ്കിൽ സ്വർഗ്ഗാനന്ദമാകുമെന്നത് പടുവിഡ്ഢികൾ മാത്രമേ കരുതുകയുള്ളൂ. രേണുവിന്റെ കുടുംബം ഒരു മാതൃക കുടുംബം തന്നെയാണ്.

ഏഴാംക്ലാസ് കടന്ന് ഹൈസ്കൂളിലായപ്പോൾ സ്കൂൾ അന്തരീക്ഷം കുറെക്കൂടി ഗൗരവമായി. പത്താംക്ലാസ് റെക്കോർഡ് വിജയമാണല്ലോ ലക്ഷ്യം. ആഴ്ചയിൽ ഒരു ക്ലാസ് പ്രിൻസിപ്പൽതന്നെ എടുക്കും. പ്രത്യേക വിഷയമല്ല, ഉന്നതവിജയത്തിനായുള്ള കുറുക്കുവിദ്യകൾ. ഒപ്പം കുട്ടികളെ ഒന്ന് വിലയിരുത്തുകയും ആകാം. അല്പം പിറകിൽ നിൽക്കുന്ന കുട്ടികൾക്ക് ബന്ധപ്പെട്ട അദ്ധ്യാപകർ ട്യൂഷൻ നൽകും. പുരോഗതി പ്രിൻസിപ്പലിനെ അറിയിക്കണം. മിക്കവാറും എല്ലാവരും എൺപത് ശതമാനം നേടുന്നവരാണ്. പ്രിൻസിപ്പലിന്റെ പാസ്മാർക്ക് 90+ ആണ് എന്നു മാത്രം.

പ്രിൻസിപ്പൽ ക്ലാസ് ടീച്ചറിൽനിന്ന് രേണുവിന്റെ സവിശേഷതകളെക്കുറിച്ചറിഞ്ഞിരുന്നു. ഹൈസ്കൂളിൽ പഠിക്കുന്ന എല്ലാ കുട്ടികളെയും ഇന്റർവ്യൂ ചെയ്യുന്ന പതിവുണ്ട്. മാഡത്തിനും രേണു പ്രത്യേകതയുള്ള കുട്ടിയാണെന്ന് ബോധ്യപ്പെട്ടു. റാങ്കിലേക്ക് ഉയർത്താൻ മാഡം ചില പദ്ധതികൾ തയ്യാറാക്കി. ചില പ്രത്യേക 'പരീക്ഷസഹായി'യും പഴയ ചോദ്യപേപ്പറുകളും മാഡം തന്നെ രേണുവിനു വേണ്ടി പരതിയെടുത്തുകൊടുത്തു. രേണുവും അവസരത്തിനൊത്ത് ഉയർന്നു പഠിച്ചു. പ്രോത്സാഹനം വിദ്യാർത്ഥികൾക്ക് അമൃത് ആണല്ലോ. എസ്.എസ്.എൽ.സി. പരീക്ഷയ്ക്ക് കൂടുതൽ സ്കോർ ചെയ്യേണ്ടതെങ്ങനെയെന്ന് അദ്ധ്യാപകർ എട്ടാം സ്റ്റാൻഡേർഡ് മുതൽ തന്നെ കോച്ചിങ്ങ് നൽകുന്നുണ്ടായിരുന്നു.

പിക്നിക് വർഷം

ഒമ്പതാംക്ലാസ് എന്നതിനേക്കാൾ കുട്ടികൾ ആവേശത്തോടെ പറയുന്നത് 'പിക്നിക് ഇയർ' എന്നാണ്. ഇതര സംസ്ഥാനത്തേക്ക് പോകാനുള്ള ഒരു അവസരംകൂടിയാണ്. മൂന്ന് മുഴുവൻ ദിവസം ഉല്ലാസയാത്ര. വെള്ളിയാഴ്ച വൈകീട്ട് തിരിച്ചെത്തിയാൽ ശനി, ഞായർ അവധിയും കൂടിയാകുമ്പോൾ കുട്ടികൾക്ക് വലിയ സന്തോഷം.

യൂനിഫോം ആവശ്യമില്ലാത്തതിനാൽ ഒരു ഫാഷൻ പരേഡ്, പോക്കറ്റ് മണി ഉപയോഗിച്ച് കൗതുകവസ്തുക്കൾ വാങ്ങാം. ആൺ -പെൺ കുട്ടി വ്യത്യാസമില്ലാതെ ഇഷ്ടമുള്ള സീറ്റുകളിൽ ഇരിക്കാം. ഫോട്ടോ എടുക്കാം. സർവ്വോപരി മലയാളത്തിൽ സംസാരിക്കാം.

സൗഹാർദ്ദം അതിരു വിടാതിരിക്കാൻ ടീച്ചർമാർ ശ്രദ്ധിക്കുന്നുണ്ടെങ്കിലും കൗമാരസ്നേഹത്തിന് ചിറ കെട്ടാൻ എളുപ്പമല്ലല്ലൊ. ഭാവിയിൽ പല കുടുംബബന്ധങ്ങളുടെയും ആരംഭം ഇത്തരം ഉല്ലാസയാത്രകളിൽനിന്നാണെന്ന് ആർക്കാണ് അറിഞ്ഞുകൂടാത്തത്. ടീച്ചർമാർ പലപ്പോഴും കണ്ണടയ്ക്കും.

ഒന്ന് പേഴ്സണലായി സംസാരിച്ചോട്ടെ. ചെന്നൈ മരീന ബീച്ചിലെ സായാഹ്നസൗന്ദര്യം ആസ്വദിക്കാൻ ഒന്നരമണിക്കൂറാണ് നൽകിയിട്ടുള്ളത്. പ്രിൻസിന്റെ സ്വരം അലതല്ലുന്ന തിരമാലകളുടെ ശീൽക്കാരത്തിൽ അലിഞ്ഞുചേർന്നതുപോലെ നേർത്തതായിരുന്നു. രേണു തിരിഞ്ഞുനോക്കിയപ്പോൾ പരിഭ്രമം കലർന്ന പുഞ്ചിരിയോടെ പ്രിൻസ് നിൽക്കുന്നു.

ഒട്ടും പ്രതീക്ഷിക്കാത്തതുകൊണ്ട് രേണുവിനും അല്പം പരിഭ്രാന്തി.

പ്രിൻസ് തുടർന്നു, ''ഒന്ന് പരിചയപ്പെടാനായിരുന്നു.''

''അതിനെന്താ നമുക്ക് ബീച്ചിലെ മണൽപ്പരപ്പിലൂടെ കുറച്ച് നടക്കാം.''

പ്രിൻസിന് ആശ്വാസമായി. അവൻ ആദ്യം പരിചയപ്പെടുത്തി. പിന്നെ ഹിന്ദി ഗ്രാമർ പഠിപ്പിച്ചതിന് നന്ദി. ആദ്യമായിട്ടാണ് അവൻ ഒരു പെൺകുട്ടിയോട് സംസാരിക്കുന്നതെന്ന് തോന്നുന്നു. സംസാരം മുറിഞ്ഞുപോകുന്നതുപോലെ. പ്രിൻസ് ഏതോ ടെൻഷനിലാണെന്ന് തോന്നുന്നു, രേണുവിന്റെ ഇടപെടൽ.

''എനിക്കധികം പരിചയമില്ലല്ലോ. അതുകൊണ്ട്...'' പ്രിൻസ് അർദ്ധവിരാമം. മെറീന ബീച്ച് ചക്രവാളം അസ്തമയസൂര്യരാഗത്തിൽ സുന്ദരമായി.

''നമുക്കെന്തെങ്കിലും സ്നാക്സ് വാങ്ങിയാലോ?''

പ്രിൻസിന് അല്പം ധൈര്യം കിട്ടിയതുപോലെ.

''പറയൂ രേണൂ... അൽഫാം? ഹോട്ട് ഫിഷ് ഫ്രൈ?''

''അയ്യോ... എനിക്കതൊന്നും വേണ്ട.''

''അതിന്റെ ടേസ്റ്റ് ഇഷ്ടമില്ലേ?''

''ഞാനിതുവരെ അതൊന്നും കഴിച്ചിട്ടില്ല. നമുക്ക് സിംപിൾ ഐറ്റംസ് ആവാം. ക്ലീനായി പാക്ക് ചെയ്ത കപ്പലണ്ടി മിഠായി, ഇതാ മുമ്പിലെ തട്ടുകടയിൽ. അതു മതി.''

''രേണുവിന് അതു മതിയെങ്കിൽ എനിക്കും അതിഷ്ടമാണ്.''

പോക്കറ്റിൽനിന്നും പണമെടുത്ത് അവൻ അത് വാങ്ങാൻ പോയി.

''ആ കാണുന്ന സിമന്റ് ബെഞ്ചിലിരുന്നാലോ?'' പ്രിൻസ്

''ആവാമല്ലോ.''

മണൽപ്പരപ്പിൽനിന്ന് ബീച്ച് റോഡിലേക്ക് അല്പം മാറിയുള്ള ബെഞ്ചിൽ അവർ ഇരുന്ന് കപ്പലണ്ടി മിഠായി കൊറിച്ചു.

''രേണു ഫുഡ്ഡിങ്ങിൽ ഇത്ര സിംപിൾ ആണോ?''

അവൾ ഒന്നും മറുപടി പറഞ്ഞില്ല.

ഒരു നിമിഷം രേണുവിന്റെ ചിന്തകൾ വീട്ടിലേക്ക് പാഞ്ഞു. സംസാരം നിലച്ചതുപോലെയായി.

''ഞാൻ ചോദിച്ചത് ഇൻസൾട്ടായോ? ഞാൻ ചുമ്മാ ചോദിച്ചെന്നേയുള്ളൂ.''

''ഞങ്ങളുടെ ലൈഫ് വളരെ സിംപിൾ ആണ്. പറ്റുന്നതല്ലേ ചെയ്യാൻ പറ്റൂ.''

രേണുവിന്റെ ശബ്ദം ഇടറിയത് അവൻ ശ്രദ്ധിച്ചു.

അപ്പോഴേക്കും പിറകിലുള്ള സെന്റ് തോമസ് പള്ളിയിൽ നിന്ന്

സന്ധ്യാപ്രാർത്ഥനയ്ക്ക് മണി മുഴങ്ങി. രേണു നെറ്റിയിൽ കുരിശു വരച്ചു. ഒരു നിമിഷം പ്രാർത്ഥനയുടെ നിശ്ശബ്ദത.

‘‘പ്രിൻസിന് ദൈവവിശ്വാസമില്ലെന്നു തോന്നുന്നു. പള്ളിയിൽ മണി മുഴങ്ങിയപ്പോൾ ഒന്നും ചെയ്തില്ലല്ലോ.’’

‘‘പക്ഷേ, ഞാൻ.... അല്ലല്ലോ.’’

ഇടയിലെ വാക്ക് കടൽത്തിരകളുടെ ശീൽക്കാരം തട്ടിക്കൊണ്ടു പോയി. വീണ്ടും പറയാനോ ചോദിക്കാനോ കഴിയുംമുമ്പ് ടീച്ചർമാർ കുട്ടികളെ ബസ്സിനടുത്തേക്ക് വേഗം കൂട്ടിക്കൊണ്ടുപോയി. താമസ സ്ഥലത്ത് ഏഴരയ്ക്ക് എത്തിയാലേ ഭക്ഷണം കിട്ടൂ. പത്തു മിനിറ്റ് നടന്നാലേ ബസ്സിനടുത്ത് എത്തൂ.

‘‘ഞങ്ങൾ വീട്ടിൽ നല്ല രുചിയുള്ള ഭക്ഷണങ്ങളാണ് അമ്മ പാകം ചെയ്യുന്നത്. വലിയ ലക്ഷ്വറി ഇല്ലെന്നേ ഉള്ളൂ. അതുകൊണ്ട് ഹോട്ടൽ ഭക്ഷണങ്ങൾ ഞങ്ങൾക്ക് വലിയ താല്പര്യമില്ല. വൈകീട്ടാണ് ആഘോഷമായ ഭക്ഷണം. പപ്പ നല്ല മീനോ കോഴിയോ ഒക്കെ ഇടയ്ക്ക് വാങ്ങിക്കൊണ്ടുവന്നാൽ, അടുക്കളയിൽനിന്നുള്ള കറിയുടെ രുചി ക്കാറ്റ് അടിച്ചാൽ പഠിക്കാൻ ബുദ്ധിമുട്ടാകും. ഞങ്ങൾ സന്തോഷത്തോടെ അത്താഴം ആഘോഷിക്കും. ഇപ്പോൾ വീട്ടിൽ ഞാൻ ഇല്ലാത്തതിന്റെ വിഷമമായിരിക്കും.’’ രേണുവിന്റെ ശബ്ദം ഇടറി.

വിട പറയുംമുമ്പേ

പിക്നിക് ഇയർ ഒരു ഓർമ്മയായി; ചിലരുടെ മനസ്സുകളിൽ എവിടെയോ സൂക്ഷിക്കപ്പെട്ട ചില ഓർമ്മകളും.

എസ്.എസ്.എൽ.സി. പരീക്ഷയ്ക്ക് മുമ്പ് മോഡൽ പരീക്ഷയും അദ്ധ്യാപകരോടൊത്തുമുള്ള വിലയിരുത്തലുകളും കഴിഞ്ഞാൽ ഒരു മാസം കുട്ടികൾക്ക് സ്റ്റഡി ടൈം ആണ്. മിക്കപേരും സ്കൂളിലിരുന്നാണ് റിവിഷൻ നടത്തുക. ചിലർ ഗ്രൂപ്പായി പഠിക്കും. അദ്ധ്യാപകർ സ്കൂളിൽതന്നെ മുഴുവൻസമയം ഉള്ളതുകൊണ്ട് സംശയങ്ങൾ ചോദിച്ചു മനസ്സിലാക്കുകയും ചെയ്യാം. അവസാനത്തെ ഒരാഴ്ച വീട്ടിലിരുന്നു മാത്രമാണ് പഠനം.

അതിനു മുമ്പ് അവസാനവർഷ വിദ്യാർത്ഥികളും അദ്ധ്യാപകരും ചേർന്ന് ഒരു ഗ്രൂപ്പ് ഫോട്ടോ, പിന്നെ രക്ഷകർത്താക്കളും ചേർന്ന് ചായസൽക്കാരം.

ഇനി ഹാൾടിക്കറ്റ് വാങ്ങുമ്പോഴും പിന്നെ അപരിചിതരായ അന്യ സ്കൂളുകളിലെ ഇൻവിജിലേറ്ററുമാരുടെ മേൽനോട്ടത്തിലുള്ള പരീക്ഷ. അതിനാൽ ഇപ്പോൾ നടക്കുന്ന പരിപാടി ഒരു വിടപറയൽ തന്നെയാണ്. അദ്ധ്യാപികമാരുടെ അമ്മഹൃദയങ്ങൾ തേങ്ങി. കൂട്ടുകാരായ വിദ്യാർത്ഥികളും കെട്ടിപ്പിടിച്ചും കണ്ണീരൊഴുകുന്ന കവിളിൽ ഉമ്മവെച്ചും വികാരവായ്പോടെ വിടവാങ്ങി.

''ഹിന്ദിയിൽ ടോപ്പാകണം.'' പ്രിൻസിനോടുള്ള വിടവാങ്ങൽ ആശംസയായി രേണു.

മറുപടിയൊന്നും പറയാതെ ഹാൻഡ്കർച്ചീഫ് എടുത്ത് പ്രിൻസ് കണ്ണീർ തുടച്ചു. എല്ലാവരും വികാരത്തിന്റെ വിങ്ങിപ്പൊട്ടലോടെ ഒരു പ്രാവശ്യംകൂടി അഞ്ചു വർഷം പഠിച്ച്, കളിച്ച്, ഓർമ്മകളുടെ തിരുമുറ്റമായിരുന്ന സ്നേഹാലയത്തിലേക്ക് തിരിഞ്ഞുനോക്കി യാത്രയായി. അഞ്ചാംക്ലാസിൽ ടീച്ചറായിരുന്ന മിസ് രേണുവിനേയും

മാതാപിതാക്കളേയും വിളിച്ചു മാറ്റിനിർത്തി, അല്പം ഘനമുള്ള ഒരു എൻവലപ്പ് നൽകി.

''ഇതുകൊണ്ട് രേണുവിന് ആവശ്യമുള്ളത് വാങ്ങിക്കൊടുക്കുക.''

പത്താംക്ലാസിലായിട്ടും രേണുവിന് ഒരു വാച്ച് ഇല്ലായിരുന്നു. മുമ്പ് വീട് സന്ദർശിച്ചതും മിസ്സിന് മനസ്സിൽ സൂക്ഷിക്കുന്ന ഓർമ്മ യാണ്. മിസ് രേണുവിനെ ഹഗ് ചെയ്ത് നെറ്റിയിൽ ഉമ്മ നൽകി അനുഗ്രഹിച്ചു. സ്കൂൾ അങ്കണം ഒഴിഞ്ഞതത് അവർ ശ്രദ്ധിച്ചിരുന്നില്ല. മിസ്സിന്റെ സ്നേഹം രേണുവിന് വലിയ പ്രോത്സാഹനമായി ഭവിച്ചു. സ്നേഹം, വേർപാടിന്റെ നിമിഷം വരെ അതിന്റെ ആഴം അറിയു ന്നില്ല എന്ന പണ്ഡിതമൊഴി എത്രയോ സാർത്ഥകം. Lest We Forget എന്ന അഡ്രസ് ബുക്ക് എല്ലാവരും വലിയ താല്പര്യത്തോടെ സ്വന്ത മാക്കി വീട്ടിൽ കൊണ്ടുപോയി.

പരീക്ഷാദിനങ്ങൾ

പ്രിൻസിപ്പലിന്റെ റാങ്ക് എന്ന ലക്ഷ്യവും നല്ല മാർക്കോടെ ആദ്യത്തെ പൊതുപരീക്ഷയിൽ ജയിക്കണമെന്ന കുട്ടികളുടെ ആഗ്രഹവും ഒത്തുചേർന്നപ്പോൾ പരീക്ഷാർത്ഥികൾ വേറൊരു ലോകത്ത് എന്ന പോലെയായി. പ്രാർത്ഥനയും പ്രോത്സാഹനവുമായി അച്ഛനമ്മമാരും. ഹാൾടിക്കറ്റ് വാങ്ങിക്കാൻ രണ്ടു ദിവസം മുമ്പ് എല്ലാവരും സ്കൂളിൽ വീണ്ടും ഒത്തുചേർന്നു. എല്ലാ അദ്ധ്യാപികമാരും എത്തിയിരുന്നു. പ്രിൻസിപ്പൽ ഓരോ കുട്ടികളെയും ശിരസ്സിൽ കൈവച്ച് പ്രാർത്ഥിച്ച് ഹാൾടിക്കറ്റ് വിതരണം ചെയ്തു. കുട്ടികൾ എല്ലാ അദ്ധ്യാപകരേയും കണ്ട് വന്ദിച്ച് മടങ്ങി.

ഹാൾ ടിക്കറ്റ് ഏറ്റുവാങ്ങാൻ വരുന്നതിന്റെ രണ്ടുനാൾ മുമ്പ് രേണുവിന് ആശംസകൾ നേർന്ന് പ്രിൻസിന്റെ ഒരു കത്ത് കിട്ടി. രേണുവിന് സാധാരണയായി കത്തൊന്നും വരാറില്ല. രേണു വില്ല്യം, രാജസ്ഥാനി ഹൗസ്, വെണ്ണല, എറണാകുളം. കത്തുകളൊന്നും ഈ വീട്ടിലേക്ക് അധികം വരാറില്ല. പോസ്റ്റുമാനും ഈ 'രാജസ്ഥാനി' വീട് പരിചയമില്ല. എങ്കിലും പലരോടും ചോദിച്ച് വീട് കണ്ടുപിടിച്ച് കത്ത് രേണുവിന് കൊടുത്തു. സമയക്കുറവുകൊണ്ടും ഇത്തരം ഔപചാരികതകൾ പരിചയമില്ലാത്തതുകൊണ്ടും രേണു മറുപടി യൊന്നും അയച്ചില്ല.

ഹാൾ ടിക്കറ്റ് വാങ്ങി മടങ്ങുമ്പോൾ പ്രിൻസ് രേണുവിനെ കാത്തു നിന്നു.

''എന്റെ കത്ത് കിട്ടിയില്ലേ, മറുപടിയൊന്നും കണ്ടില്ല.''

പ്രിൻസ് രേണുവിന് മാത്രം കേൾക്കാവുന്ന സ്വരത്തിൽ പറഞ്ഞു. ''ഇഷ്ടപ്പെട്ടില്ലെങ്കിൽ സോറി.''

''ഏയ്, അങ്ങനെയൊന്നുമില്ല. പഠിക്കാനുള്ളതുകൊണ്ട്... താങ്ക്യൂ. കാർഡ് വാങ്ങാൻ പോയില്ല.''

''ഐ വിഷ് യു ദ സേയം.''

രേണു നിറഞ്ഞ പുഞ്ചിരിയോടെ ആശംസിച്ചപ്പോൾ പ്രിൻസിന് വലിയ സന്തോഷമായി. സ്കൂൾ ഗേറ്റ് വരെ ഒരുമിച്ച് പോയി. പിന്നെ 'സിയു' പറഞ്ഞ് പിരിഞ്ഞു.

''രണ്ടുനാൾ കഴിഞ്ഞാൽ പരീക്ഷ. ലാസ്റ്റ് പരീക്ഷ കഴിയുമ്പോൾ കാണണംട്ടോ.''

പ്രിൻസ് ഉറക്കെ പറഞ്ഞ് കൈവീശി.

പരീക്ഷകൾ പൊതുവേ അല്പം കഠിനമായിരുന്നു. ലാംഗ്വേജ് എക്സാംസ് അത്ര ടഫ് അല്ലായിരുന്നു. മറ്റു വിഷയങ്ങൾ അല്പം കട്ടിയായിരുന്നു. പ്രതീക്ഷിച്ച ചോദ്യങ്ങളല്ല. ചോദ്യങ്ങൾ തെരഞ്ഞെടുത്ത് പഠിച്ചവർക്ക് നിരാശ. പരീക്ഷകൾ കഴിയുമ്പോൾ പലരും തലയും താഴ്ത്തി, വലിയ ഡിസ്കഷനൊന്നും നിൽക്കാതെ തിടുക്കത്തിൽ വീട്ടിലേക്ക് യാത്രയായി.

ചില കുട്ടികളുടെ അച്ഛനമ്മമാർ സ്കൂൾമതിലിനു പുറത്ത് ടെൻഷൻ മൂത്ത് കാറിൽ കാത്തിരിപ്പുണ്ടാകും. രേണു വീട്ടിലേക്ക് നടന്നുപോകും. അച്ഛനും അമ്മയും ജോലിക്ക് പോകുന്നതിനാൽ രേണുവിനെ കൂട്ടിക്കൊണ്ടുപോകാൻ ആരും വരാറില്ല. തനിക്കൊരു ചേട്ടൻ ഉണ്ടായിരുന്നെങ്കിൽ എന്ന് രേണു പലപ്പോഴും ആഗ്രഹിച്ചിട്ടുണ്ട്.

അടുത്ത ദിവസം കണക്കു പരീക്ഷ. മാത്തമാറ്റിക്സ് രേണുവിന് വളരെ ഈസിയാണ്. എല്ലാ പരീക്ഷകളിലും ഫുൾ കിട്ടാറുണ്ട്. ങ്കിലും അവസാന മിനുക്കുപണികൾ തകൃതിയാണ്.

''നാളെ പരീക്ഷ കഴിയുമ്പോൾ അമ്മ മോളെ കൂട്ടിക്കൊണ്ടു വരാൻ എത്തും കേട്ടോ.''

രേണുവിന് സന്തോഷമായി. അച്ഛനെത്തിയപ്പോൾ എല്ലാവരും ചേർന്ന് പ്രാർത്ഥിച്ച് ഭക്ഷണത്തിനിരുന്നു.

''നാളെ പരീക്ഷ കഴിയുകയല്ലേ, അച്ഛന്റെ വക ഒരു സർപ്രൈസ് ഉണ്ടാകും.''

''പരീക്ഷ നന്നാവട്ടെ അച്ഛാ. എന്നിട്ടാകാം.''

രേണുവിന്റെ നിഷ്കളങ്കമായ ഒരു കൊഞ്ചിക്കുഴയൽ.

''ഇന്ന് മോള് നേരത്തെ കിടന്നോളൂ. പേടിയൊന്നും വേണ്ട കേട്ടോ. ഗുഡ്നൈറ്റ്.''

രേണുവിന്റെ കൊച്ചുമുറിയിൽ അല്പം വൈകിയാണ് വിളക്കണഞ്ഞത്. അവസാന റിവിഷൻ.

പരീക്ഷ കഴിഞ്ഞയുടൻ രേണു സ്റ്റാഫ് റൂമിലേക്കോടി. അവിടെ ഉണ്ടായിരുന്ന മിസ്സുമാരോട് യാത്ര പറഞ്ഞു. പലരും മറ്റു ചില സ്കൂളുകളിലേക്ക് പരീക്ഷാഡ്യൂട്ടിക്ക് പോയിരിക്കുകയായിരുന്നു.

പ്രിൻസിപ്പൽ റൂമിന് പുറത്ത് വന്ന് കുട്ടികളോട് സ്നേഹപൂർവ്വം സംസാരിച്ച് യാത്ര പറയുകയാണ്.

ഇനി ഈ കുട്ടികൾ ഈ സ്കൂളിലല്ല പഠനം തുടരുക. ഈ ഹൈ സ്കൂളിന്റെ ഹയർ സെക്കണ്ടറി വിഭാഗം അല്പം മാറിയ വിശാല മായ കാമ്പസ്സിലാണ്. അവിടെയാണ് സിമ്മിങ്ങ് പൂളും സ്പോർട്സ് കോംപ്ലക്സും പണിയാനുദ്ദേശിക്കുന്നത്.

സ്കൂൾ ബിൽഡിങ്ങിൽനിന്ന് പുറത്തിറങ്ങിയപ്പോൾതന്നെ അമ്മയെ കണ്ടപ്പോൾ അമ്മയുടെ അടുത്തേക്ക് ഓടിച്ചെന്ന് പരീക്ഷ വളരെ നന്നായി എന്ന് പറഞ്ഞ് സന്തോഷിച്ച് നിൽക്കുകയാണ്.

''നമുക്ക് വേഗം വീട്ടിൽ പോകാം മോളേ, അച്ഛൻ നേരത്തേ വരാമെന്നല്ലേ പറഞ്ഞത്.''

അവർ നടക്കാൻ തുടങ്ങിയപ്പോഴേക്കും പ്രിൻസ് വേഗത്തിൽ അവരുടെ അടുത്തേക്ക് വന്നു.

''ഐ ആം സോ സോറി. ഞാൻ അമ്മയെക്കണ്ടപ്പോൾ എല്ലാം മറന്നു. പരീക്ഷ അടിപൊളിയായില്ലേ, ഈസി പേപ്പർ അല്ലേ?''

''എനിക്കത്ര ഈസിയായിരുന്നില്ല. എന്നാലും മാർക്ക് കിട്ടും.''

പ്രിൻസും സന്തോഷത്തിലാണ്.

''റാങ്ക് അടിക്കുന്ന മട്ടിലാണല്ലോ.''

പ്രിൻസിന്റെ വാക്കുകൾ ഒരു ചിരിയിലവസാനിച്ചു. ''റാങ്ക് വാങ്ങു മ്പോൾ ഈ പാവം സഹപാഠിയെ ഒന്ന് ഓർക്കണേ.''

പ്രിൻസിന്റെ വാക്കുകൾകേട്ട് രേണുവും അമ്മയും ചിരിച്ചു.

''മോളേ, ആരാ ഈ കുട്ടി? നിങ്ങൾ വലിയ ഫ്രണ്ട്സ് ആണെന്നു തോന്നുന്നു.'' അമ്മയുടെ ചോദ്യം.

''ക്ലാസ്സിലെ ഒരു കുട്ടി. അത്രമാത്രം.''

''മിടുക്കന്റെ പേര് എന്താണ്?''

കുശലം പറഞ്ഞു നിൽക്കുമ്പോഴേക്കും പ്രിൻസിന്റെ അച്ഛൻ കാറിലെത്തി പ്രിൻസിനെ ഹഗ് ചെയ്ത് പോകാൻ ആരംഭിച്ചു. പ്രിൻസ് രേണുവിനോട് കൈവീശി യാത്ര പറഞ്ഞു. രേണുവും അമ്മയും വീട്ടിലേക്ക് നടന്നു. പ്രിൻസ് രണ്ടാഴ്ച അച്ഛനും അമ്മ യോടുമൊപ്പം സിംഗപ്പൂരിലേക്കും രേണു സ്വന്തം വീട്ടിലേക്കും അവധി ആഘോഷിക്കാൻ പിരിഞ്ഞു. ഇനി റിസൾട്ടിനായി കാത്തിരിപ്പിന്റെ ഒന്നര മാസം.

രേണുവിന്റെ ഹോബിയായ തയ്യലിന്റെ മേഖലയിൽ സമയം ചെലവഴിച്ചു. അമ്മയും ഒഴിവുസമയം മകൾക്കൊപ്പം കൂടി.

സിംഗപ്പൂർ എന്ന ശുചിത്വനാട്

രാവിലെ ആറുമണിയോടെ പ്രിൻസിന്റെ കുടുംബം സിംഗപ്പൂർ എയർ പോർട്ടിൽ ലാന്റ് ചെയ്തു. ഇന്ത്യൻ സമയത്തേക്കാൾ രണ്ടര മണിക്കൂർ വൈകിയാണ് അവിടത്തെ സമയം.

എയർപോർട്ടിലിറങ്ങി പുറത്തു വന്നപ്പോൾ ചുറ്റും തമിഴും ഇംഗ്ലീഷും സംസാരിക്കുന്നവരെ കണ്ടപ്പോൾ അത്ഭുതപ്പെട്ടു. ചെന്നൈ എയർപോർട്ടിലെത്തിയതുപോലെ. കുറേപേരുടെ വസ്ത്രധാരണവും ഇന്ത്യക്കാരെപ്പോലെ. സ്ത്രീകൾ സാരി, കുറേപ്പേർ തമിഴ് സ്ത്രീകളുടെ വസ്ത്രധാരണരീതി. ആദ്യം എന്റെ ശ്രദ്ധയിൽപെട്ടത് അവിടത്തെ ശുചിത്വമായിരുന്നു. ഫ്ളൈറ്റ് ലാന്റ് ചെയ്യാൻ താഴ്ന്നു പറക്കുമ്പോൾ കടലിൽ തീപ്പെട്ടിപ്പെട്ടികൾ കൂട്ടമായി പൊങ്ങിക്കിടക്കുന്നതുപോലെ തോന്നി. അടുത്ത ദിവസം പോർട്ട് കാണാൻ പോയപ്പോഴാണ് നിരവധി കപ്പലുകളിൽ കണ്ടെയ്നേഴ്സ് ഒന്നിനുമേലെ പലതായി അടക്കിവെച്ചിരിക്കുന്നതായിരുന്നു കണ്ട ആകാശക്കാഴ്ച എന്ന് മനസ്സിലായത്. പാക്കിങ്ങ് - കണ്ടെയ്നർ വ്യവസായവും ഇതുമായെത്തുന്ന കപ്പലുകളുടെ റിപ്പയറിങ്ങും വേരുപിടിച്ച വ്യവസായ ഏരിയ ആണ് സിംഗപ്പൂർ.

തമിഴ്നാട്ടിൽനിന്ന് വ്യാപാരസംബന്ധമായി മുൻകാലങ്ങളിൽ കുടിയേറിയ ഏറെ ആളുകളുണ്ട് സിംഗപ്പൂരിൽ. തമിഴിൽ 'സിങ്കം' എന്നാൽ മലയാളത്തിലെ സിംഹമാണല്ലോ. ഈ സിംഹചിഹ്നം സാർവ്വത്രികമായി കാണാം. ശുചിത്വം സവിശേഷമാണെന്ന് പറഞ്ഞല്ലോ. ട്രക്ക് പോലെയുള്ള വാഹനങ്ങൾ റോഡ് സ്വീപ്, മോപ്പ എന്നിവ ചെയ്തുകൊണ്ടിരിക്കുന്നു. ആവശ്യമില്ലാത്ത സാധനങ്ങൾ വേസ്റ്റ്ബിൻ നോക്കി കണ്ടുപിടിച്ച് അവിടെ മാത്രമേ നിക്ഷേപിക്കുന്നുള്ളൂ. നീറ്റ് സിറ്റി എന്നല്ലാതെ എന്തു പറയാൻ. നമുക്ക് ഇവിടെ പലതും കാണാനുമുണ്ട്, പഠിക്കാനുമുണ്ട്. അച്ഛൻ വർഷങ്ങൾക്കു മുമ്പ് സിംഗപ്പൂർ സന്ദർശിച്ചിരുന്നത്രെ.

''നമ്മുടെ കുട്ടികളെ ഇത്തരം അടിസ്ഥാനപാഠങ്ങൾ ചെറു പ്രായത്തിൽത്തന്നെ പഠിപ്പിച്ചിരുന്നെങ്കിൽ.'' അമ്മ നെടുവീർപ്പോടെ പറഞ്ഞു. വിദ്യയും വേരം വിവരവും വേണം.

സൗകര്യപ്രദമായ ബോർഡിങ് കം ലോഡ്ജിങ്ങിലാണ് താമസിച്ചത്. ചില മലയാളി ജീവനക്കാരുമുണ്ട്. ട്രാവൽ ഇൻഫർമേഷൻ കൗണ്ടറിൽനിന്ന് സന്ദർശിക്കേണ്ട സ്ഥലങ്ങളുടെ ലിസ്റ്റ് തയ്യാറാക്കി. ഒരു ടൂറിസ്റ്റ് ടാക്സിയും ഏർപ്പാടാക്കി. ഫിലിപ്പിൻസ്കാരനാണ് ഡ്രൈവർ. ഇംഗ്ലീഷും തമിഴും നന്നായി സംസാരിക്കും. എത്ര രാത്രിയാണേലും സ്ത്രീകൾക്ക് സുരക്ഷിതമായി സഞ്ചരിക്കാം. അമേരിക്കൻ ഐ.ടി. കമ്പനികളിൽനിന്ന് അവർ വൈകിയാണ് ജോലി കഴിഞ്ഞിറങ്ങുക.

ഞങ്ങൾ ആദ്യംപോയത് 'മുസ്തഫ' എന്ന പേരിൽ അറിയപ്പെടുന്ന മാളിലാണ്. അല്പം പഴക്കമുണ്ടെന്ന് തോന്നുന്നു. കാണാനും വാങ്ങാനും നിരവധി കൗതുകവസ്തുക്കൾ. ലോകത്തിൽ ഒരു പരിച്ഛേദമാണ്. ഒരു പെൺകുട്ടിയുടെ ഒരു പ്രത്യേക ലോഹംകൊണ്ടുള്ള ഒരു പ്രതിമയെ നോക്കുമ്പോൾ നോക്കുന്ന ആളുടെ ദിശയിലേക്ക് പ്രതിമ നോക്കുന്നതുപോലെ - ഓപിക്റ്റൽ ഇല്ല്യൂഷൻ ഇഫക്റ്റ് ആയിരിക്കാം - തോന്നിപ്പോകും.

തനിക്ക് ഈ ആർട്ട്പീസ് ഇഷ്ടമായി. വളരെ നന്നായിരിക്കുന്നല്ലോ എന്ന് ഒരു അഭിപ്രായം പറഞ്ഞ അച്ഛനും അമ്മയും കൂടുതലൊന്നും ചോദിക്കാതെ മാളിന്നടുത്തുള്ള റസ്റ്റോറന്റിൽ പോയി ദക്ഷിണേന്ത്യൻ വിഭവങ്ങൾ. നാട്ടിൽ ലഭിക്കുന്നതിനേക്കാൾ രുചിയുള്ള ഇഡ്ഡലിയും ദോശയും. സിംഗപ്പൂരിൽനിന്നും മടങ്ങുന്നതുവരെ ഇവിടെ നിന്നായിരുന്നു ഉച്ചയൂണ്.

വിശ്രമത്തിനുശേഷം ടാക്സിക്കാരനെത്തി. കണ്ടാലും മതിവരാത്ത കാഴ്ചകൾ. ആദ്യം പോയത് സിംഗപ്പൂർ ജയന്റ് വീലിലേക്കാണ്. 165 മീറ്റർ വരെ ഉയരത്തിലെത്തുന്ന കാഴ്ച വിറയലോടെ മാത്രമേ വിവരിക്കാനാകൂ. തിരിച്ചെത്തി സിംഗപ്പൂർ നൈറ്റ് സഫാരിക്ക് പോയി. 35 ഏക്കർ വനം. പല മൃഗങ്ങളേയും അല്പം ഭയത്തോടെ അടുത്തു കണ്ടു. അടുത്ത ദിവസം സെന്റോസ (Sentosa) ഐലന്റ് കാഴ്ചകൾ. സ്പെക്ട്ര (Spectra) വെള്ളവും വർണ്ണവെളിച്ചവും ചേർന്നുള്ള നൃത്തം ഒരു കാഴ്ചതന്നെയായിരുന്നു. അകമ്പടിയായി ഓർക്കസ്ട്രയും. അടിപൊളി. എനിക്ക് നീന്തൽ വലിയ ഒരു വലിയ വിനോദമായിരുന്നതിനാൽ അതിനുള്ള ധാരാളം പൂളുകളും ഉണ്ട്. അവിടേയും ശുചിത്വം അതികർശനംതന്നെ. യാത്രയ്ക്കിടെ ചിലപ്പോൾ നോൺവെജ് റസ്റ്റോറന്റിലേക്ക് പോകേണ്ടിവന്നിട്ടുണ്ട്. അച്ഛനും ഞാനും ചില ലൈറ്റ്

നോൺവെജ് ഐറ്റംസുമായി ഏറ്റുമുട്ടി അകത്താക്കുമ്പോഴും അമ്മ ചോറും ദാളും പിക്കിളുംകൊണ്ട് തൃപ്തി വരുത്തി. ഡൈനിങ് ഹാളിന്റെ നാലു ചുമരുകളും മനോഹരമായ വലിയ വർണ്ണമത്സ്യങ്ങൾ കളിച്ചുനടക്കുന്നതിനിടയിൽ, ചിലരുടെ ഓർഡർ അനുസരിച്ച് നെറ്റിൽ പിടിച്ച് സീറ്റിന് മുൻവശത്തുവെച്ചുതന്നെ പാതി കുക്ക് ചെയ്ത് തീ കൊണ്ട് പൊള്ളിച്ച് നേരേ പ്ലേറ്റിലേക്ക് പകരുന്ന രീതി ഒട്ടും ആസ്വദിക്കാൻ കഴിഞ്ഞില്ല. ആ കടൽത്തീര റസ്റ്റോറന്റിൽ കൗതുകകരമായ ഒരു പരസ്യബോർഡ് രസകരമായി. If it swims, we have it here (നീന്തുന്നതെന്തും ഇവിടെ ലഭ്യമാണ്.)

ഇന്ത്യൻ, കോണ്ടിനെന്റൽ മുഗൾ ഡിഷസും സുലഭം. വില താങ്ങുന്നതല്ല കേട്ടോ. ഇതിനിടെ അമ്മ ചില സവിശേഷവസ്ത്രങ്ങൾ വാങ്ങുന്നുണ്ടായിരുന്നു. ഞാനും സ്റ്റൈലൻ ടി-ഷർട്ടും ഫുൾ കൈ ഷർട്ടും വാങ്ങി. പ്ലസ് വണ്ണിൽ വിലസണ്ടേ.

സിംഗപ്പൂർ പ്രസിഡന്റിന്റെ വസതി സ്ഥിതി ചെയ്യുന്ന ഓർച്ചാഡ് (Orchard) പ്രദേശത്തേക്കും പോയി. അവിടെ വലിയ സുരക്ഷ സന്നാഹമായിരിക്കുമെന്ന് കരുതിയാണ് പോയത്. പക്ഷേ, പ്രസിഡണ്ടിന്റെ വസതി സ്ഥിതി ചെയ്യുന്ന വിശാലമായ കോമ്പൗണ്ടിന്റെ ഗേറ്റിനു മുമ്പിൽ ഒരു സാധാരണ പൊലീസുകാരനെ മാത്രമേ കാണാൻ കഴിഞ്ഞുള്ളൂ. വൃക്ഷനിബിഡമായ ഒരു എസ്റ്റേറ്റിനുള്ളിലാണ് വസതി. ക്യാമറക്കണ്ണുകളിലൂടെ സുരക്ഷാ ഉദ്യോഗസ്ഥന്മാർ എല്ലാം കാണുന്നുണ്ടെന്ന് അച്ഛൻ പറഞ്ഞു. ബന്ധപ്പെട്ട ആരാധനാലയങ്ങൾക്കുള്ളിൽ പ്രാർത്ഥിക്കാൻ അനുവാദമുണ്ടെങ്കിലും പുറത്ത് മതം, രാഷ്ട്രീയം എന്നിവയുടെ സംസാരമോ പ്രകടനനവും അനുവദിക്കില്ല. അതല്ലേ നമ്മുടെ നാട്ടിലെ പൊല്ലാപ്പ്.

മറക്കാനാവാത്ത ജന്മനാട്

ഭക്ഷണത്തിനുശേഷം മുറിയിലെത്തി വിശ്രമിക്കുന്ന സമയത്ത് നാടും വീടും സ്കൂളും കൂട്ടുകാരുമെല്ലാം മനസ്സിലേക്കോടിവരും. East or west home is best എന്ന വിഷയത്തെ ആസ്പദമാക്കി ഇംഗ്ലീഷ് ടീച്ചർ ക്ലാസ്സിൽ ഒരിക്കൽ പ്രസംഗിപ്പിച്ചത് ഓർമ്മയിൽ വന്നു. അന്നൊന്നും അനുഭവങ്ങളില്ലാത്തതിനാൽ ഭാവനയും കൃത്രിമത്വവും ഒക്കെ ചേർന്നുള്ള നിർവികാര പ്രസ്താവനപോലെയായിരുന്നു അത്. നിർജീവ പ്രസംഗത്തിന് പാസ് മാർക്ക് പോലും കിട്ടിയില്ല. ഇപ്പോഴാണെങ്കിൽ കലക്കാമായിരുന്നു. അതുപോട്ടെ.

നാട്ടിൽ നിന്ന് പോന്നിട്ട് ഒരാഴ്ച കഴിഞ്ഞു. രണ്ടു ദിവസം മലേഷ്യ കണ്ടുകഴിഞ്ഞാൽ സിംഗപ്പൂർക്കുതന്നെ മടങ്ങി. ചില്ലറ ഷോപ്പിങ്ങിനുശേഷം നാട്ടിലേക്ക് പോകാം. ഏപ്രിൽ മാസം പകുതിയോടെ റിസൾട്ട് പുറത്തുവരും. പ്ലസ് ടുവിന് ബയോമാത്സ് എടുക്കാനാണ് താല്പര്യം. പണ്ടുമുതലേ ഡോക്ടറാകാനാണ് ആഗ്രഹമുണ്ടായിരുന്നത്.

അച്ഛനും അമ്മയ്ക്കും അതുതന്നെയാണ് ആഗ്രഹം. കൂട്ടുകാർ കുറേപ്പേർ എൻജിനീയറിങ് ആരാധകരാണ്. അവർക്ക് എം.ടെക് ബിരുദമെടുത്ത് ജർമ്മനിയോ ഇംഗ്ലണ്ടിലോ പോകണം. നാട്ടിലേക്ക് വരണമെന്ന് പോലുമില്ല. അവർക്ക് വെസ്റ്റ് തന്നെ പ്രിയം. പ്രിൻസിന് ഇന്ത്യയ്ക്കു പുറത്ത് പഠിക്കാനോ എത്ര വലിയ ശമ്പളം കിട്ടിയാലും ജോലി ചെയ്യാനോ താല്പര്യമില്ല. മാത്രമല്ല, അച്ഛനും അമ്മയും അല്ലാതെ വീട്ടിൽ ആരുമില്ലല്ലോ. ജീവിക്കാൻ ശമ്പളമൊന്നും ആവശ്യമില്ല. പറമ്പുകളിൽനിന്നുള്ള തേങ്ങ, നെൽകൃഷി എന്നിവതന്നെ ധാരാളം മതി. ഇല്ല, പുറത്തേക്കില്ല. പക്ഷേ, നാട്ടിൽപഠിക്കണമെങ്കിലും ഉയർന്ന മാർക്കു വേണം. നല്ല മാർക്ക് കിട്ടുമെന്നാണ് പ്രതീക്ഷ. പഴയ സ്കൂളും കൂട്ടുകാരും ഓർമ്മയിൽ നിറയുന്നു. മയങ്ങിയത് അറിഞ്ഞില്ല.

അച്ഛൻ വാതിലിൽ മുട്ടി. കാപ്പി കഴിഞ്ഞ് പക്ഷിപ്പാർക്കിൽ (Bird Park) പോകണം. പരിശീലനം ലഭിച്ച അതിമനോഹര വർണ്ണത്തത്ത കൾ, എണ്ണിയാൽ തീരാത്ത പ്രാവിനങ്ങൾ, അരയന്നപക്ഷികൾ (Swan birds) അഥവാ ഫ്ളമിംഗോസ് ഒരു പ്രത്യേക ആകർഷണം തന്നെ യാണ്. ഡോൾഫിൻ എന്നെ വർഗ്ഗം കടൽമീനുകളുടെ സർക്കസ് അപാരംതന്നെ. ഇവയേക്കാൾ ബുദ്ധിയുള്ള മനുഷ്യക്കുട്ടികളെ സന്മാർഗ്ഗം പരിശീലിപ്പിക്കാനാണ് ഇപ്പോൾ വലിയ ബുദ്ധിമുട്ട്, അമ്മ യുടെ നിരീക്ഷണമാണ്.

National Heritage Museum പാരമ്പര്യത്തിന്റെയും ആധുനിക ടെക്നോളജിയുടെയും സംഗമമാണ്. മലേഷ്യയ്ക്ക് മലകളുടെ നാട് എന്ന പേര് വിളിച്ചാലും തെറ്റില്ല. ചരിത്രാതീതകാലം മുതൽ ഈ പ്രദേശത്തിന്റെ വിഷൽ, ഇന്നത്തെ നാടിന്റെ ഭൂമിശാസ്ത്രം വരെ ഇലക്ട്രോണിക് സംവിധാനങ്ങളോടെ അവതരിപ്പിച്ചു. അംബര ചുംബികളായ മലേഷ്യൻ തേക്കും ഭീമാകാരമായ ചുറ്റളവുള്ള ഈടുറ്റ മരങ്ങളും കപ്പൽ വഴി കയറ്റി അയയ്ക്കുന്നു. വൻ റബ്ബർതോട്ടങ്ങളും സുലഭം. ആ രാജ്യത്തിന്റെ ചിഹ്നമായി ലോകം കാണുന്നത് പെട്രോ ണാസ് ടവിൻ ടവറു(Petronas Twin Tower)കളാണ്. ദുബായിലെ ബുർജ് ഖലീഫയുടെ തൊട്ട് താഴെയായിരിക്കണം ഇതിന്റെ സ്ഥാനം. കാഴ്ചകൾ അവസാനിക്കുന്നില്ല. മലേഷ്യയിലെ ഔദ്യോഗിക മത ഇസ്ലാം ആണെങ്കിലും സഹിഷ്ണുതയും തികഞ്ഞ ആതിഥേയ മര്യാദയും എടുത്തുപറയാതിരിക്കാൻ വയ്യ.

അപ്രതീക്ഷിതമായ ഒരു കൂടിക്കാഴ്ചയും ചില വെളിപ്പെടുത്തലുകളും

വൈകീട്ട് നാലുമണിയോടെ എല്ലാ സൗകര്യങ്ങളുമുള്ള ബുക്ക് ചെയ്ത ഡബിൾ ഡെക്കർ ബസ്സിൽ സിംഗപ്പൂരിലേക്ക് മടക്കയാത്ര ആരംഭിച്ചു. മുകളിലെ ഫ്ളോറിലായിരുന്നു ഇരിപ്പിടം. ആറര മണിക്കൂറോളം യാത്രയുണ്ട്. ലഘുഭക്ഷണവും പാനീയവും എല്ലാം ഫ്ളൈറ്റിലെന്നപോലെ ലഭ്യമാണ്. ഇരുട്ട് പരക്കുന്നതുവരെ പുറംകാഴ്ചകൾ കണ്ടിരുന്നു.

മലേഷ്യയിലെ പ്രധാന നഗരങ്ങൾ കടന്നതോടെ പിന്നെ വനത്തിലൂടെയുള്ള യാത്രപോലെയായി. ക്ഷീണത്തെ പാടിയുറക്കാൻ ഉള്ളം തണുപ്പുള്ള കാറ്റ് കടന്നുവന്നപ്പോൾ നല്ല ഉറക്കത്തിലായി. പിന്നെ ബഹളം കേട്ട് കണ്ണ് തുറന്നപ്പോൾ അച്ഛൻ പ്രിൻസിനെ തട്ടിയുണർത്തുന്നുണ്ടായിരുന്നു.

സിംഗപ്പൂരിലെ ബസ് സ്റ്റേഷൻ ഒരു ബസ് കോംപ്ലക്സ് പോലെയാണ്. രാത്രിയായെങ്കിലും ജനക്കൂട്ടമുണ്ട്. റസ്റ്റോറന്റുകളും ബിസി. പഴയ ടാക്സിക്കാരനെ ഫോണിൽ വിളിച്ചപ്പോൾ അദ്ദേഹം ഉടനെത്തുമെന്ന് മറുപടി.

ഞങ്ങൾ റസ്റ്റോറന്റിലേക്ക് കയറി. ഒഴിവുള്ള സീറ്റ് അന്വേഷിച്ചുകൊണ്ടിരിക്കുന്നതിനിടയിൽ, ''തമ്പുരാൻ സാറല്ലേ ഇത്'' എന്ന ചോദ്യവുമായി ഒരാൾ അച്ഛന്റെ അടുത്തുവന്നു. അച്ഛൻ 'അതെ' എന്ന് ഒരു റിഫ്ളക്സ് പോലെ മറുപടിയും നൽകി. പക്ഷേ, അച്ഛൻ ഇയാളെ സൂക്ഷിച്ചുനോക്കുന്നുണ്ടായിരുന്നു. അച്ഛന് ആളെ തിരിച്ചറിഞ്ഞില്ല എന്ന് എനിക്കു മനസ്സിലായി.

''പത്നാഭമേനോനെ മറന്നോ?'' എന്ന ചോദ്യം കേട്ടപ്പോൾ അച്ഛൻ വല്ലാത്ത ആശ്ചര്യത്തോടെ, ''തിരിച്ചറിഞ്ഞില്ല മേനോനെ, സോ സോറി'' എന്ന് പറഞ്ഞ് കെട്ടിപ്പിടിച്ചു. ഭക്ഷണത്തിന് ഒന്നിച്ചിരുന്നപ്പോൾ

അച്ഛൻ ഞങ്ങളെ പരിചയപ്പെടുത്തി. മേനോൻസാറും പരിചയപ്പെടുത്തുന്നുണ്ടായിരുന്നു. അച്ഛൻ കറച്ചുനാൾ മുമ്പ് സിംഗപ്പൂരായിരുന്നുവെന്ന് പറഞ്ഞുകേട്ടിട്ടുണ്ട് – താൻ വളരെ ചെറിയ കുട്ടിയായിരുന്ന കാലത്ത് അദ്ദേഹം അമ്മയെ തമ്പുരാട്ടിയമ്മ എന്നു വിളിക്കുന്നതു കണ്ടപ്പോൾ അത്ഭുതം തോന്നി. തമ്പുരാൻ – തമ്പുരാട്ടി എന്ന അഭിസംബോധനകളൊക്കെ പ്രിൻസ് ആദ്യമായിട്ടാണ് കേൾക്കുന്നതു തന്നെ. അവന് ഒന്നും പിടികിട്ടിയില്ല.

മസാലദോശയും വടയും ആസ്വദിച്ച് കഴിക്കുന്നതിനിടയിൽ ഇവർ തമ്മിൽ നടന്ന സംഭാഷണത്തിൽനിന്നാണ് തറവാടിന്റെ സാക്ഷാൽ മഹിമ പ്രിൻസിന് മനസ്സിലായത്.

''ഉണ്ണിതമ്പ്രാന് ഒന്നും അറിയില്ല. ഒരു ദേശത്തിന്റെ അധികാരിയായിരുന്നില്ലേ മുത്തച്ഛൻ തമ്പ്രാൻ. എന്നാലും പാവങ്ങളോട് കരുണയുള്ളവനായിരുന്നു. അദ്ദേഹത്തിൽനിന്ന് കൈയട്ടവും അനുഗ്രഹവും വാങ്ങിയായിരുന്നു ജീവിക്കാൻ ഒരു വഴി നോക്കി സിംഗപ്പൂരിലെത്തിയത്.'' അച്ഛന്റേയും മേനോൻസാറിന്റേയും കണ്ണുകൾ നിറഞ്ഞു. കൊച്ചുതമ്പ്രാന്റെ അച്ഛൻ ഒരു നേരമ്പോക്കിനെന്നപോലെയല്ലേ സിംഗപ്പൂരിൽ 'ജോലി' എന്നു പറഞ്ഞെത്തിയത്. പുറംലോകം കണ്ട് പെട്ടെന്ന് മടുത്തപ്പോൾ മടങ്ങി. പ്രാരബ്ധം കാരണം ഞാൻ ഇവിടെ തുടർന്നു.

''പ്രാരാബ്ധമെല്ലാം പഴയ കഥയല്ലേ മേനോനേ, ഇപ്പോൾ എല്ലാം മെച്ചപ്പെട്ടില്ലേ?''

അച്ഛൻ നിർത്തുമ്പോഴേക്കും മേനോൻ സാറ് പറഞ്ഞു, ''ഞാൻ ഇവിടെ ഒരു വീട് എടുത്തിട്ടുണ്ട്. സിംഗപ്പൂര് ഇനി രണ്ടു ദിവസമല്ലേ ഉള്ളൂ. നാളെ ഉച്ചയൂണിന് വരണം. ഞാൻ ലീവെടുക്കാം. സ്ഥലം ഞാൻ ടാക്സി ഡ്രൈവർക്ക് പറഞ്ഞുകൊടുക്കാം. എത്ര കാലമായി കണ്ടിട്ട്.''

അച്ഛൻ ഉടനെ സമ്മതിച്ചു.

''കാണാൻ കഴിഞ്ഞത് ഒരു ദൈവാനുഗ്രഹമായി. പക്ഷേ, 'മേനോനെ' ഒരു കാര്യം പറഞ്ഞോട്ടെ, തമ്പ്രാൻ തമ്പ്രാട്ടി, ഉണ്ണി തമ്പ്രാൻ എന്നൊന്നും പറയരുത്. ഞാൻ സമൂലം മാറി. പഴയ ആളല്ല. ചിന്താഗതിയൊക്കെ മാറി. ബാക്കി കാര്യങ്ങൾ നാളെ പറയാം.''

തമ്പ്രാൻസ്ഥാനത്തോട് വിട

സമൂഹത്തിൽ അച്ഛനും കുടുംബത്തിനും പ്രത്യേക സ്ഥാനമുണ്ടെന്ന് പ്രിൻസിന് അറിയാമെങ്കിലും സ്വന്തം അച്ഛനിൽനിന്ന് പൂർവ്വചരിത്രം ഒന്നും മനസ്സിലാക്കിയിട്ടില്ല. എല്ലാ ഉത്രാടത്തിനും കുറേപേർ വലിയ നേന്ത്രക്കുലകളായി വരും, അച്ഛനവർക്കും വസ്ത്രവും ഒരു കവറും കൊടുക്കും. ഇവരൊക്കെ നമ്മുടെ പഴയ സഹപ്രവർത്തകരാണെന്ന് അച്ഛൻ പരിചയപ്പെടുത്തും.

വാസ്തവത്തിൽ അവർ കുടിയാന്മാരായിരുന്നു. സ്നേഹബന്ധം പുതുക്കാനായിരുന്നു കാഴ്ചക്കുലയുമായി വരുന്നത്. വളരെ സ്നേഹത്തോടെയാണ് എല്ലാവരും സംസാരിച്ചിരുന്നത്. ഇത്രയധികം നേന്ത്രക്കുലകൾ മൂന്നുപേർ മാത്രമുള്ള മാളികയിൽ ആവശ്യമില്ലാത്തതിനാൽ സന്ധ്യയ്ക്കു മുമ്പ് അതെല്ലാം അയൽവീടുകളിലെത്തിക്കും.

വീട്ടിൽ സഹായികളായവർക്ക് കുറേ അമ്മ കൊടുക്കും. തിരുവോണദിവസം വീട്ടുകാർ ചേർന്ന് ഇല്ലംവക ക്ഷേത്രത്തിൽ കാഴ്ചക്കുല സമർപ്പിക്കുന്നതോടെ നേത്രക്കായകൾ കെട്ടിത്തൂക്കിയിരുന്ന കോലായി കാലിയാകും. ഇതിൽ കൂടുതലൊന്നും പ്രിൻസിന് തറവാട് ചരിത്രമറിയില്ല. വാസ്തവത്തിൽ കൊല്ലംകോട് രാജവംശത്തിന്റെ ശാഖവഴിയിൽ അടുത്ത ബന്ധമുള്ള രാജകുടുംബമായിരുന്നു ഈ നാലുകെട്ടും പത്തായപ്പുരകളും മറ്റും.

പ്രാതൽ കഴിഞ്ഞശേഷം ടാക്സിക്കാരൻ മൂവർ സംഘത്തെ മേനോന്റെ വീട്ടിലെത്തിച്ചു. മേനോനും കുടുംബവും സന്തോഷത്തോടെ കാത്തിരിക്കുകയായിരുന്നു. പ്രിൻസിന്റെ അച്ഛന് ഇഷ്ടമുള്ള ഉപ്പുമാവും പൂവൻപഴവും കണ്ടപ്പോൾത്തന്നെ പഴയകാല സിംഗപ്പൂർ ജീവിതം മനസ്സിലേക്കെത്തി. അതിഥികൾ നേരത്തേ പ്രാതൽ കഴിച്ചിരുന്നെങ്കിലും ഈ സ്നേഹം നിരസിക്കാൻ അവർക്കു കഴിഞ്ഞില്ല. അമ്മ മേനോൻസാറിന്റെ ഭാര്യയുമൊത്ത് അകത്തേക്ക് കടന്നു. പ്രിൻസും അച്ഛനും മേനോനും ഡ്രോയിങ്റൂമിലിരുന്ന് പഴയ ഓർമ്മകളിലേക്ക്...

“മേനോനേ... ഞാൻ നാട്ടിലേക്ക് മടങ്ങിയതിനുശേഷം പ്രത്യേകിച്ച്, അച്ഛന്റെ മരണശേഷം വായനയിലേക്ക് തിരിഞ്ഞു. അച്ഛൻ

പണ്ടേ പുസ്തകമിത്രമായിരുന്നതിനാൽ ചിതലിന് പോലും കയറി പ്പറ്റാനാകാത്ത മൂത്ത വീട്ടികൊണ്ട് നിർമ്മിച്ച അലമാരകളിൽ അച്ഛന്റെ പുസ്തകശേഖരമുണ്ടായിരുന്നു.

ഭൂപരിഷ്കരണ നിയമം പ്രാബല്യത്തിൽ വരുന്നതിനു മുമ്പുതന്നെ അച്ഛൻ കുടിയാന്മാർക്ക് പതിനഞ്ചു സെന്റ് കരഭൂമിയുടെ പട്ടയം കൈമാറിയിരുന്നു. അപ്പോൾത്തന്നെ പകുതി സ്വത്ത് തീർന്നു. ബാക്കി യുള്ളവ ഇല്ലത്തിന്റെ അനുദിനചിലവുകൾക്കാവശ്യത്തിനുശേഷം വരുന്നത് പല കാരണങ്ങളാൽ തകർന്നുകൊണ്ടിരുന്ന ബന്ധുക്കളായ മനക്കാർക്ക് കൈമാറി. വയലുകൾ മുഴുവനായും ഇല്ലംവക ക്ഷേത്ര ട്രസ്റ്റിനും കൊടുത്തു, നിത്യപൂജ നിന്നുപോകാതിരിക്കാൻ വേദ ങ്ങളിൽ പരിജ്ഞാനമുള്ള ഒരു ശാന്തിക്കാരനെ സ്ഥിരമായി നിയമിച്ചു. ക്ഷേത്രത്തിന് വരുമാനം വർദ്ധിച്ചതോടെ ഉഷഃപൂജ, സന്ധ്യാശീവേലി എന്നിവയും പതിവ് ഉത്സവം ഗംഭീരമാക്കുകയും ചെയ്തു. ഇതെല്ലാം കൺനിറയെ കണ്ടാണ് അച്ഛൻ തിരുമേനി കാലം ചെയ്തത്. അപ്ര തീക്ഷിതമായി മൂന്നു മാസത്തിനുള്ളിൽ അമ്മയും പരലോകം പൂകി. അച്ഛൻ ഇക്കാര്യമെല്ലാം മുൻകൂട്ടി കണ്ടതുപോലെ. നാലുകെട്ട് നിശ്ശബ്ദമായി. എനിക്ക് സുഹൃത്തുക്കളായത് ഗ്രന്ഥങ്ങൾ മാത്രം.

വായനയിൽനിന്ന് ഉണർന്നെഴുന്നേറ്റത് തികഞ്ഞ കമ്മ്യൂണിസ്റ്റു കാരനായാണ്. പാർട്ടി പ്രവർത്തനമൊന്നുമില്ല, മെമ്പർഷിപ്പ് മാത്രം. കൂടാതെ ചില പേരുമാറ്റമൊക്കെ നടത്തി അത് പത്രത്തിൽ പരസ്യ പ്പെടുത്തി, രജിസ്ട്രാഫീസ് രേഖകളിലും മാറ്റം വരുത്തി 'തമ്പുരാൻ, തമ്പുരാട്ടി, ഉണ്ണിത്തമ്പുരാൻ' ഒക്കെ മാറ്റി. എല്ലാ മനുഷ്യരും സമ ന്മാരാണെന്ന് വായനയും ഇന്നത്തെ സാമൂഹിക കാഴ്ചപ്പാടുകളും.''

''ഇത് എന്താ കേക്കണത് തമ്പുരാനേ...'' തമ്പു എന്നുവരെ പറഞ്ഞ പ്പോഴേക്കും അച്ഛൻ നിരാശയോടെ കൈപ്പത്തി നെറ്റിയിലമർത്തി.

''വേണ്ട. ഇനി വേണ്ട.''

''അപ്പോൾ ഉണ്ണിയുടെ പേര് എങ്ങനെയാ പറയാ?''

''അവൻ 'പ്രിൻസ്'. രാജയും വർമ്മയും തമ്പുരാനും ഒന്നും വേണ്ട. ഇനി ആർക്കെങ്കിലും അവനെ പഴയതുപോലെ വിളിക്കണമെന്നു ണ്ടെങ്കിൽ 'പ്രിൻസ്' മതിയല്ലോ. പക്ഷേ, അദ്ദേഹത്തെ ചിലരെങ്കിലും ക്രിസ്ത്യാനിയായിക്കരുതുമോ?'' എങ്കിൽ അങ്ങനെ ആയ്ക്കോട്ടെ. മേനോനെ, കാലം മാറുമ്പോൾ കോലോം മാറേണ്ടേ? ഇന്ന് മതവും ജാതിയും ചേർന്ന് നാടിനെ ഈ പരുവത്തിലാക്കീലേ. 'ഒരു ജാതി, ഒരു മതം, ഒരു ദൈവം മനുഷ്യന്' എന്ന ശ്രീനാരായണ ഗുരുസൂക്തം എത്ര പ്രസക്തം.''

ഇതുവരെ സംഭാഷണം ശ്രദ്ധിച്ചുകൊണ്ടിരുന്ന പ്രിൻസ് ഇപ്പോൾ പ്രതികരിക്കാൻ തുടങ്ങി.

‘‘മേനോൻ അങ്കിൾ, അച്ഛന്റെ അഭിപ്രായത്തോട് ഞാൻ നൂറു ശതമാനവും യോജിക്കുന്നു. രാഷ്ട്രപിതാവും നെഹ്റുവുമെല്ലാം പിന്തുടരുന്ന ജനാധിപത്യ-സോഷ്യലിസ്റ്റ് ക്രമത്തിലൂടെ മാത്രമേ സാമൂഹികനീതി നടപ്പാക്കാൻ കഴിയൂ. വലിയ പണക്കാരും സാധാരണ പൗരന്മാരും തമ്മിലുള്ള ബന്ധം കൂടുതൽ അകന്നുകൊണ്ടിരിക്കുകയല്ല. തമ്പ്രാനും തിരുമേനിയും രാജയും വർമ്മയുമെല്ലാം ‘മ്യൂസിയം പീസ്’ ആയിക്കഴിഞ്ഞു. ഇനി തമ്പ്രാക്കന്മാർക്ക് ഓലക്കുട ചൂടിക്കൊടുക്കാനും മുറുക്കാൻ ചെല്ലം പിടിച്ച് ഓച്ചാനിച്ച് നിൽക്കാനും ഒരു ‘അടിയനേയും’ കിട്ടില്ല.’’

തന്റെ മകൻ ഇത്രത്തോളം പുരോഗമനവാദിയാണെന്ന് അച്ഛന് ഇപ്പോഴാണ് മനസ്സിലായത്. അത് അദ്ദേഹത്തിന് ആശ്വാസം പകർന്നു. ഇന്നും നാട്ടിൽ ആചാരപരമായ ഔന്നത്യമാണല്ലോ ചില ‘ടൈറ്റിലുകൾ’. അത് വേണ്ടെന്നു വെക്കുന്നത് പ്രിൻസിന് ഇഷ്ടമുണ്ടാകുമോ എന്ന് അച്ഛന്റെ ഉള്ളിന്റെയുള്ളിൽ സംശയമുണ്ടായിരുന്നു. അച്ഛൻ പ്രിൻസിനെ നോക്കി അഭിമാനപൂർവ്വം പുഞ്ചിരിച്ചു. ആ പുഞ്ചിരിക്ക് നാനാർത്ഥങ്ങളുള്ളതുപോലെ മകന് തോന്നി.

‘‘മേനോനേ, പ്രിൻസ് എന്നാൽ രാജകുമാരൻ എന്ന് വ്യാഖ്യാനിക്കാമല്ലോ. അപ്പോൾ പേരുമാറ്റത്തിൽ ഞാൻ മഹാഅപരാധമൊന്നും ചെയ്തിട്ടില്ല. ഭാര്യവീട്ടുകാർ കടുത്ത പരമ്പരാഗത ചിന്താഗതിക്കാരാണ്. അവർക്ക് ആത്തോലയും ഉണ്ണിതമ്പ്രാനും ഒക്കെതന്നെ. പക്ഷേ, അതിന്റെ പേരിൽ രണ്ടു കുടുംബങ്ങൾ ത്മിൽ പ്രശ്നമൊന്നുമില്ല.’’

‘‘തൽക്കാലം ഞാൻ തമ്പ്രാൻ സാറ് എന്നുതന്നെ വിളിക്കട്ടെ. പദമാറ്റം ഉൾക്കൊള്ളാൻ അല്പസമയമെടുക്കുമെന്ന് തോന്നുന്നു,’’ മേനോൻ മനോവികാരം വെളിപ്പെടുത്തി. ‘‘അല്ല, പ്രിൻസ് എന്ന് കേൾക്കുമ്പോൾ വല്ലോരും ഉണ്ണി ക്രിസ്ത്യാനിയോ മറ്റോ ആണെന്ന് തെറ്റിദ്ധരിച്ചാൽ അബദ്ധാവില്ലേ?’’

മേനോൻ സംശയം ചോദിച്ചപ്പോഴേക്കും പ്രിൻസ് ചാടിക്കയറി പറഞ്ഞു. ‘‘അങ്ങനെയാണെങ്കിൽ ഞാൻ ഒരു ക്രിസ്ത്യാനിയാണെന്നോ ഒരു മുസ്ലീം ആണെന്നോ ആരെങ്കിലും വിചാരിച്ചാൽ എനിക്ക് ഒരു പ്രശ്നവുമില്ല. അങ്കിളേ, ആദ്യം നമുക്ക് മനുഷ്യരായിട്ട്, പിന്നെ ജാതി, മതം ഒക്കെ മതി. മനുഷ്യത്വമില്ലാതെ ഏതൊരു അവസ്ഥയിലായാലും ഒരു കാര്യവുമില്ല.’’

ഇതു കേട്ടപ്പോൾ പ്രിൻസിന്റെ അച്ഛൻ എഴുന്നേറ്റു വന്ന് പ്രിൻസിനെ ഹഗ് ചെയ്തു.

‘‘അച്ഛന്റെ മോൻ തന്നെ.’’ മേനോൻ സന്തോഷം പറഞ്ഞു.

‘‘ജാതീം മതോം രാഷ്ട്രീയവും പറഞ്ഞിരുന്നാൽ അവസാനമുണ്ടാകില്ല. അടുക്കള തയ്യാറായോ എന്ന് നോക്കി വരാം.’’

റെഡി. മേശപ്പുറത്ത് തൂശനില നിരത്തിക്കഴിഞ്ഞു. മലേഷ്യയിലൊരു ഓണസദ്യ!

ഉയരങ്ങളിലിരുന്നുള്ള ഭാവിസ്വപ്നം

ആറ് മണിക്കൂറിലേറെ സമയമെടുക്കും കൊച്ചിയിലെത്താൻ. വിജ്ഞാനവും വിനോദവും വിശ്രമവും ലഭിച്ച ഇടവേള വിട്ട് മടങ്ങുമ്പോൾ ചെറിയൊരു വിരഹവേദന. ഓരോ കാര്യങ്ങൾ ആലോചിക്കുന്നതിനിടയിൽ മയക്കത്തിലാകും. ലഘുഭക്ഷണത്തിനായി എയർഹോസ്റ്റസ് വന്നപ്പോൾ കണ്ണു തുറന്നു. ഓറഞ്ച് ജ്യൂസും പഫ്സും കഴിച്ചു. കണ്ണുകൾ വീണ്ടും അടയുന്നു. സ്വപ്നത്തിൽ സ്കൂളും നാടും കൂട്ടുകാരും എല്ലാം കയറിയിറങ്ങുന്നുണ്ട്.

പെട്ടെന്ന് രേണുവും സ്വപ്നസഖിയായി അടുത്ത സീറ്റിൽ വന്നതുപോലെ തോന്നി. യഥാർത്ഥ അനുഭവമോ? യാഥാർത്ഥ്യത്തേക്കാൾ ജീവനുള്ള സ്വപ്നം. രേണു രാജസ്ഥാനി. തന്റെ ക്ലാസ്മേറ്റ് തൊട്ടരികിൽ...

തന്റെ ഹൃദയമാകുന്ന എയർപോർട്ടിൽ നിന്നാണ് ഫ്ളൈറ്റിലേക്ക് കയറിയത്. താൻ ഹിന്ദി സംബന്ധമായ സംശയങ്ങൾക്കായി സമീപിച്ചപ്പോൾ കണ്ടതിനേക്കാൾ സുന്ദരിയായിരിക്കുന്നു. പണ്ടത്തേതുപോലെ ഒരു സങ്കോചമോ പരിഭ്രമമോ ഇല്ല. സ്വാതന്ത്ര്യത്തോടെ, നിറഞ്ഞ സന്തോഷത്തോടെ സംസാരിക്കുന്നു. ഇതെന്തൊരു സ്വർഗീയാനുഭൂതി.

എന്നും തനിക്കൊരു ഇടാകൂടമായിരുന്ന 'രാജസ്ഥാനി' എന്ന പദം എന്താണെന്നറിയാൻ പ്രിൻസിന് നേരത്തേതന്നെ ആഗ്രഹമുണ്ടായിരുന്നു. 'പ്രിൻസ്' എന്ന 'ക്രിസ്ത്യാനി'പ്പയ്യനെക്കുറിച്ചറിയാൻ രേണുവിനും താല്പര്യമുണ്ടായിരുന്നു. ഈ ഉല്ലാസവേളതന്നെ പറ്റിയ അവസരം.

എന്റെ അച്ഛൻ രാജസ്ഥാൻകാരനാണ്. രാജസ്ഥാൻ ഇന്ത്യയുടെ മാർബിൾഖനിയാണല്ലോ. വലിയ കെട്ടിടങ്ങൾക്ക് ലോറികളിൽ വലിയ

മാർബിൾപാളികൾ കേരളം, തമിഴ്നാട് തുടങ്ങിയ ദക്ഷിണേന്ത്യൻ സംസ്ഥാനങ്ങളിലെത്തും. കുറച്ച് വിദഗ്ധ തൊഴിലാളികളുമായാണ് മാർബിൾ ട്രക്കുകൾ ഇവിടെയെത്തുക. ഹാളുകൾ, പള്ളികൾ, വലിയ വീടുകൾ, ഹോട്ടലുകൾ എന്നിവയ്ക്കെല്ലാം ധാരാളം മാർബിൾ സ്ലാബുകൾ ആവശ്യം വരും. ഈ തൊഴിലാളികളെല്ലാം ചേർന്ന് ഒരു വീട് വാടകയ്ക്കെടുത്ത് സ്വന്തം സ്വാദിൽ ഭക്ഷണം പാകം ചെയ്താണ് ജീവിതം. മാസങ്ങൾ കഴിഞ്ഞാണ് തിരിച്ചുപോക്ക്. ചില പ്പോൾ നവരാത്രിക്കോ പൂജകൾക്കോ മാത്രം പത്തു ദിവസം നാട്ടിൽ പ്പോയി വരും. ഇവിടെ ലഭിക്കുന്ന കൂലിയൊന്നും രാജസ്ഥാനിൽ ലഭിക്കില്ല. അതിനാൽ വേഗം തിരിച്ചുവരും.

ഈ തൊഴിലാളികൾ താമസിച്ചിരുന്ന വീടിനടുത്തായിരുന്നു അമ്മയും മുത്തശ്ശിയും താമസിച്ചിരുന്ന ഓലവീട്. എന്റെ അച്ഛന്റെ ആദ്യപേര് രഘുനാഥ് എന്നായിരുന്നു. അദ്ദേഹത്തിന് അമ്മയെ ഇഷ്ട പ്പെട്ടത്രെ. മുത്തശ്ശിക്കും ബന്ധുക്കൾക്കും വിരോധമൊന്നുമില്ലായി രുന്നു. പക്ഷേ കർശനമായ ഒരു നിബന്ധനയുണ്ടായിരുന്നു. ക്രിസ്ത്യാ നിയായ മകളെ ഹിന്ദുവിന് വിവാഹം കഴിച്ചുകൊടുക്കില്ല. കാര്യങ്ങൾ നിശ്ചലമായി.

അച്ഛൻ അതിനിടെ രാജസ്ഥാനിൽ ചെന്ന് മാതാപിതാക്കളോട് സംസാരിച്ചു. ഒത്തുതീർപ്പിന് അവരും തയ്യാറല്ല. മറ്റ് ജാതിക്കാരിയെ കല്യാണം കഴിച്ചാൽ പിന്നെ ഇങ്ങോട്ട് വരാൻ പാടില്ല. വീട്ടുകാർ തീർത്തുപറഞ്ഞതോടെ, ദുഃഖത്തോടെ അച്ഛൻ കേരളത്തിലേക്ക് തിരികെ വന്നു. കാരണം വേർപിരിയാനാവാത്തവിധം അവർ അടുത്തു പോയിരുന്നു. ഇനിയെന്തു മാർഗ്ഗം?

രഘുനാഥിനേയുംകൂട്ടി മുത്തശ്ശി പള്ളിയിലെ അച്ചനെ കാണാൻ പോയത്രേ. പ്രാർത്ഥനകൾ മലയാളത്തിൽ കാണാപ്പാഠം പഠിക്കുക ഒരു രാജസ്ഥാനിക്ക് എളുപ്പമല്ല. വികാരി ചുമതല മുത്തശ്ശിയെത്തന്നെ ഏല്പിച്ചു. അത്യാവശ്യം വേണ്ട പ്രാർത്ഥനകൾ മാത്രം മതിയെന്നു പറഞ്ഞു.

ഒരുവിധമെല്ലാം പഠിച്ചപ്പോൾ വേണ്ടത്ര രജിസ്റ്ററുകളിൽ രേഖ പ്പെടുത്തി ക്രൈസ്തവസഭയിൽ ചേർത്തു. പുതിയ പേര് നൽകി - വില്യം. അപ്പോൾ വീട്ടുപേരു വേണ്ടേ? അച്ചൻ നിർദ്ദേശിച്ചത് വീട്ടു പേരായി. അങ്ങനെ വില്യം രാജസ്ഥാനി പള്ളിയിലെ അംഗമായി.

പിന്നെ വലിയ കാലതാമസമില്ലാതെ വിവാഹം നടന്നു. വരന്റെ ഭാഗത്തുനിന്ന് ആരുമില്ല. വില്യമിന് അതൊരു നൊമ്പരമായി. ചില നല്ല സുഹൃത്തുക്കൾ ബന്ധുക്കളെന്നപോലെ വില്യമിന്റെ അടുത്തു

നിന്നു. സദ്യയും സ്വീകരണവുമൊന്നുമില്ലാതെ മുത്തശ്ശി നവവരനേയും നവവധുവിനേയും വീട്ടിലേക്ക് കൊണ്ടുപോയി. ചുരുങ്ങിയ ബന്ധുക്കൾ, ലളിതമായ വിരുന്ന്,.പുതിയ കുടുംബത്തിന്റെ ആരംഭം.

പ്രിൻസ് കൗതുകത്തോടെ സംഭവങ്ങളെല്ലാം കേട്ടിരിക്കുകയായിരുന്നു. ഹൃദയത്തിൽ സന്തോഷം നിറയുന്നു.

''പാസഞ്ചേഴ്സ് അറ്റൻഷൻ പ്ലീസ്. ഇൻ ഫിഫ്റ്റീൻ മിനിറ്റ്സ് വി വിൽ ബി ലാൻഡിങ് ഇൻ കൊച്ചിൻ ഇന്റർനാഷണൽ എയർപോർട്ട്...''

പ്രിൻസ് കണ്ണ് തുറന്നു. സ്വപ്നത്തിൽനിന്ന് യാഥാർത്ഥ്യത്തിന്റെ റൺവേയിൽ ലാന്റ് ചെയ്തു. ഇതുവരെ കണ്ടതും അനുഭവിച്ചതും യാഥാർത്ഥ്യമോ? അങ്ങനെ ആകട്ടെ, അവൻ ആശിച്ചു. രേണു ഹൈന്ദവകുടുംബാംഗമാണെന്നാണ് അതുവരെ പ്രിൻസ് ധരിച്ചിരുന്നത്. സ്വപ്നമായതുകൊണ്ട് ഒന്നും ഉറപ്പിക്കാനാകുന്നില്ല. പക്ഷേ, സ്വപ്നലോകത്തിൽനിന്ന് കുടുംബലോകത്തിലെത്താൻ ഒന്നു രണ്ടു ദിവസമെടുത്തു. ഹാപ്പി ഹാങ്ഓവർ. ഏതായാലും രേണുവിനുവേണ്ടി വാങ്ങിയ സമ്മാനം ബബിൾ പേപ്പറിൽ സുരക്ഷിതമായി വീട്ടിലെത്തി.

ഒരുപടി കൂടി മേലോട്ട്

പ്രതീക്ഷിച്ചതിലും അല്പം വൈകിയാണ് പരീക്ഷാഫലം പുറത്തുവന്നത്. പ്രിൻസിപ്പൽ പ്രതീക്ഷിച്ചതുപോലെ സ്കൂളിന് റാങ്കുകളൊന്നും ലഭിച്ചില്ല. അതുകൊണ്ട് അവർക്ക് നിരാശയുണ്ട്. പക്ഷേ, ജില്ലയിൽ ഏറ്റവും നല്ല റിസൾട്ട് സ്കൂളിന് ലഭിച്ചു. ഇത് സ്റ്റാഫ് മീറ്റിങ്ങിൽ അദ്ധ്യാപകർ ചൂണ്ടിക്കാട്ടിയിട്ടും പ്രിൻസിപ്പലിന്റെ മുഖം തെളിഞ്ഞില്ല.

സ്കൂളിലെ ടോപ്പ് സ്കോറർ രേണു രാജസ്ഥാനിയായിരുന്നു. അടുത്ത ദിവസം ഫൈനൽ ഇയർ പാസ്സായിപ്പോകുന്ന കുട്ടികളും അദ്ധ്യാപകരും ചേർന്നൊരു മീറ്റിങ് വിളിച്ചിട്ടുണ്ട്. സർട്ടിഫിക്കറ്റ് ബുക്കും ട്രാൻസ്ഫർ സർട്ടിഫിക്കറ്റും കൊടുക്കണം. ഈ കാമ്പസിലേക്കുള്ള അവസാന സന്ദർശനമായിരിക്കും അത്. കുറേ പേർ ഹയർ സെക്കണ്ടറി അനക്സിലേക്ക് ചേക്കേറും. ചിലർ അച്ഛനമ്മമാരുടെ ജോലിസ്ഥലത്തേക്കും മാറും. ഏതായാലും നാളെ കഴിഞ്ഞാൽ എല്ലാവരും ഒത്തുചേരുന്ന ഒരു സന്ദർഭം ഉണ്ടാകുമോ എന്നൊന്നും ആർക്കും പറയാനാകില്ല. ഒരു മൗനനൊമ്പരം.

പ്രിൻസ് സിംഗപ്പൂരിൽനിന്ന് വാങ്ങിയ ഗിഫ്റ്റും മറ്റു ചില സർട്ടിഫിക്കറ്റുകളും ഒരു തോൾസഞ്ചിയിലാണ് കൊണ്ടുവന്നത്. നേരത്തെ തീരുമാനിച്ചതനുസരിച്ച് ആൺകുട്ടികൾ വെള്ള മുണ്ടും കറുത്ത ഷർട്ടും പെൺകുട്ടികൾ വെള്ള സാരിയും ബ്ലൗസും. ടീച്ചർമാർ ഈ രഹസ്യധാരണയെക്കുറിച്ച് അറിയാത്തതുകൊണ്ട് അവർക്ക് അത്ഭുതമായി. തങ്ങളുടെ കുട്ടികളുടെ ക്രിയേറ്റിവിറ്റിയിൽ അഭിമാനംകൊണ്ടു.

പ്രിൻസിപ്പലിന്റെ വിടവാങ്ങൽപ്രസംഗം വികാരനിർഭരമായിരുന്നു. വിദ്യാർത്ഥി പ്രതിനിധിയായി മിസ്സുമാർ തെരഞ്ഞെടുത്തത് പ്രിൻസിനെയായിരുന്നു. തയ്യാറെടുപ്പിന് സമയമില്ലാതിരുന്നതിനാൽ ചെറിയ പരിഭ്രമത്തോടെയാണെങ്കിലും ഭംഗിയായി ഇംഗ്ലീഷിൽ പ്രസംഗിച്ച് എല്ലാവരുടെയും അഭിനന്ദനം നേടി.

Marks you missed in your last exam should be made up in the next.

പ്രിൻസിപ്പലിന്റെ ലാസ്റ്റ് മെസ്സേജ്. കുട്ടികൾ കുറേ കഴിഞ്ഞാണ് കാമ്പസ് വിട്ടത്. കാന്റീനിലും നല്ല കളക്ഷൻ ബഹളത്തിനിടയിൽ ആരുടെയും ശ്രദ്ധയിൽപെടാതെ പ്രിൻസ് രേണുവിന് ഗിഫ്റ്റ് കൈമാറി. ഒരു സീൻ സൃഷ്ടിക്കാതിരിക്കാൻ രേണു അത് അവളുടെ ബാഗിൽ വെച്ചു. എന്താണെന്ന് പെട്ടെന്ന് അറിയണമെന്നുണ്ടായിരുന്നതിനാൽ അവൾ വേഗം ബസ്സ്റ്റോപ്പിലേക്ക് നടക്കുമ്പോഴേക്കും രേണുവിന്റെ അച്ഛൻ ഒരു ബൈക്കിൽ അവളുടെ അടുത്തെത്തി. അവൾ അച്ഛനെ കെട്ടിപ്പിടിച്ചിരുന്ന് വീട്ടിലേക്ക് പറന്നു.

പത്താംക്ലാസ് പരീക്ഷയ്ക്കുശേഷം രേണുവിന്റെ അച്ഛൻ വാങ്ങിയ പുതിയ വീട്ടിലേക്ക് അവർ താമസം മാറ്റി. ചെറുതെങ്കിലും സുന്ദരമായ വീട്. നെറ്റിയിലെ വിയർപ്പുകൊണ്ട് വാങ്ങിയതാണ്. അനാവശ്യ ചെലവുകളില്ലാത്തതിനാൽ മിച്ചം വരുന്ന പണം ബാങ്കിൽ നിക്ഷേപിച്ചത് പിൻവലിച്ചാണ് പുതിയ ഭവനം യാഥാർത്ഥ്യമായത്. ആ കുടുംബത്തിന്റെ ചിരകാല സ്വപ്നമായിരുന്നു വീട്. പഴയ അയൽക്കാരെ വിട്ടുപിരിഞ്ഞതിലുള്ള ദുഃഖം മാത്രം ബാക്കി. അടുത്ത ക്രിസ്മസ്സിന് നക്ഷത്രവിളക്ക് തെളിയിച്ചു. പഴയ വീട്ടുകാരെ ക്ഷണിച്ച് കേക്ക് മുറിച്ച്, നല്ലൊരു ഊണും നൽകി ഹൗസ് വാമിങ് ആഘോഷിച്ചു.

പുതിയ കാമ്പസ്, പുത്തൻ ശൈലി

വിശാലമായ കാമ്പസ് കെട്ടിടങ്ങൾക്കിടയിൽ തഴച്ചു വളരുന്ന മരങ്ങൾ. മുൻസ്കൂളിലെ പ്രിൻസിപ്പൽ സൂചിപ്പിച്ചിരുന്നതുപോലെ സ്വിമ്മിങ്ങ് പൂളിന്റെ പണി അതിവേഗം പുരോഗമിക്കുന്നു. വലിയ മതിൽക്കെട്ടിനുള്ളിലേക്ക് ഐഡന്റിറ്റി കാർഡില്ലാതെ ഈച്ചയ്ക്കുപോലും കടക്കാനാവില്ല. ക്ലാസ്സിലും വരാന്തയിലും കാമ്പസ്സിന്റെ പല ദിശകളിലും സി.സി.ടി.വി ക്യാമറകൾ ഘടിപ്പിച്ചിരിക്കുന്നു. വിശാലവും വിഭവസമൃദ്ധവുമായ കാന്റീൻ.

മുൻസ്കൂളിൽ നിന്നുള്ള കുട്ടികളാണ് ഭൂരിപക്ഷമെങ്കിലും മറ്റു ചില സ്കൂളുകളിൽനിന്ന് ഉയർന്ന മാർക്കുള്ള ചില കുട്ടികളും കാമ്പസിൽ പ്രത്യക്ഷപ്പെട്ടിട്ടുണ്ട്. തന്റെ മുൻക്ലാസിലെ ഏതാനും കുട്ടികളൊഴിച്ച് എല്ലാവരും ഇവിടെയുണ്ട്, എല്ലാവരും ഒരേ ഡിവിഷനിൽ അല്ല. ആദ്യദിവസം പേരും ക്ലാസ് ഡിവിഷനും വലിയ നോട്ടീസ് ബോർഡിൽ പതിച്ചിട്ടുണ്ട്. പ്രിൻസിന്റെ കണ്ണുകൾ തിരയുന്നത് രേണുവിന്റെ പേരാണ്. ദാ, കണ്ടു. പക്ഷേ, അവൾ വേറൊരു ഡിവിഷനിലായിരുന്നു. സർവ്വഊർജ്ജവും ചോർന്നുപോയതുപോലെ. പ്രിൻസ് ചില പ്രതീക്ഷകളോടെയാണ് പുതിയ ക്ലാസിലേക്ക് വന്നത്. അതിനുള്ള പശ്ചാത്തലമൊരുക്കാനാണ് 'സിംഗപ്പൂർ ഗിഫ്റ്റ്' കൈമാറിയത്.

മനസ്സ് പങ്കിടാൻ ആരുമില്ലാത്ത അനുഭവത്തിൽ നിന്നാണ് ഒരു നല്ല ഫ്രണ്ടിനെ വേണം എന്ന ചിന്ത ഉദിക്കുന്നത്. അച്ഛൻ വീട്ടിൽ പത്ര-പുസ്തക പാരായണം. നല്ല പാചകക്കാരിയുണ്ടെങ്കിലും എന്തെങ്കിലും ചെറിയ പാചകപ്പണികളുമായി അമ്മ അടുക്കള സോണിലാണ്. വൈകീട്ട് ക്ലാസ് കഴിഞ്ഞ് വരുമ്പോൾ ചായയും തനിക്കിഷ്ടമുള്ള ചില പലഹാരവുമായി അമ്മ വരും. കുറച്ചു സമയം സ്കൂൾ വിശേഷങ്ങൾ പറഞ്ഞിരിക്കുന്നതാണ് ഇരുവർക്കുമുള്ള റിക്രിയേഷൻ.

അച്ഛന്റെ കടുത്ത വായനാശീലത്തിന്റെ ഫലം അമ്മയ്ക്ക് സമ്മാനിക്കുന്നത് തികഞ്ഞ ഏകാന്തതയാണ്. രേണുവുമായി സ്വപ്നം

കണ്ടിരുന്ന സൗഹാർദ്ദം ഒറ്റപ്പെടുന്ന അവസ്ഥയിൽനിന്നുള്ള ഒരു മോചനമാവുമെന്നും അവൻ പ്രതീക്ഷിച്ചു. കാത്തിരിക്കാം ക്ഷമയോടെ ഇവിടെ രണ്ടു വർഷം പഠനക്രമമുണ്ടല്ലോ.

സിംഗപ്പൂർ ഗിഫ്റ്റ് സമ്മാനിച്ചിട്ടും ഇതുവരെ രേണുവിൽ നിന്ന് പ്രതികരണം ലഭിക്കാതിരുന്നത് പ്രിൻസിനെ മൂഡ് ഓഫ് ആക്കി. ഈ ഭാവവ്യത്യാസം അമ്മ മുഖത്തുനിന്നുതന്നെ മനസ്സിലാക്കി. അമ്മയ്ക്കല്ലാതെ ആർക്കാണ് മക്കളുടെ ഭാവവ്യത്യാസം തരംതിരിച്ചെടുക്കാൻ കഴിയുക.

‘‘എന്താ ഉണ്ണീ, നിനക്കൊരു പ്രസാദമില്ലാത്തത്? സ്കൂൾ ഇഷ്ടപ്പെട്ടില്ലേ?’’

ബോധപൂർവ്വം ഒന്ന് ചിരിച്ചത് അമ്മയെ വിഷമിപ്പിക്കാതിരിക്കാൻ മാത്രമാണ്.

‘‘ഒന്നൂല്യമ്മേ. ഈ ചെയ്ഞ്ച് ചെറിയ പരിചയക്കുറവുണ്ടാക്കുന്നു. മുൻസ്കൂളിൽ കുറേ വർഷം പഠിച്ചതും പരിചയിച്ചതുമല്ലേ.’’

‘‘ഒക്കെ ശരിയാവും ഉണ്ണീ.’’ അമ്മ പ്രിൻസിന്റെ ശിരസ്സിൽ സ്നേഹത്തോടെ തലോടി.

അച്ഛനും അത്താഴസമയത്ത് പുതിയ സ്കൂളിന്റെ ശൈലിയും പോളിസികളും നിയമങ്ങളും ഒക്കെ സസൂക്ഷ്മം ചോദിച്ചു മനസ്സിലാക്കി.

‘‘So green, airy and spacious.’’

പ്രിൻസ് കൃത്യമായി കാമ്പസിന്റെ ചിത്രം അച്ഛനു മുന്നിൽ വരച്ചു വെച്ചു. അടുത്താഴ്ച പി.ടി.എ. മീറ്റിങ്ങിന് വരുമ്പോൾ എല്ലാം നേരിട്ട് കാണാമല്ലോ.

സിംഗപ്പൂരിലെ ബഹുനക്ഷത്ര ഹോട്ടൽ ഭക്ഷണത്തേക്കാൾ രുചിയുള്ള കുത്തരികൊണ്ടുള്ള പൊടിയരിക്കഞ്ഞിയും സ്വന്തം പറമ്പിലെ മാവിൽനിന്നുള്ള കടുമാങ്ങ അച്ചാറും.

കുറച്ചു സമയം പൂമുഖത്തിരുന്ന് സംസാരിച്ചശേഷം അവർ സ്വന്തം മുറികളിലേക്ക് പോയി.

‘‘ഒരുപക്ഷേ അവൾ ഞാൻ കരുതിയതുപോലെ അത്ര സിംപിൾ അല്ലായിരിക്കാം. അതോ ഫ്രീ ആയി സംസാരിക്കാൻ ചാൻസ് കാത്തിരിക്കുകയാണെന്നുള്ള ആലോചനയ്ക്കിടയിൽ പ്രിൻസ് ഉറക്കത്തിലേക്ക് വഴുതിവീണു. ചിലപ്പോൾ ആഴമായ ഉറക്കത്തിലും ബാക്കിസമയം പാതിമയക്കത്തിലുമായി രാത്രി കഴിച്ചുകൂട്ടി. ഉറക്കം പൂർണ്ണമല്ലായിരുന്നതിനാൽ എഴുന്നേൽക്കാൻ അമമ വന്ന് വിളിച്ചപ്പോഴാണ് കണ്ണ് തുറന്നത്. കുളിയും പ്രാതലും തിടുക്കത്തിൽ തീർത്ത് സ്കൂൾ ബസ് എത്തുന്ന ജംഗ്ഷനിലേക്ക് തിടുക്കത്തിൽ പാഞ്ഞു.

കണ്ടുമുട്ടി, പക്ഷേ

അവസാനം ഒരു ചാൻസ് തെളിഞ്ഞുവന്നു. പതിവിന് വിപരീതമായി രേണു കാന്റീനിൽ. ഉച്ചസമയത്ത് ചായയും വടയും മാത്രമോ? ഊണിന്റെ സെക്ഷൻ ആകുമ്പോൾ, ലൈറ്റ് ഫുഡ് സെക്ഷനിൽ വെയിറ്റർ പോലും വരാറില്ല. പ്രിൻസ് ലഞ്ച് എല്ലാ ദിവസവും കാന്റീനിൽ നിന്നാണ്. വീട്ടിൽ ടോട്ടൽ വെജ് ആണ്. പ്രിൻസിന് നോൺ വെജ് കിട്ടാൻ ഈ വഴി മാത്രമേ തുറന്നുകിടക്കുന്നുള്ളൂ.

''ഇന്ന് വീട്ടിൽനിന്നിറങ്ങിയപ്പോൾ ലഞ്ച് തയ്യാറായിരുന്നില്ല. അമ്മയ്ക്ക് ചെറിയ പനിയുണ്ട്. അതുകൊണ്ട് സ്നാക്ക് ലഞ്ച് മതിയെന്ന് വെച്ചു.''

''അത് പോരാ, ഫുൾ ലഞ്ച് തന്നെ വേണം.''

ഞാൻ ഓർഡർ ചെയ്തു വരാമെന്ന് പറഞ്ഞ് പ്രിൻസ് വെയ്റ്ററിന്റെ പിന്നാലെ പാഞ്ഞു. ''രണ്ട് സി.ബി. അർജന്റാണേ?''

''സി.ബിയൊന്നും ഞാൻ കഴിക്കാറില്ലട്ടോ. അതെന്താണത്?''

''രേണൂ, അത് ചിക്കൻ ബിരിയാണിക്കു ഞങ്ങൾ ഗയ്സ് കൊടുത്ത ഓമനപ്പേരാണ്.''

അർജന്റായി ആവി പറക്കുന്ന സി.ബി. മേശപ്പുറത്ത്.

''നഷ്ടപ്പെടുത്താൻ സമയമില്ല. വേഗം ഫുഡ് അടിച്ചോ.''

പ്രിൻസിന്റെ വാണിങ്ങ്.

''സെക്കന്റ് ബെല്ലിനു മുമ്പ് ക്ലാസ്സിൽക്കടന്നില്ലെങ്കിൽ വരാന്തയിൽ നിൽക്കേണ്ടി വരുംട്ടോ.''

തിടുക്കത്തിൽ കഴിക്കുന്നതിനിടയിൽ രേണു, നേരത്തെ സമ്മാനിച്ച ഗിഫ്റ്റിന് നന്ദി പറഞ്ഞു. പ്രിൻസിന് ബിരിയാണിക്ക് രുചി കൂടി.

''രേണുവിന് ഇഷ്ടപ്പെട്ടോ?''

''ഇഷ്ടപ്പെട്ടു. ഭയങ്കര ഇഷ്ടമായി.''

സംഭാഷണം മുറിച്ച് അപ്പോഴേക്കും ഫസ്റ്റ് ബെല്ല് അടിച്ചു.

''എനിക്ക് ഒന്നും തിരികെ സമ്മാനിക്കാനില്ലേ?''

''ജോലി കിട്ടുന്നതുവരെ കാത്തിരിക്കേണ്ടി വരും.''

''എത്ര കാലം വേണേലും കാത്തിരിക്കാൻ ഞാൻ റെഡി. പക്ഷേ, സമ്മാനം എനിക്കു വേണം.''

വേഗത്തിൽ നടക്കുന്നതിനിടയിൽ പ്രിൻസ് സ്വരം താഴ്ത്തി പ്പറഞ്ഞു.

''വേണ്ട സമ്മാനം എന്താണെന്ന് ഞാൻ തന്നെ പറയും കേട്ടോ. പണം കൊടുത്ത് ഗിഫ്റ്റ് കടയിൽനിന്ന് വാങ്ങുന്നതൊന്നും ഞാൻ സ്വീകരിക്കില്ല. ഇത് മറക്കരുത്.''

തിടുക്കത്തിൽ നടക്കുന്നതിനിടയിൽ പ്രിൻസ് പറഞ്ഞത് രേണു വിന് വ്യക്തമായില്ല. ക്ലാസ്സിലേക്ക് കാലു കുത്തുമ്പോഴേക്കും സെക്കന്റ് ബെൽ മുഴങ്ങി.

''മോൾ ഉച്ചയ്ക്ക് എന്താണ് കഴിച്ചത്?''

അമ്മ ജോലി കഴിഞ്ഞെത്തിയപ്പോൾ മോളോട് ആദ്യം ചോദി ച്ചത് ഇതാണ്.

''ഒന്നാംതരം ചിക്കൻ ബിരിയാണി. ഒരു ഫ്രണ്ടിന്റെ വകയായി രുന്നു.''

അമ്മയ്ക്ക് ക്ഷീണമുള്ളതിനാൽ അത്താഴത്തിന് സഹായിക്കാൻ രേണു കിച്ചനിലെത്തി. പാചകമൊന്നും അറിയില്ലെങ്കിലും ഉള്ളിയും മറ്റ് പച്ചക്കറികളും നുറുക്കാനൊക്കെ അവൾക്കറിയാം.

ടഫ് ഫൈറ്റ്

പുതിയ സ്കൂളിൽ പഠനത്തിന്റെ സ്റ്റൈലും ക്വാളിറ്റിയും വളരെ വ്യത്യസ്തവും മേന്മയുള്ളതുമാണ്. അത് വിഭാവനം ചെയ്തിരിക്കുന്നതും പ്രിൻസിപ്പൽ തന്നെയാണ്. ഒരു എൻട്രൻസ് എക്സാം പരിശീലനവും പഠനത്തോടൊപ്പമുണ്ട്. പ്ലസ് ടു കഴിഞ്ഞ് ഒരു വർഷം നഷ്ടപ്പെടുത്താതെ നേരിട്ട് എൻട്രൻസ് പരീക്ഷയെഴുതി പ്രൊഫഷണൽ ക്ലാസിൽ പ്രവേശനം ലഭിക്കുക എന്നതാണ് സ്കൂളിന്റെ ലക്ഷ്യം. അതുകൊണ്ട് അവധിദിവസങ്ങളിൽപോലും സ്പെഷൽ ക്ലാസ് ഉണ്ടായിരിക്കും. അദ്ധ്യാപകർക്കും ജോലിഭാരം കൂടുതലാണ്. മിക്ക ദിവസങ്ങളിലും പ്രത്യേകിച്ച് ആദ്യടേമിൽ, സാധാരണ പ്രവർത്തി സമയം കഴിഞ്ഞാൽ എൻട്രൻസ് കോച്ചിങ്ങിൽ വൈദഗ്ദ്ധ്യമുള്ള പ്രൊഫസർമാർ അദ്ധ്യാപകർക്ക് രണ്ട് മണിക്കൂർ ക്ലാസ്സെടുക്കും. സാധാരണ നേരിട്ടുള്ള ചോദ്യങ്ങളല്ലല്ലോ എൻട്രൻസ് പരീക്ഷയ്ക്കുണ്ടാകുക. ഈ എക്സ്ട്ര ക്ലാസിന്റെ ചെലവെല്ലാം വഹിക്കുന്നത് രക്ഷകർത്താക്കളാണ്. ആറുമണിയോടെ ലഘുഭക്ഷണത്തിനുശേഷം രക്ഷകർത്താക്കൾത്തന്നെ അവരുടെ വാഹനങ്ങളിൽ അദ്ധ്യാപകരെ വീട്ടിൽ കൊണ്ടുചെന്നുവിടും.

ബന്ധപ്പെട്ട എല്ലാവർക്കും ടഫ് ഫൈറ്റ് തന്നെ. കഴിഞ്ഞ വർഷങ്ങളിൽ, മെഡിക്കൽ, എൻജിനീയറിങ്ങ്, ബി.ഡി.എസ്. ബി.ഫാം എന്നീ പ്രൊഫഷണൽ കോഴ്സുകൾക്ക് ഈ സ്ഥാപനത്തിലെ വിദ്യാർത്ഥികൾക്ക് അഡ്മിഷൻ ലഭിച്ചിട്ടുണ്ട്. അതുകൊണ്ട് ബുദ്ധിമുട്ടുണ്ടെങ്കിലും റിസൽട്ട് അവർക്കൊരു സ്വകാര്യ അഭിമാനമാണ്. അദ്ധ്യാപകരുടെ സ്വകാര്യ ആവശ്യങ്ങൾക്കും രക്ഷകർത്താക്കൾ കൂട്ടുണ്ടെന്ന് നഗരത്തിൽ വാർത്തയുണ്ട്. പക്ഷേ, അതിന്റെ കാരണം അസൂയയാണെന്ന് സ്ഥാപനവും രക്ഷകർത്താക്കളും.

കുട്ടികൾക്കുമുണ്ട് പിരിമുറുക്കം. ഒരു മിനിറ്റ് പോലും സംസാരിച്ചിരിക്കാൻ നീക്കിവെക്കാനില്ല. പഠനം പ്രിൻസിന് ബുദ്ധിമുട്ടൊന്നുമില്ല. എന്നാൽ വല്ലപ്പോഴും രേണുവിനോട് സ്വസ്ഥമായി സംസാരിക്കാൻ

ലഭിക്കാത്തതാണ് ബുദ്ധിമുട്ട്. ക്ലാസുകൾ കഴിയുമ്പോഴേക്കും കുട്ടികൾ വീടുകളിലേക്ക് പായും.

ഹോംവർക്ക് താങ്ങാൻ വയ്യാത്തതാണ്. ഉൽക്കണ്ഠയും ഉറക്കനഷ്ടവും. എല്ലാവരെയും അനാരോഗ്യം ചെറുതായി ബാധിച്ചു തുടങ്ങി. രണ്ടുമൂന്ന് കുട്ടികളുടെ രക്ഷകർത്താക്കൾ വന്ന് മക്കളുടെ ടി.സി. വാങ്ങി മറ്റു വിദ്യാലയങ്ങളിലേക്ക് കൊണ്ടുപോയി. അവർക്കു വേണ്ടിയിരുന്നത് മക്കളായിരുന്നു, മാർക്കല്ല.

എൻട്രൻസ് കോച്ചിങ്ങില്ലാതെതന്നെ എൻട്രൻസ് പരീക്ഷയിൽ ഗവണ്മെന്റ് ക്വാട്ടയിൽ മെഡിസിന് സ്വന്തം നാട്ടിൽത്തന്നെ അഡ്മിഷൻ വേണമെന്ന് പ്രിൻസിനും മോഹമുണ്ട്. വൈകീട്ട് ഭക്ഷണം കഴിഞ്ഞ് വീണ്ടും പഠനത്തിലേക്ക് ഇറങ്ങുമ്പോൾ, ചില ദിവസങ്ങളിൽ ഉറക്കം തൂങ്ങും. അതോടെ അന്നത്തെ പഠനമവസാനിക്കും. അടുത്ത ദിവസം നേരത്തേ എഴുന്നേറ്റ് നഷ്ടപ്പെട്ട സമയവും പഠനവും മെയ്ക്കപ്പ് ചെയ്യും.

''എത്ര കാലമായി ഒന്ന് കണ്ടിട്ട്? പ്രിൻസിനെ മറന്നോ?''

ക്ലാസ് കഴിഞ്ഞു പോകുമ്പോൾ കാമ്പസ്സിന് കുടപിടിച്ചു നിൽക്കുന്ന മദിരാശി ഈന്തപ്പഴ മരച്ചോട്ടിൽ (Raintree) അവർ കണ്ടുമുട്ടി. രണ്ടു പേരും നടപ്പിന്റെ വേഗത കുറച്ചു.

''മറന്നിട്ടില്ല, എല്ലാ ദിവസവും പ്രിൻസിനെ കാണുന്നുണ്ടല്ലോ.''

''അതെപ്പോഴാ, എന്നിട്ട്...?'' പ്രിൻസിന്റെ ആശ്ചര്യം കലർന്ന സംശയങ്ങൾ.

''നേരിട്ട് കാണാൻ പറ്റില്ല. കാരണം, ഈ കൂടിക്കാഴ്ചയും സംഭാഷണവും മനസ്സിലാ.'' രേണു മനോഹരമായി പുഞ്ചിരിച്ചു.

പ്രിൻസിന് സന്തോഷം നിയന്ത്രിക്കാനാകുന്നില്ല.

''പോടീ പെണ്ണേ'' എന്ന മധുരവാക്കുകളോടെ പ്രിൻസ് രേണുവിന്റെ ചുമലിൽ സ്നേഹത്തോടെ ഒന്ന് തലോടി.

''ഇത്രയും ഫ്രീഡം ഒന്നും വേണ്ട ട്ടോ.'' രേണു സംഭാഷണം പെട്ടെന്ന് നിർത്തി. കാരണം അവളുടെ രണ്ടു കൂട്ടുകാരികൾ അല്പം ദൂരെ നിന്ന് ഇത് ശ്രദ്ധിക്കുന്നത് പ്രിൻസ് കണ്ടില്ലെങ്കിലും രേണു കണ്ടിരുന്നു.

ടൈം പീസ് അലാം മുഴക്കിയപ്പോഴാണ് സുബോധത്തിന്റെ സമനിലത്ത് കാലുകുത്തിയത്. വൈകാതെ അമ്മ ബെഡ്കോഫിയുമായി എത്തി.

''നേരം വൈകിയാലും ഉണ്ണി നല്ല സന്തോഷത്തിലാണല്ലോ, നല്ല ഉറക്കം കിട്ടിക്കാണും.''

അമ്മ പുറത്തേക്ക് നടന്നു. പ്രാതൽ തയ്യാറാക്കണം. സമയമുണ്ടെങ്കിൽ ഉണ്ണിക്ക് ഉച്ചഭക്ഷണവും ഒരുക്കണം.

പെണ്ണൊരുമ്പെട്ടാൽ

പഠനം അതിന്റെ ക്ലൈമാക്സിലായതിനാൽ ആർക്കും ആരെയും ശ്രദ്ധിക്കാനോ സംസാരിക്കാനോ സമയം കിട്ടുന്നില്ല എന്നത് സ്വാഭാവികം. കാന്റീനിൽപോലും ആൾത്തിരക്ക് കുറവായി. ഇനി ഓണാവധിയിലാണ് പ്രതീക്ഷ. പക്ഷേ, കഴിഞ്ഞ പി.ടി.എ. യോഗത്തിൽ രക്ഷകർത്താക്കളെ ബോധ്യപ്പെടുത്തി അവധി മൂന്നു ദിവസമാക്കി ചുരുക്കി. ചിലർക്കുള്ള എതിർപ്പുകൾ ഭൂരിപക്ഷ അഭിപ്രായത്തിൽ മുങ്ങിപ്പോയി. പ്രിൻസിന്റെ വീട്ടിൽ പരമ്പരാഗതമായി നാലു ദിവസം ആഘോഷമുണ്ട്. നാലാം ദിവസം പഴയ കുടിയാന്മാർക്ക് സദ്യയും ഓണക്കോടിയും നാണയക്കിഴിയും നൽകുന്ന ദിവസമാണ്. എന്നാലും അച്ഛൻ ഉണ്ണിയെ സ്കൂളിൽ പോകാൻ അനുവദിച്ചു. വിദ്യാധനം സർവധനാൽ പ്രധാനം.

റൂമർ (Rumour) എന്ന പ്രതിഭാസം നമ്മുടെ പ്രദേശത്തിന്റെ മുഖമുദ്രയാണല്ലോ. വികസനവും തിരക്കുമുള്ള (ജോലികളും) ഉള്ള വികസിതപ്രദേശങ്ങളിലുള്ളവർക്ക് ഇത്തരത്തിൽ ഒരു വ്യക്തിയുടെ സ്വകാര്യജീവിതത്തെക്കുറിച്ചുള്ള അന്വേഷണങ്ങൾക്കും അത് കാര്യാത്മകമായി പ്രചരിപ്പിക്കാനും സമയമില്ല. എന്തിനേറെ, ഇന്നാട്ടിലെപ്പോലെ പേരും താമസസ്ഥലവും മറ്റും ചോദിക്കുന്നതുപോലും ഇഷ്ടമില്ല. വളരെ മാന്യരാണെങ്കിൽ ഉത്തരം ലഭിക്കില്ല. അല്ലെങ്കിൽ ചുട്ട മറുപടി ലഭിക്കും. "Why do you poke your dirty nose into other's buisiness." ലജ്ജയില്ലാത്തവർ അർത്ഥം മനസ്സിലാകാത്ത മട്ടിൽ നോക്കിനിൽക്കുമ്പോഴേക്കും 'ബുൾ ഷിറ്റ്' എന്നോ മറ്റോ പറഞ്ഞ് അപരിചിതൻ നടന്നുപോകും. ഇന്നാട്ടിൽ കരണത്തടി കൊടുക്കുന്നതിനേക്കാൾ മോശമാണിത്. ഇന്നാട്ടിലെ സ്വകാര്യ ഗവേഷകരുടെ പ്രവർത്തനം വഴിയായി വിവാഹം മുടക്കൽ, വിവാഹമോചനം, കുടുംബങ്ങളുടെ സൽപ്പേര് നശിപ്പിക്കൽ എന്നിവ സർവ്വസാധാരണമായി.

പുതിയ അദ്ധ്യയനവർഷത്തിന്റെ ആരംഭത്തിൽ രേണു ഉച്ചഭക്ഷണം കൊണ്ടുവരാൻ കഴിയാത്ത ദിനത്തിൽ ലഘുഭക്ഷണവിഭാഗത്തിൽ സ്നാക്സ് കഴിക്കുമ്പോൾ ഒരു കമ്പനിക്കെന്നപേരിൽ പ്രിൻസ് ഉച്ച ഭക്ഷണവുമായി സംസാരിച്ചിരിക്കുന്നതും പിന്നെ റെയിൻട്രീച്ചുവട്ടിൽ സംസാരിക്കുന്നതും അസൂയാലുക്കളായ ചില സുഹൃത്തുക്കൾ ശ്രദ്ധിച്ചിരുന്നല്ലോ. അതെല്ലാം ദൂരെ നിന്ന് മനസ്സിലേക്ക് ഒരു ചലച്ചിത്ര ത്തിലെ തിരക്കഥപോലെ അസൂയ തലയ്ക്കു പിടിച്ചവർ പകർത്തും. രണ്ടുപേരെയും മുഖ്യകഥാപാത്രങ്ങളാക്കി ഭാവന പൂർണ്ണമായ സിനിമ നിർമ്മിക്കും. കൊച്ചു കൊച്ചു തിയേറ്റർ കണക്കെയുള്ള ക്ലാസ് മൂവി ക്ലാസുകളിലും കാന്റീൻ എന്ന മെഗാ സ്ക്രീനിലും പിന്നെ സൗജന്യ ഷോ ആണ്.

എരിവും പുളിയും കുളിരും ഒന്നിച്ചുചേരുന്ന ചൂടൻ കഥ. വാര ങ്ങളോ മാസങ്ങളോ നല്ല കളക്ഷനോടെ ഓടും. അപ്പോഴും ബന്ധ പ്പെട്ട കഥാപാത്രങ്ങൾ ഇതിവൃത്തത്തിലെ കഥാനായകർ തങ്ങളാ ണെന്ന് അറിഞ്ഞിട്ടുപോലുമുണ്ടാകില്ല.

കൗമാരത്തിലും യൗവ്വനത്തിലുമൊക്കെ ഇളംപ്രായക്കാർ വരും വരായ്കകളൊന്നും ചിന്തിക്കാതെ തീക്ഷ്ണതയോടെ പ്രണയബദ്ധ രാകാറുണ്ട്. സ്നേഹിച്ചുപോയ വ്യക്തിയെ സ്വന്തമാക്കാൻ ചില കുറുക്കുവഴികളും തേടാറുണ്ട്. അത് മനസ്സിന്റെ ഒരു അഭിനിവേശമാണ്. അത് മനസ്സിലാക്കാം. പക്ഷേ, സ്നേഹിക്കുന്നു എന്ന ഒറ്റക്കാരണം കൊണ്ട് അസൂയ മൂത്ത് ബന്ധം തകർക്കാൻ വലിയ പ്രചരണം ആവശ്യമുണ്ട്. പ്രണയബദ്ധർ ഇവരുടെ ഒരു കാര്യത്തിലും ഇടപെട്ട് മോശമായതൊന്നും ചിന്തിക്കുന്നില്ലെങ്കിൽപോലും വൈരാഗ്യം തീർക്കാനെന്നപോലെ ബന്ധം തകർക്കാൻ വ്രതമെടുത്തതുപോലെ, അതിനായി കോക്കസ് രൂപീകരണം സ്പെഷൽ ഊഹക്കഥകളും ഊമക്കത്തുകളും ഒക്കെ തയ്യാറാക്കാൻ എത്ര സമയം വേണമെങ്കിലും നീക്കിവയ്ക്കും.

തങ്ങൾക്കെതിരെ ഇപ്രകാരമൊരു ഒളിയുദ്ധം നടന്നുകൊണ്ടിരി ക്കുന്നത് പ്രിൻസും രേണുവും അറിഞ്ഞിട്ടുപോലുമില്ല. പക്ഷേ, അവ രൊഴിച്ച് എല്ലാവർക്കും ന്യൂസ് കിട്ടുന്നുണ്ടായിരുന്നു. സ്കൂളിന്റെ അച്ചടക്കത്തെ ബാധിക്കുമെന്നുവരെ ഏഷണികൂട്ടാൻ ചില വിദ്യാർത്ഥി നികൾ സ്റ്റാഫ് റൂമിലേക്ക് ഇടയ്ക്ക് പോകുന്നുണ്ടായിരുന്നു. ചില അദ്ധ്യാപികമാരും ഇത്തരം വാർത്തകളിൽ താല്പര്യമുള്ളവരും ആയിരുന്നു. Criticism of others is mostly autobiographical എന്നല്ലേ മനശ്ശാസ്ത്രം. ചിലർക്ക് ഇത്തരം അനുഭവങ്ങൾ ഉണ്ടാകാനും

വഴിയുണ്ടല്ലോ. ഏതായാലും ഇക്കാര്യങ്ങളുമായി പ്രിൻസിപ്പലിനെ സമീപിക്കാനൊന്നും ആരും ധൈര്യപ്പെട്ടില്ല. മാത്രമല്ല ഈ ആരോ പിതരിൽ പ്രിൻസിപ്പൽ വലിയ പ്രതീക്ഷ വെച്ചിട്ടുണ്ടെന്നും എല്ലാ വർക്കും അറിയാം.

ഏതായാലും അടുത്ത പി.ടി.എ. മീറ്റിംഗ് വരട്ടെ. പ്രിൻസിന്റെ അമ്മയെ സ്വകാര്യമായി അറിയിക്കുകതന്നെ. ഒരു മിസ് മനസ്സിൽ തീരുമാനമെടുത്തുകഴിഞ്ഞു.

പഠനം പ്രിൻസിനെയും രേണുവിനെയും കാര്യമായി പിടികൂടി യതിനാൽ കാമ്പസ് ന്യൂസുകൾ കേൾക്കാനൊന്നും അവർക്ക് സമയ മുണ്ടാകാറില്ല. സമയം പാഞ്ഞുപോവുകയാണല്ലോ. കുട്ടികളിൽ ബഹുഭൂരിപക്ഷത്തിനും പഠനമൊഴിച്ച് ഒരു കാര്യത്തിലും കാര്യമായ താല്പര്യമില്ലെന്ന് സ്വ. ലേ മാർ (സ്വന്തം ലേഖകർ) അറിയുന്നി ല്ലെന്ന് മാത്രം. അതുമല്ല അനാവശ്യചിന്തയും സംസാരവും തങ്ങ ളുടെ ഏകാഗ്രതയെ ബാധിക്കുമെന്നും അവർ അറിയുന്നില്ല. ഫൈനൽ പരീക്ഷയ്ക്ക് ഇനിയും സമയമുണ്ടല്ലോ എന്ന ആശ്വാസത്തിന്റെ വിഡ്ഢിലോകത്തിലായിരിക്കാം അവർ.

പി.ടി.എ.

ഹയർ സെക്കണ്ടറി പി.ടി.എയ്ക്ക് കുറച്ച് ഗൗരവം കൂടും. ചർച്ച കളെല്ലാം ലക്ഷ്യമിടുന്നത് അതു കഴിഞ്ഞു വരുന്ന എൻട്രൻസ് പരീക്ഷയെയാണ്. ഫസ്റ്റ് ചാൻസിൽ മെറിറ്റ് അഡ്മിഷൻ അധികം പേർക്ക് വിധിച്ചതല്ലെങ്കിലും രക്ഷിതാക്കളുടെ മോഹത്തിന് അതിർത്തി യില്ലല്ലൊ. അതുകൊണ്ട് പഠനകാര്യങ്ങൾ രക്ഷകർത്താക്കൾ പ്രത്യേകം വിലയിരുത്തി അദ്ധ്യാപകരുടെ കുറവുകൾ മീറ്റിംഗിൽ ഉന്നയിക്കും. അതുകൊണ്ട് മിസ്സുമാരും ടെൻഷനിലായിരിക്കും. കൂടുതൽ നെഗ റ്റീവ് അഭിപ്രായങ്ങളാണെങ്കിൽ പ്രിൻസിപ്പൽ ഇവരെ ഒഴിവാക്കി, മറ്റെവിടെ നിന്നെങ്കിലും മികച്ചവരെ കൊണ്ടുവരും.

തലേവർഷം ഇപ്രകാരം ഒരു സംഭവമുണ്ടായത് മൊത്തം അദ്ധ്യാ പകർക്കുള്ള മുന്നറിയിപ്പായിരുന്നു. പല കുട്ടികളുടെയും മാതാ പിതാക്കൾ കോളേജ് അദ്ധ്യാപകരുമുണ്ട്. അദ്ധ്യാപകരുടെ പെർ ഫോർമൻസ് വിലയിരുത്താൻ അവർക്ക് എളുപ്പമായിരിക്കുമല്ലോ.

രക്ഷകർത്താക്കൾ അദ്ധ്യാപകനെ വ്യക്തിപരമായി കണ്ട് കാര്യ ങ്ങൾ മനസ്സിലാക്കും. പ്രിൻസിന്റെ അച്ഛന് മകന്റെ നിലവാരം വ്യക്ത മായി അറിയുന്നതുകൊണ്ട് അല്പസമയം ഭാര്യയോടൊപ്പം മിസ്സിനെ കാണുമെന്നു മാത്രം. അന്ന് സംസാരത്തിനിടയിൽ ഓഫീസിൽ പോയി ഫീസ് അടയ്ക്കണമെന്നു പറഞ്ഞിട്ട് അദ്ദേഹം സംഭാഷണം അവസാനിപ്പിച്ച് പോയി. വീണുകിട്ടിയ സമയം മിസ് ഉപയോഗിച്ചു.

''ഓവർ ഫ്രണ്ട്ഷിപ്പിനൊന്നും പ്രിൻസ് പോകാതിരിക്കുന്നതീ നല്ലത്.'' പെട്ടെന്ന് അമ്മയ്ക്ക് കാര്യം മനസ്സിലായില്ല. ''പിള്ളേര് അവന്റെ ഒരു ഫ്രണ്ട്ഷിപ്പിനെക്കുറിച്ച് എന്തൊക്കെയോ പറയുന്നതു കേട്ടു. അവന്റെ പഠിപ്പിനെ അതൊന്നും ബാധിക്കരുതെന്നു തോന്നി യതുകൊണ്ട് മാത്രം സൂചിപ്പിച്ചുവെന്നേയുള്ളൂ. ഞാനും ഒരു അമ്മ യല്ലേ.''

മിസ് പറഞ്ഞു നിർത്തിയപ്പോഴേക്കും അമ്മ അസ്വസ്ഥയായി.

''വേറെ പ്രശ്നങ്ങളൊന്നും ഇല്ല. ഒന്ന് സൂചിപ്പിച്ചെന്നേയുള്ളൂ. പിള്ളാരല്ലേ.''

മിസ് സംസാരം മയപ്പെടുത്തി. അപ്പോഴേക്കും അച്ഛൻ ഓഫീസിൽനിന്ന് തിരിച്ചെത്തി.

''പ്രിൻസ് ഞങ്ങളുടെ പ്രതീക്ഷയാണ് കേട്ടോ'' എന്ന് അച്ഛനോട് മിസ് പറഞ്ഞതിന് അച്ഛനിൽനിന്ന്, ''നോക്കാം'' എന്നൊരു വാക്കല്ലാതെ ഒരു പ്രതികരണവുമുണ്ടായില്ല. തന്റെ മകനെ നന്നായി മനസ്സിലാക്കിയ ആളാണ് അച്ഛൻ.

എന്നാൽ അമ്മയുടെ പരിഭ്രാന്തി ഭർത്താവ് മുഖത്തുനിന്ന് വായിച്ചെടുത്തു. ''നിനക്കെന്തുപറ്റിയെന്ന് അച്ഛൻ ചോദിച്ചപ്പോഴേക്കും ഒരു വിങ്ങിപ്പൊട്ടലായിരുന്നു പ്രതികരണം. കരച്ചിലിനിടയിൽ വാക്കുകൾ മുറിഞ്ഞുപോകുന്നുണ്ടായിരുന്നു. ''നമ്മുടെ മോന് ഓവർ ഫ്രണ്ട്ഷിപ്പാണെന്ന് മിസ് പറയുന്നു.''

ഇതു കേട്ട അച്ഛൻ കാറിന്നകത്തിരുന്ന് ഉറക്കെ ചിരിച്ചു.

''ഇതാണോ വലിയ പ്രശ്നം?'' ഈ പ്രായം ഫ്രണ്ട്ഷിപ്പിന്റെ സമയമല്ലേ? നിനക്കും അറിഞ്ഞുകൂടേ? അന്ന് തിക്കോടി മനയിലെ ഒരു വേളിക്കു വന്നപ്പോഴല്ലേ, പാവാടയും കുട്ടിബ്ലൗസും ധരിച്ച നിന്നെ ഞാൻ ആദ്യമായി കാണുന്നത്. അന്ന് നീ ധരിച്ച ഇളംമഞ്ഞ പാവാടയും കടുത്ത മഞ്ഞ ബ്ലൗസും കസവുകരയും മനസ്സിൽ ഒപ്പിയെടുത്തല്ലേ ഞാൻ വലിയ തിരുമേനിയോടൊപ്പം ഇല്ലത്തേക്ക് മടങ്ങിയത്. എത്രകൊല്ലം ആ ചിത്രം മനസ്സിൽ ചില്ലിട്ട് സൂക്ഷിച്ചു.

പേര് വ്യക്തമായി നിശ്ചയമില്ലാത്തതിനാൽ ഒരു ദിവസം ക്ലാസ് കട്ട് ചെയ്ത് തിക്കോടി മനയുടെ സമീപമുള്ള സുഹൃത്തിന്റെ വീട്ടിലെത്തിയലല്ലേ പേരു മനസ്സിലാക്കിയത്. അതു കഴിഞ്ഞ് അമ്മയുടെ ചുറ്റിക്കെട്ടിയ ചേലയിൽ തൂങ്ങി നടന്ന് ഇക്കാര്യമൊന്ന് അവതരിപ്പിക്കാൻ കഴിഞ്ഞ പാട് നിനക്കറിയോ? അതൊക്കെയാണ് പ്രേമത്തിന്റെ സാഹസിക സൗന്ദര്യം. നീ ഇതേക്കുറിച്ചൊന്നും ഉണ്ണിയോട് ചോദിക്കരുത്. പ്രിൻസ് ആരാണെന്ന് അവന്റെ അച്ഛന് നന്നായി അറിയാം. വ്യസനിച്ച് സന്തോഷം നഷ്ടപ്പെടുത്തരുത്.''

ഇക്കഥയിൽ പകുതിയും പ്രിൻസിന്റെ അമ്മയ്ക്കറിയില്ല. അച്ഛൻ അധികം സംസാരിക്കുന്ന പ്രകൃതിക്കാരനൊന്നുമല്ലല്ലോ. ഏതായാലും മനസ്സിന് നഷ്ടപ്പെട്ട ധൈര്യവും സന്തോഷവും തിരിച്ചുപിടിച്ചുതന്നെയാണ് അവർ വീട്ടിലെത്തിയത്.

അസഹ്യമായ മൗനനൊമ്പരം

സ്നേഹം നിറഞ്ഞുനിൽക്കുന്ന മനസ്സിനെ മാത്രമേ മൗനം നൊമ്പരപ്പെടുത്തുകയുള്ളൂ. അപ്പോൾ തനിക്ക് രേണുവിനോട് വലിയ സ്നേഹമുണ്ട്, മറക്കാനാവാത്ത സ്നേഹം. പക്ഷേ, ഒന്നിലേക്കും എടുത്തുചാടുന്ന സ്വഭാവം പ്രിൻസിനില്ല. സമൂഹത്തിൽ വലിയ ബഹുമാനിക്കപ്പെടുന്നതാണ് തന്റെ കുടുംബമെന്ന് പ്രിൻസിനറിയാം. ഒരു പ്രദേശത്തിന്റെ രാജാധികാരിയായിരുന്നു തന്റെ മുത്തച്ഛൻ. അച്ഛൻ ജനകീയചിന്താഗതിക്കാരനായതിനാൽ തമ്പാൻ വിളിയും തനിക്ക് വന്നുചേരേണ്ട 'വർമ്മ' സ്ഥാനവും ഒഴിവായെന്നു മാത്രം. എന്നാലും നാലോണ ദിവസം എല്ലാ കുടിയാന്മാരും ഒത്തുചേരുമ്പോൾ രാജപ്രൗഢി ഒരിക്കൽകൂടി ഓർമ്മിക്കും.

അതിനാൽ നിലനിൽക്കുന്ന കുടുംബത്തിന്റെ വിലയും നിലയും ഒരു കാരണവശാലും നഷ്ടപ്പെടുത്താതിരിക്കാൻ പ്രിൻസ് ശ്രദ്ധിക്കുമായിരുന്നു. തനിക്ക് രേണുവിനോടുള്ള സ്നേഹവും പരസ്യമായി പ്രകടിപ്പിക്കാതിരിക്കാൻ ഉണ്ണി പ്രത്യേകം ആത്മനിയന്ത്രണം പാലിച്ചു. എങ്കിലും മൗനനൊമ്പരം അസഹനീയം. ലക്ഷ്യം മുമ്പിൽ ഉയർന്നു നിൽക്കുന്നതിനാൽ പഠനത്തിന്റെ തീവ്രതയിൽ അവൻ സർവ്വവും മറക്കും.

അച്ഛന്റെ പുസ്തകശേഖരത്തിൽനിന്ന് ഒരിക്കൽ ആസ്വദിച്ചു വായിച്ച 'രമണൻ' രേണുവുമായുള്ള സനേഹത്തെ ആഴമായി ബാധിച്ചിട്ടുണ്ട്. ഉണ്ണി രണ്ടു പ്രാവശ്യം രമണൻ വായിച്ചിട്ടുണ്ട്.

''കാനനച്ചോലയിൽ ആടുമേയ്ക്കാൻ,

ഞാനും വരട്ടെയോ നിന്റെ കൂടെ?''

നിഷ്കളങ്ക കൗമാരപ്രണയഗീതം ഇടയ്ക്കിടെ ഹൃദയത്തിൽ അലയടിക്കുമായിരുന്നു എന്നതാണ് സത്യം.

മൗനം തുടരുന്നതിനിടയിൽ ആകാശത്തുനിന്ന് ഇടിത്തീയ് വർഷിക്കുന്നതുപോലെ സ്കൂൾ സമയം അവസാനിക്കുന്നതിനു

മുമ്പ് അനൗൺസ്മെന്റ് എത്തി. അടുത്ത ദിവസം കാലത്ത് പത്തു മണി മുതൽ ഒരുമണി വരെ മോഡൽ എൻട്രൻസ് പരീക്ഷ.

''ഒരു കുപ്പിവെള്ളം ഒഴികെ പേനയോ റിസ്റ്റ് വാച്ചോ ഒന്നും കൊണ്ടുവരരുത്. മെറ്റൽ ഡിറ്റക്ടർ ഉപയോഗിക്കുമെന്നതിനാൽ ഒരു വസ്തുവും പോക്കറ്റിൽ പോലും കരുതരുത്.''

വിദ്യാർത്ഥികളും അദ്ധ്യാപകരും ഞെട്ടി. പരീക്ഷ മേൽനോട്ടത്തിന് പരീക്ഷ നടത്തുന്ന ഏജൻസിക്കാരുടെ സൂപ്പർവൈസർമാരാകും. ടീച്ചേഴ്സ് പരീക്ഷ കഴിയുന്നതുവരെ സ്റ്റാഫ് റൂമിൽ കാത്തിരിക്കണം. ഹാൾ നമ്പറിട്ട ഉത്തരക്കടലാസുകൾ തിരികെ വാങ്ങിക്കഴിഞ്ഞാൽ 'ഏൻസർ കീ' ഉപയോഗിച്ച് പേപ്പർ നോക്കി, വിദ്യാർത്ഥികളേയും രക്ഷകർത്താക്കളേയും മാർക്കറിയിക്കണം.

ഫൈനൽ പരീക്ഷയ്ക്ക് വളരെ മുമ്പുതന്നെ ഇത്തരം ഒരു പരീക്ഷ നടത്തിയത് കുട്ടികളുടെ നിലവാരവും തയ്യാറെടുപ്പും എവിടെ എത്തിയെന്ന് അറിയാൻ വേണ്ടിയാണ്.

''നമ്മുടെ പ്രിൻസിപ്പലിനെയാണ് വിദ്യാഭ്യാസ ഡയറക്ടറാക്കേണ്ടത്.''

ചില അദ്ധ്യാപികമാർ അഭിപ്രായപ്പെട്ടു. മറ്റൊരു സ്ഥാപനത്തിലും ഇത്തരമൊരു ഫ്ളാഷ് എൻട്രൻസ് ടെസ്റ്റ് നടത്തിയതായി കേട്ടുകേൾവി പോലുമില്ല.

ഉത്തരക്കടലാസും മാർക്ക് ലിസ്റ്റും പ്രിൻസിപ്പലിനെ ഏല്പിച്ച് അദ്ധ്യാപകർ പോയി. അടുത്ത ദിവസം ടീച്ചേഴ്സിന്റെ സാന്നിധ്യത്തിൽ ഒരു വിലയിരുത്തലിനായി എൻട്രൻസ് കോച്ചിങ് കേന്ദ്രത്തിൽ നിന്ന് എക്സ്പർട്ട്സ് വരും. അതുവരെ എല്ലാവർക്കും ഉത്ക്കണ്ഠയുടെ ഇടവേള.

''ഒരു കൊച്ചു പരീക്ഷ കഴിയുമ്പോഴേക്കും ഇത്ര ടെൻഷൻ വേണോ?'' മഹാഭാഗ്യമെന്നപോലെ രേണു മുമ്പിൽ വന്നുപെട്ടപ്പോൾ പ്രിൻസ് ഉറക്കെ ചോദിച്ചു.

മറുപടി കാണാതായപ്പോൾ ഒരിക്കൽകൂടി ചോദിച്ചു. അല്പം തിരക്കിലാണെന്നു പറഞ്ഞ് രേണു വേഗം നടന്നുപോയി. ഇടിവെട്ടേറ്റ പോലെയായി പ്രിൻസിന് ആ പ്രതികരണം. അല്പസമയം അവന് അവിടെത്തന്നെ നിന്നു. ഒരു കൂട്ടുകാരൻ പരീക്ഷയെക്കുറിച്ച് ചോദിച്ചപ്പോഴാണ് അവന് സ്ഥലകാലബോധമുണ്ടായത്. അവൻ യാന്ത്രികമായി എന്തോ പറഞ്ഞു. ''അല്പം തിരക്കിലാ.''

എന്താണ് പറഞ്ഞത് എന്നുപോലും ഓർത്തെടുക്കാൻ പറ്റാത്തതുപോലെ അവൻ ഗേറ്റിലേക്ക് നടന്നു. അച്ഛൻ കാറുമായി

കാത്തിരിപ്പുണ്ടായിരുന്നു. പരീക്ഷ സംഘടിപ്പിച്ച രീതിയിലും ഉണ്ണിയുടെ പെർഫോർമൻസിലും അദ്ദേഹത്തിനു സംശയമൊന്നുണ്ടായിരുന്നു.

''എന്താ ഉണ്ണീ ഒരു മൗനം? മുഖത്തു പ്രസാദമില്ലാത്തതു പോലെ.'' അച്ഛന്റെ സംശയം.

''നന്നായിരുന്നു അച്ഛാ. പിന്നെ ഇന്നലെ കുറച്ച് വൈകിയാണല്ലോ ഉറങ്ങിയത്.''

സംഭാഷണം ലാഘവമായി പുരോഗതിയിലേക്ക്. ഉണ്ണി സന്തോഷവാനായി ഭാവിച്ചു. പരീക്ഷയുടെ സിസ്റ്റവും മെത്തഡോളജിയും അച്ഛന് നന്നേ ഇഷ്ടപ്പെട്ടു. നല്ല മാർക്കുണ്ടാകുമെന്ന് പ്രിൻസ് അച്ഛന് ഉറപ്പുകൊടുത്തു. അത് അച്ഛനും ഉറപ്പായിരുന്നു.

ഉണ്ണിക്കിഷ്ടമുള്ള തേങ്ങ വിളയിച്ചുചേർത്ത അടയും ചായയും അമ്മ തയ്യാറാക്കി കാത്തിരിക്കുകയായിരുന്നു. അത്താഴത്തിന് ചില സ്പെഷലും അമ്മ കരുതിയിരുന്നു.

കാപ്പിയും പലഹാരവും അത്താഴവും മൂവർസംഘം സ്നേഹ സംഭാഷണംകൊണ്ട് കൊഴുപ്പിച്ചു. അവസാനം അമ്മയുടെ 'സർപ്രൈസ്' – ഉണ്ണിക്കിഷ്ടമുള്ള അടപ്രഥമൻ.

പക്ഷേ, രേണുവിന്റെ സ്വഭാവമാറ്റം തേങ്ങപ്പാലും മുറിച്ചിട്ട അടക്കഷണങ്ങളും ഉണ്ണിയുടെ മനസ്സിൽ തിളച്ചുകൊണ്ടിരുന്നു.

രേണുവിന്റെ വീട്ടിലും സന്തോഷത്തിന് വകയുള്ള ചില മാറ്റങ്ങൾ ഉണ്ടായി. അച്ഛൻ ജോലി ചെയ്യുന്ന മാർബിൾ കമ്പനിയുടെ മാനേജർ എന്ന തസ്തികയിൽ അദ്ദേഹം നിയമിക്കപ്പെട്ടു. മാർബിളിനെക്കുറിച്ചുള്ള അറിവും ജോലിയിലുള്ള ആത്മാർത്ഥതയും മനസ്സിലാക്കിയ ഉടമസ്ഥനാണ് ഈ ജോലിക്കയറ്റം നൽകിയത്. സാമാന്യം ഉയർന്ന ശമ്പളവർദ്ധനവും നൽകി. അതോടെ വില്യമിന്റെ സ്ഥാനം കമ്പനിക്കും വീടുപണി കോൺട്രാക്ടർമാർക്കുമിടയിൽ വർദ്ധിച്ചു. വില്പന വർദ്ധിപ്പിക്കുക എന്ന ഉദ്ദേശ്യത്തോടെ ഒരിക്കലും വില്യം വ്യാജം പറയുകയില്ലെന്ന് അവർക്കെല്ലാം അറിയാം. ദൈവത്തിനുള്ള നന്ദിയായി കുടുംബം വേളാങ്കണ്ണിയിലേക്ക് തീർത്ഥയാത്ര നടത്തി. രേണുവിന്റെ പരീക്ഷയ്ക്കു മുമ്പ് വേളാങ്കണ്ണിയാത്ര നേരത്തേ കരുതിയത് അല്പം നേരത്തെയാക്കിയെന്നു മാത്രം.

അസ്തമിക്കാത്ത അസൂയ

ഇതുവരെ ആരോടും കാണിക്കാത്ത സ്നേഹമാണ് പ്രിൻസ് സ്കൂൾ കാന്റീനിൽ അവളുമായി ഒരുമിച്ചിരുന്നു ഭക്ഷണം കഴിച്ചപ്പോൾ അവൾക്കു കൊടുത്തത്. സിംഗപ്പൂരിൽനിന്ന് വേറൊരാൾക്കും അവൻ ഒരു സമ്മാനവും വാങ്ങിയിരുന്നില്ല. അതെല്ലാം മനസ്സിലാക്കിയിട്ടും എന്തേ അവൾ അകൽച്ച കാണിക്കുന്നത്. മനസാ വാച കർമ്മണാ രേണുവിനെതിരെ ഒന്നും താൻ ചെയ്തിട്ടുമില്ല. സ്വാഭാവികമായും പ്രിൻസ് അസ്വസ്ഥനായി.

ആൺകുട്ടികൾക്കിടയിലും പ്രിൻസിന് ഉറ്റസുഹൃത്തുക്കളുണ്ടായിരുന്നില്ല. അച്ഛന്റെ സഹപാഠിയായിരുന്ന അങ്കിളിന്റെ മകൻ വിഷ്ണു എന്നു കുട്ടിയോടു മാത്രമേ സ്നേഹസംഭാഷണങ്ങൾ നടത്താറുള്ളൂ. ഒരു ദിവസം ക്ലാസ് കഴിഞ്ഞശേഷം വിഷ്ണു പ്രിൻസിനെ കാന്റീനിൽ കാപ്പിക്ക് ക്ഷണിച്ചു.

''കുറച്ചുനാളായയല്ലോ ഉണ്ണിയെ കണ്ടിട്ട്.''

വിഷ്ണുവിന് മാത്രമേ അറിയൂ. ഉണ്ണിയെന്നാണ് വീട്ടിൽ വിളിക്കുന്ന പേര്.

കഴിഞ്ഞ മോഡൽ എൻട്രൻസ് പരീക്ഷയെക്കുറിച്ച് ആരംഭിച്ച സംഭാഷണം പിന്നീട് വളരെ രഹസ്യമായ വ്യക്തിപരമായ സംഭാഷണങ്ങളിലേക്ക് നീങ്ങി. ''രേണുവും ഉണ്ണിയും തമ്മിൽ ആഴമേറിയ പ്രേമത്തിലാണെന്നും വളരെയധികം സമയം നഷ്ടപ്പെടുത്തുന്നു, ഉണ്ണിയുടെ അച്ഛനും അമ്മയ്ക്കും ഇഷ്ടമില്ലാത്ത കാര്യമാണ് ഉണ്ണി ചെയ്യുന്നത്, മാത്രമല്ല രേണു വളരെ താഴ്ന്ന വിഭാഗത്തിൽപ്പെട്ടവളാണ്. ഇന്നാട്ടുകാരിയല്ല, അവളുടെ പിതാവ് മതം മാറിയ ആളാണ്. ഉണ്ണി വലിയ നാലുകെട്ടിലും ഉയർന്ന തമ്പ്രാൻ സ്ഥാനമുള്ള ആളല്ലേ. ഇത് ചേർന്നുപോകുമോ ഉണ്ണീ?''

വിഷ്ണുവിന്റെ വാക്കുകളിലെ സത്യസന്ധത പ്രിൻസിന് ബോധ്യമായി. പക്ഷേ,

ഉണ്ണി ഉള്ളു തുറന്നു. ''എനിക്കവളെ കണ്ടപ്പോൾതന്നെ എന്തോ അസാധാരണമായ ചൈതന്യം തോന്നി. എത്ര ഐശ്വര്യമുള്ള കുട്ടി. ധാരാളിത്തക്കാരുമായി അവൾക്ക് കൂട്ടില്ല എന്നതു ശരി, പക്ഷേ, ഒരു കുറവും ഞാൻ കാണുന്നില്ല. മറ്റു കാര്യങ്ങളേക്കാൾ ആ വ്യക്തിയുടെ മേന്മയിലല്ലേ നാം ശ്രദ്ധിക്കേണ്ടത് എന്റെ അച്ഛനിൽ നിന്നാണ് ഞാൻ ജീവിതമൂല്യങ്ങളെക്കുറിച്ച് പഠിച്ചത്. അല്ലെങ്കിൽ മാളികവീട്ടിലെ തമ്പ്രാൻകുട്ടിയായി ഞാൻ വലിയ ആളാണെന്ന് കരുതി ഗമ കാണിച്ചു നടക്കുമായിരുന്നു.

ഏതായാലും ഞാൻ ഇക്കാര്യത്തെക്കുറിച്ചൊന്നും അച്ഛനമ്മമാരോട് സംസാരിച്ചിട്ടില്ല. ആരോ അമ്മയെ തെറ്റിദ്ധരിപ്പിച്ചിട്ടുണ്ടെന്ന് തോന്നുന്നു. കാരണം ഓവർ ഫ്രണ്ട്ഷിപ്പ് എൻട്രൻസ് പരീക്ഷയെ ബാധിക്കുമെന്ന് ഒരിക്കൽ അമ്മ സംസാരത്തിൽ സൂചിപ്പിച്ചിരുന്നു. ഗൗരവമായിട്ടൊന്നുമല്ല. എന്തായാലും അച്ഛനമ്മമാരെ തള്ളി ഞാൻ ഒരു വിവാഹം ചെയ്യുമെന്ന് വിഷ്ണു കരുതുന്നുണ്ടോ?''

കാന്റീൻ ക്ലോസ് ചെയ്യുന്നുവെന്ന അറിയിപ്പുമായി മാനേജർ എത്തിയപ്പോഴാണ് സമയമേറെയായെന്ന് ഇരുവരും അറിഞ്ഞത്.

''ഉണ്ണീ, എനിക്കൊരു ആശങ്ക മാത്രമേയുള്ളൂ. ഇക്കാര്യം മൂലം നീ മാർക്കിൽ പിന്നോക്കം പോകരുത്. അത് ശ്രദ്ധിച്ചാൽ മതി. അഭ്യൂഹങ്ങളൊന്നും നീ ഗൗരവമാക്കേണ്ട.''

ആ നല്ല കൂട്ടുകാർ വീടുകളിലേക്ക് തിടുക്കത്തിൽ പോയി.

രേണുവിന്റെ അച്ഛൻ ഇപ്പോൾ കമ്പനി മാനേജരായെന്നും അവർ നല്ലൊരു വീട്ടിലാണ് താമസിക്കുന്നത് എന്നൊന്നും വിഷ്ണുവിന് അറിയാമായിരുന്നില്ല. കമ്പനിയുടെ മാനേജർ മാത്രമല്ല, പാർട്ണർ എന്ന സ്ഥാനമാണ് ഉടമ രേണുവിന്റെ അച്ഛന് നൽകിയിട്ടുള്ളത്. ഉടമയ്ക്ക് പ്രായമായതിനാലും മക്കളില്ലാത്തതിനാലും മാർബിൾ കമ്പനിയുടെ ഉടമ എന്ന നിലയിലാണ് സമൂഹം അദ്ദേഹത്തെ കണ്ടിരുന്നത്.

ട്രയലിൽ നോ ഇറർ

അടുത്ത ദിവസം അദ്ധ്യാപകരുടേയും എൻട്രൻസ് കോച്ചിങ് സ്പെഷ്യലിസ്റ്റുകളുടെയും സാന്നിധ്യത്തിൽ ഉത്തരക്കടലാസുകളിൽ ഉയർന്ന മാർക്ക് ലഭിച്ചവരുടെ ഉത്തരഷീറ്റുകൾ മാത്രം വീണ്ടും വിശകലനം ചെയ്തു. ഒന്നുംതന്നെ ഡയറക്റ്റ് ചോദ്യങ്ങളല്ല. വിഷയങ്ങൾ അപഗ്രഥിച്ച് പഠിച്ചവർക്കു മാത്രമേ ചോദ്യങ്ങളിൽ ഒളിപ്പിച്ചിരിക്കുന്ന കാര്യങ്ങൾ മനസ്സിലാക്കാൻതന്നെ കഴിയുകയുള്ളൂ. ചാൻസ് നോക്കിടിക്ക് ചെയ്യുന്നവർക്ക് തെറ്റിയാൽ മൈനസ് മാർക്കാണ് ലഭിക്കുക. കുറച്ചൊക്കെ ഭാഗ്യവും വേണം.

ഉയർന്ന മാർക്ക് പ്രതീക്ഷിച്ചിരുന്നവർക്കുതന്നെയാണ് മികച്ച മാർക്ക് കിട്ടിയത്. ഇതിൽ പ്രിൻസ്, രേണു തുടങ്ങിയ ഇരുപത്തിയഞ്ചോളം പേരുണ്ട്. മുപ്പതോളം പേർക്ക് പരീക്ഷാതീയതി മനസ്സിലാകാതെ ചില ഉത്തരങ്ങളെക്കുറിച്ച് ആലോചിച്ച് സമയം നഷ്ടപ്പെടുത്തി അവസാനത്തെ കുറേ ചോദ്യങ്ങൾ എഴുതാൻ കഴിഞ്ഞില്ല. നാല്പത്-അമ്പത് ചോദ്യങ്ങൾക്ക് ഉത്തരം നൽകാൻ കഴിയാതെ മാർക്ക് നഷ്ടപ്പെട്ടവർ, ആദ്യചോദ്യങ്ങൾക്കെല്ലാം ശരിയായ ഉത്തരം നൽകിയവരാണ്. മുപ്പതോളം വിദ്യാർത്ഥികൾക്കും പൊതുവേ അദ്ധ്യാപകർക്കും വേറെ വേറെ കോച്ചിങ് നൽകണമെന്ന എൻട്രൻസ് എക്സ്പർട്ടുകളുടെ നിർദ്ദേശം സ്വീകരിക്കപ്പെട്ടു. പി.ടി.എയുമായി ആലോചിച്ച് അതിനുള്ള തുക കണ്ടെത്തണം.

പ്രിൻസിപ്പൽ നടത്തിയ ചർച്ച അതിനും തീരുമാനമായി. പകുതി തുക പി.ടി.എയും ബാക്കി മാനേജ്മെന്റും. സ്പെഷൽ കോച്ചിങ് ലഭിച്ചാൽ കൂടുതൽ കുട്ടികൾ പ്രൊഫഷണൽ കോളേജുകളിലെത്തും.

അന്നു വൈകീട്ട് പ്രിൻസിപ്പൽ വിളിച്ചുചേർത്ത ഫൈനൽ ഇയർ കുട്ടികളുടെ യോഗത്തിൽ റിസൾട്ട് പ്രഖ്യാപിച്ചു. ആദ്യറാങ്കുകളിൽ പ്രിൻസിന്റെയും രേണുവിന്റെയും പേരുകൾ കേട്ടപ്പോൾത്തന്നെ

സ്റ്റാഫിൽ ഇവരെക്കുറിച്ച് അടിസ്ഥാനമില്ലാത്ത കഥകൾ പ്രചരിപ്പിച്ച മിസ് ഞെട്ടിയിട്ടുണ്ടാകണം.

''ഹലോ, കൺഗ്രാജുലേഷൻസ്.''

ഹാളിൽ നിന്ന് പുറത്തിറങ്ങുമ്പോൾ പ്രിൻസ് രേണുവിന്റെ അടുത്തേക്ക് വേഗം നടന്നു. സന്തോഷം പറഞ്ഞു. കേട്ടില്ലെന്ന മട്ടിൽ നടന്ന രേണുവിന്റെ അടുത്തുചെന്ന് വീണ്ടും ഇതാവർത്തിച്ചപ്പോൾ നിർവികാരയായി ഒരു 'താങ്ക്സ്' പറഞ്ഞ രേണു നടന്നു നീങ്ങിയത് പ്രിൻസിന് മനോവിഷമമുണ്ടാക്കി. നല്ല കൂട്ടുകാർ പ്രിൻസിന്റെ പിന്നാലെയെത്തി, കലക്കി, എക്സ്പെക്റ്റഡ് എന്നെല്ലാം പറഞ്ഞു. ചിലർക്ക് ട്രീറ്റ് വേണം. വിഷ്ണു അവനെ നിർബന്ധിച്ച് കാന്റീനിലേക്ക് കൊണ്ടുപോയി.

''എനിക്ക് സന്തോഷമായി ഉണ്ണീ. ഇന്ന് എന്റെ വക ട്രീറ്റ് എന്തു വേണമെങ്കിലും ആവാം.''

വിഷ്ണുവും ഉയർന്ന റാങ്ക് നേടിയ ലിസ്റ്റിൽ ഉണ്ടായിരുന്നു.

''എനിക്ക് വടയും നെയ്റോസ്റ്റും.''പ്രിൻസ്

''എന്നാൽ എനിക്കും അതുതന്നെ മതി.'' വിഷ്ണു

''പക്ഷേ നിന്റെ ട്രീറ്റ് നാളെത്തന്നെ വേണം. നീട്ടിവെക്കാനാവില്ല. നാളെ ഉച്ചയ്ക്ക് ചിക്കൻ ബിരിയാണി.''

കൂട്ടുകാർ നിറഞ്ഞ സന്തോഷത്തിലാണ്. പ്രിൻസിന്റെ മൂഡ് ഓഫ് മാറി.

''രണ്ടുപേരും ഒരേ ഡിറക്ഷനിലാണല്ലോ.'' വിഷ്ണു

''കണ്ടുകാണണം. രേണു ഇപ്പോൾ എന്നെ മൈന്റ് ചെയ്യുന്നില്ല. മാത്രമല്ല, കണ്ടുമുട്ടാതിരിക്കാൻ ശ്രമിക്കുന്നതുപോലെ തോന്നുന്നു. എന്തോ ഒരു വിഷമം. ഇനി അവൾക്ക് വല്ല തെറ്റിദ്ധാരണയുണ്ടായാവോ?'' പ്രിൻസിന്റെ ആശങ്ക.

''പ്രിൻസ്, ഞാൻ ആ വിഷയത്തിലേക്കാണ് വരുന്നത്. ഗൗരവമായ തെറ്റിദ്ധാരണ ജനിപ്പിക്കാൻ രണ്ടുമൂന്ന് പെൺകുട്ടികൾ കാര്യമായി പ്രവർത്തിക്കുന്നുണ്ട്. സമൂഹത്തിൽ ഉന്നതസ്ഥാനീയനായ പ്രിൻസ് രേണുവുമായുള്ള സ്നേഹം വെറും ഒരു ടൈം പാസ് കളിയാണെന്നും അത് ഒരിക്കലും വാസ്തവമല്ലെന്നും അവർ അവളെ തെറ്റിദ്ധരിപ്പിച്ചിട്ടുണ്ട്. സാമ്പത്തികമായി താഴ്ന്ന നിലയിലുള്ള രേണുവിനെ സമൂഹത്തിൽ ഉന്നതസ്ഥാനീയനായ ഉണ്ണി ഒരിക്കലും ജീവിത പങ്കാളിയാക്കില്ലെന്നും അഥവാ വിവാഹം നടക്കുന്നെങ്കിൽത്തന്നെ

നാലുകെട്ട് മാളികയിൽ രേണുവിന് സന്തോഷത്തോടെ ജീവിക്കാനാവില്ലെന്നുമാണ് ധരിപ്പിച്ചിരിക്കുന്നത്. ഇവർ തമ്മിൽ ചേരുമോ? അങ്ങനെയൊക്കെയാണ് ഏഷണിക്കാരുടെ പ്രചരണം.'' വിഷ്ണു നിർത്തി.

പ്രിൻസിന്റെ മുഖം വിളർത്തുപോയി. ഉയർച്ച-താഴ്ചയുടെ പ്രശ്നമല്ല അവനെ വേദനിപ്പിച്ചത്. അനാവശ്യമായ ഒരു റൂമറിന് താൻ ഇരയായി എന്നതും എത്തിപ്പിടിക്കാനാവുന്ന അവസ്ഥയിലെത്തിയ താൻ ഏറ്റവും വിലമതിക്കുന്ന രത്നത്തേക്കാൾ വിലമതിക്കുന്ന ഒരു ബന്ധത്തെ തകർക്കാനുള്ള ശ്രമവും അവനെ തളർത്തി.

''വിഷ്ണൂ, ഇതൊന്നും നീ കാര്യമാക്കേണ്ട. അസൂയ ഒരു മാനസികരോഗം പോലെയാണ്. ഒരു തീപ്പൊരിക്ക് വനത്തെ നശിപ്പിക്കാൻ കഴിയുമെന്നതുപോലെയാണ് അസൂയയും. മാത്രമല്ല, ഈ ചിന്ത അവൾ കാര്യമായെടുത്ത് അസ്വസ്ഥയായിരുന്നെങ്കിൽ ട്രയൽ ടെസ്റ്റിൽ ഇത്രയധികം മാർക്ക് നേടുന്നതെങ്ങനെ? 'ഷീ ഈസ് റിയലി സ്മാർട്ട്'. ഇക്കഥകളൊന്നും അവൾ വിശ്വസിക്കില്ല തീർച്ച.''

പ്രിൻസിന് തെല്ല് ആശ്വാസമായതുപോലെ. അവർ സ്നാക്കും കാപ്പിയും തീർത്ത് വീടുകളിലേക്ക് പിരിഞ്ഞു.

''പോക്ക് കണ്ടിട്ട് രണ്ടുപേരും ഒരേ മെഡിക്കൽ കോളേജിലെത്തുമെന്നാണ് എന്റെ കാൽക്കുലേഷൻ.''

വിഷ്ണു സ്നേഹത്തോടെ ഉണ്ണിയുടെ പുറത്ത് തലോടി. ഉണ്ണി പുഞ്ചിരിയിലായിരുന്നു.

ട്രയൽ പരീക്ഷാഫലം വീട്ടിൽ അറിയിച്ചതോടെ സന്തോഷം കൊണ്ട് ഉണ്ണിയുടെ അമ്മ മോന്റെ നെറ്റിയിൽ ഉമ്മവെച്ചു. അച്ഛന്റെ അനുമോദനം 'എക്സലെന്റ്' എന്ന വാക്കിൽ ഒതുക്കി. അദ്ദേഹം അധികം സംസാരിക്കുന്ന സ്വഭാവക്കാരനായിരുന്നില്ലല്ലോ. പിന്നെ ഉണ്ണിയെ അച്ഛന് നന്നായി അറിയുകയും ചെയ്യും.''

പാഞ്ഞുപോകുന്ന ദിവസങ്ങൾ

ക്രിസ്തുമസ് പരീക്ഷ കഴിഞ്ഞും നാലു ദിവസം മാത്രമേ അവധിയുണ്ടായിരുന്നുള്ളൂ. ഇനി പ്ലസ് ടു പരീക്ഷ. അതിലുപരി 'നീറ്റ്'. പ്ലസ് ടു പരീക്ഷ തയ്യാറെടുപ്പ് പോലും നീറ്റിനു വേണ്ടിയാണെന്ന പോലെയാണ് ടീച്ചേഴ്സും വിദ്യാർത്ഥികളും. പ്ലസ് ടു പരീക്ഷയ്ക്കു മുമ്പ് ഒന്നരമാസം പഠനാവധിയുണ്ട്. ഏതായാലും അന്തരീക്ഷം തികച്ചും ടൈറ്റ്. പിള്ളേര് അല്പമൊക്കെ മെലിയാൻ വരെ തുടങ്ങി.

ഇതിനിടയിൽ പ്ലസ് ടു പരീക്ഷ കഴിഞ്ഞാൽ ഉടൻ ആരംഭിക്കുന്ന പല എൻട്രൻസ് കോച്ചിങ്ങിന് ആളെ കൂട്ടാൻ വലിയ വലകളുമായി എത്താൻ തുടങ്ങി. ഇതിൽ ആദ്യം എത്തിയത് ഇവർക്ക് ട്രയൽ പരീക്ഷ നടത്തിയ സെന്ററുകാർ ആണ്. മാർക്ക് കുറഞ്ഞവരെ അവർക്ക് അറിയാമല്ലോ. വിജയവാഗ്ദാനങ്ങൾ, ഉടൻ ചേർന്നാൽ അമ്പതു ശതമാനം ഫീസിളവ് എന്നീ ആകർഷണങ്ങളുടെ വല നിറയാൻ വലിയ ബുദ്ധിമുട്ടുണ്ടായില്ല. നല്ല ആത്മവിശ്വാസമുള്ളവരും ഒട്ടും പ്രതീക്ഷയില്ലാത്തവരും പേരു കൊടുത്തില്ല. എളുപ്പം ജോലി ലഭിക്കുന്ന ടെക്നിക്കൽ കോഴ്സുകളാണ് ചിലർക്കിഷ്ടം. സ്വദേശത്തും വിദേശത്തും ജോലിസാധ്യതയുള്ള കോഴ്സുകളാണവ.

മോഡൽ പരീക്ഷ കഴിഞ്ഞു. പിരിയുന്നതിനു മുമ്പ് ഗ്രൂപ്പ് ഫോട്ടോ, സോഷ്യൽ പാർട്ടി എന്നിവയൊക്കെ നടന്നു. എല്ലാം പേരിനു മാത്രം. കാരണം ലക്ഷ്യം എൻട്രൻസ് ആണല്ലോ. ഇതിനിടയിൽ വീണു കിട്ടിയ ഇടവേളയിൽ പ്രിൻസ് രേണുവിന് 'ബെസ്റ്റ് വിഷസ്' കൊടുത്തു. 'സെയിം വിത്ത് യു' എന്ന മറുപടി ലഭിച്ചപ്പോൾ പ്രിൻസിന് ആശ്വാസമായി. ഹാൾ ടിക്കറ്റ് വാങ്ങാൻ കാണാം എന്ന് പ്രിൻസ് പറഞ്ഞത് രേണു കേട്ടുവോ എന്തോ. പഠിപ്പ് തലകയറിയ വിദ്യാർത്ഥികൾ വേഗം പിരിഞ്ഞു. അദ്ധ്യാപകരോട് യാത്ര പറയാൻപോലും വിദ്യാർത്ഥികൾ മറന്നു.

രക്ഷിതാക്കളാണോ വിദ്യാർത്ഥികളാണോ പരീക്ഷയെഴുതുന്നത് എന്ന് സംശയിക്കുമാറ് മാതാപിതാക്കന്മാർ മാറി മാറി ലീവ് എടുത്ത് മക്കൾക്ക് ധൈര്യം കൊടുത്ത് വീട്ടിലിരുപ്പായി. പരീക്ഷയടുക്കുമ്പോൾ

അമിത ടെൻഷനുള്ളവർക്ക് ഇത് സഹായകരമാണ്. കുട്ടികൾ ഗൗരവതരമായ കാര്യങ്ങൾ അഭിമുഖീകരിക്കാൻ കഴിവില്ലാത്തവരായി മാറുന്നു എന്നതാണ് ഇതിന്റെ പ്രത്യാഘാതം. ചെറിയ പിരിമുറുക്കം അനുഭവപ്പെടുമ്പോഴേക്കും ജീവനൊടുക്കുന്ന 'ടീൻ ഏജേഴ്സി'ന്റെ എണ്ണം വർദ്ധിക്കുകയല്ലേ.

ഹാൾ ടിക്കറ്റ് വാങ്ങാൻ എത്താൻ പ്രിൻസ് അല്പം വൈകി. ഓഫീസിലേക്ക് വേഗം നടക്കുന്നതിനിടയിൽ രേണു ലൈബ്രറിയിൽ നിന്ന് ഓഫീസിന്റെ അടുത്തേക്ക് വന്നു. രജിസ്റ്ററിൽ ഒപ്പിട്ട് ഹാൾ ടിക്കറ്റ് വാങ്ങി പുറത്തു വന്നപ്പോൾ, ''ഞാൻ കുറേ നേരമായി കാത്തിരിക്കുന്നു. ഹാൾ ടിക്കറ്റ് വാങ്ങാനെത്തുമ്പോൾ കാണണമെന്ന് പറഞ്ഞിരുന്നല്ലോ.''

രേണുവിന്റെ പുഞ്ചിരിയിൽ കലർന്ന പരാതി. പ്രിൻസിന് സന്തോഷമായി.

''അതിന് അന്ന് മറുപടിയൊന്നും പറയാതെയല്ലേ പോയത്. ഏതായാലും കാന്റീനിൽനിന്നൊരു ചായ കുടിക്കാം.''

രേണു ഒരു എതിർപ്പും പറയാതെ പ്രിൻസിനെ പിന്തുടർന്നു.

''ഞാൻ അല്പം പിണക്കത്തിലായിരുന്നു. ചിലർ എന്നെ വല്ലാതെ തെറ്റിദ്ധരിപ്പിച്ചു. ഐ ആം വെരി സോറി.'' രേണുവിന്റെ കണ്ണുകൾ സജലങ്ങളായി.

''പ്രിൻസിനെ 'മോൾക്ക്' അറിയാഞ്ഞിട്ടാ.''

'മോൾ' എന്ന അഭിസംബോധന പ്രിൻസ് ആദ്യമായിട്ടാണ് ഉപയോഗിക്കുന്നത്. പെട്ടെന്നങ്ങനെ വന്നുപോയതാണുതാനും.

''മോളോ?''

''അതെ. മോളുതന്നെ. പ്രിൻസിന്റെ ഉറച്ച ശബ്ദം.

''അത്രയ്ക്കു വേണോ?''

പ്രിൻസ് മറുപടിയൊന്നും പറയാതെ രേണുവിന്റെ കണ്ണുകളിലേക്ക് നോക്കിപ്പറഞ്ഞു.

''എന്നെ 'മോനേ...' എന്നു വിളിച്ചാൽ പരാതി കാൻസൽ ആവില്ലേ.''

രേണു മൗനത്തിൽ.

''ഇപ്പോൾ തെറ്റിദ്ധാരണയുടെ കാർമേഘമൊക്കെ മാറി പൂർണ്ണ നിലാവുദിച്ചില്ലേ?''

ചൂടുള്ള ചായയും വടയും. ഇരുവരും കൺകുളിർക്കേ നോക്കിയിരുന്നു, ആ പൂനിലാവിൽ. പിന്നെ അധികമൊന്നും വാക്കുകളുണ്ടായിരുന്നില്ല. മൗനം പരസ്പരം സംസാരിച്ചു, വാതോരാതെ.

''ഇനി പരീക്ഷ കഴിഞ്ഞു കാണാം.'' പ്രിൻസ്

''കാണണം.'' രേണു

അവർ ബൈ പറഞ്ഞു പിരിഞ്ഞു.

ഒരേ തൂവൽപക്ഷികൾ ഒരിടത്ത്

രേണുവിനും പ്രിൻസിനും പ്ലസ് ടു പരീക്ഷ ഒരു വലിയ വിഷയമായിരുന്നില്ല. എങ്കിലും പരീക്ഷ പരീക്ഷയും പരീക്ഷണവും തന്നെ. മാത്രമല്ല തങ്ങളുടെ അന്തിമലക്ഷ്യത്തിലേക്കുള്ള ഒരു കവാടം തന്നെയാണത്. പ്രതീക്ഷിച്ചതുപോലെ സ്കൂളിലെ കുട്ടികൾ തന്നെയാണ് ഫലത്തിൽ മുമ്പിൽ. പ്രിൻസിനും രേണുവിനും സ്റ്റഡി കംപാനിയൻസിനുമെല്ലാം ഉയർന്ന മാർക്കുണ്ട്. പക്ഷേ, അതുകൊണ്ടായില്ല. എൻട്രൻസ് കവാടം കടന്നുകിട്ടണം. അതും ഉയർന്ന നിലയിൽ എത്തിയാൽ മാത്രമേ കേരളത്തിലെ പ്രശസ്തമായ മെഡിക്കൽ കോളേജിൽ ലഭിക്കൂ. രണ്ടുപേരും തിരുവനന്തപുരം ഗവ. മെഡിക്കൽ കോളേജിലേക്കാണ് ഫസ്റ്റ് ഓപ്ഷൻ നൽകിയിരിക്കുന്നത്.

എൻട്രൻസ് (നീറ്റ്) പരീക്ഷ ഉയർന്ന ബുദ്ധിയും ഓർമ്മശക്തിയുമുള്ളവർക്കുപോലും വലിയ കടമ്പയാണെന്നാണ് കേട്ടിരിക്കുന്നത്. ഉണ്ണിക്കുവേണ്ടി അമ്മ ശ്രീപത്മനാഭന് ആരും അറിയാതെ നേർച്ച നേർന്നു. കാരണം പഠിച്ച് പാസ്സാകുന്നതാണ് ഏറ്റവും നല്ലത് എന്ന് ഊണുമേശയിൽ അച്ഛൻ പല പ്രാവശ്യം പറയാറുണ്ട്. പിന്നെ ഉണ്ണിയുടെ ഐ. ക്യൂ. വരെ ഉയർന്നതാണെന്ന് അച്ഛനും ബോധ്യമുണ്ട്.

ഒടുവിൽ പരീക്ഷാ തീയതിയും സെന്ററും പ്രഖ്യാപിക്കപ്പെട്ടു. ചെറിയൊരു ടെൻഷൻ പ്രിൻസിന് ഇല്ലാതില്ല. അവന്റെ സ്കൂളിൽ നിന്നുള്ള പകുതിയോളം കുട്ടികൾക്ക് നഗരത്തിലെ ഒരു കോളേജിലാണ് സെന്റർ അനുവദിച്ചുകിട്ടിയത്. പക്ഷേ, ആരും പരസ്പരം കണ്ടില്ലെന്ന് തോന്നുന്നു. ഗേറ്റിന് പുറത്ത് മാതാപിതാക്കളുടെ വൻപട. മെറ്റൽ ഡിറ്റക്റ്റർ, സ്കാൻ എന്നീ പരിശോധനകൾക്കുശേഷമാണ് സ്ഥാപനത്തിലേക്ക് പ്രവേശനം. ഈ കോട്ടയ്ക്കകത്ത് പരിചയക്കാർ ആരുമില്ല. സുരക്ഷാഭടന്മാർ കണ്ണിമവെട്ടാതെ എല്ലാം നിരീക്ഷിക്കുന്നു. സി.സി.ടി.വി. ക്യാമറകളുമുണ്ട്. ആകെ ഒരു

യുദ്ധാന്തരീക്ഷം. ദുർബലരായ വിദ്യാർത്ഥികൾ ഭയപ്പെട്ടില്ലെങ്കിലേ അത്ഭുതമുള്ളൂ.

നേരത്തേ സ്വന്തം സ്കൂളിൽ വെച്ച് നീറ്റിന്റെ ട്രയൽ നടത്തിയത് പ്രിൻസിന് വളരെ സഹായകരമായി. ചോദ്യങ്ങളിൽ വ്യത്യാസമുണ്ടായിരുന്നെങ്കിലും ഉത്തരമെഴുതാൻ എടുക്കേണ്ട വേഗത, നെഗറ്റീവ് വരാതിരിക്കാനുള്ള ശ്രദ്ധ, ഇടയിൽ വിട്ടുപോയ ചോദ്യങ്ങളെഴുതാനുള്ള ജാഗ്രത, സമയം എന്നിവയൊക്കെ അന്നത്തെ പരീക്ഷയെഴുതിയ കുട്ടികൾക്ക് സുപരിചിതമായിരുന്നു. ചോദ്യങ്ങൾ വളരെ കടുപ്പമായിരുന്നുവെന്ന് പറയേണ്ടതില്ലല്ലോ. ഏതായാലും എല്ലാ ചോദ്യങ്ങൾക്കും ഉത്തരമെഴുതാൻ കഴിഞ്ഞു എന്ന സംതൃപ്തിയിൽ പരീക്ഷാസമയം കഴിഞ്ഞപ്പോൾ ഉണ്ണി പുറത്തിറങ്ങി. കൂട്ടത്തിൽ രേണു എവിടെ എന്നതായി ഉണ്ണിയുടെ ടെൻഷൻ. രേണു തന്റെ സ്കൂൾ യൂണിഫോമിലായിരുന്നതിനാൽ ഉണ്ണി രേണുവിനെ തിരിച്ചറിഞ്ഞ് അടുത്തുവന്നു. രേണുവിന്റെ മുഖപ്രസാദം കണ്ടപ്പോൾതന്നെ നല്ല വിജയമുണ്ടാകുമെന്ന് ഉണ്ണി ഉറപ്പിച്ചു.

''എന്തായി രേണൂ?''

''വെരി വെരി ഗുഡ്.'' രേണു തള്ളവിരലുയർത്തി വിജയചിഹ്നം കാണിച്ചു.

''മോന് എങ്ങനെയുണ്ട്?''

ചോദ്യം പ്രിൻസിനെ തെല്ലൊന്നുമല്ല അമ്പരപ്പിച്ചതും സന്തോഷിപ്പിച്ചതും.

''അപ്പോൾ നെക്സ്റ്റ് ലാപ്പും ഒന്നിച്ചായിരിക്കുമല്ലേ?'' പ്രിൻസിന്റെ ചിരിയിൽ ചാലിച്ച ചോദ്യം.

''എന്തേ ഇഷ്ടമല്ലേ?'' രേണുവിന് പരിഭവം.

''കാത്തിരിക്ക്യാ മോളേ.''

സുഹൃത്തുക്കൾ സന്തോഷം പങ്കുവെച്ച് ഗേറ്റിലെത്തിയത് അറിഞ്ഞില്ല.

''അതാ, അച്ഛനും അമ്മയും കാത്തുനിൽക്കുന്നു. നമുക്ക് അവരെയൊന്നു കണ്ടാലോ?''

പ്രിൻസിന് തിടുക്കമായി. നിറഞ്ഞ പുഞ്ചിരിയോടെ ഉണ്ണിയെ കണ്ടപ്പോൾ അച്ഛന് വലിയ സന്തോഷം. അച്ഛൻ ചിരിക്കുന്നത് അപൂർവ്വമാണ്.

''നന്നായീന്ന് തോന്നുന്നു, മോശാവാൻ വഴീല്യ.'' അച്ഛന്റെ അഭിപ്രായം.

''ശരിക്കും നന്നായിരുന്നു അച്ഛാ.''

''ഇതാരാ, കൂടെയുള്ള ഈ മിടുക്കി?'' അച്ഛന്റെ സ്നേഹത്തോടെയുള്ള അന്വേഷണം.

''മിടുക്കി തന്ന്യാണച്ഛാ. രേണു. ക്ലാസ്മേറ്റാണ്. എന്നേക്കാൾ കൂടുതൽ മാർക്കടിക്കുമെന്നാ തോന്നുന്നേ.''

''അങ്ങനെയാകട്ടെ, പഠിച്ചെല്ലാവരും മിടുക്കന്മാരാകട്ടെ.''

അപ്പോഴേക്കും അമ്മ രേണുവിന്റെ കൈകൾ സ്നേഹത്തോടെ പിടിച്ചു.

''റിസൾട്ട് വരുമ്പോൾ ഞങ്ങളെയൊക്കെ അറിയിക്കണം കേട്ടാ.''

അമ്മയ്ക്കും എന്തോ വലിയ സന്തോഷം. അമ്മയും രേണുവും അല്പനേരം സംസാരിച്ചു നിന്നപ്പോൾ അച്ഛനും ഉണ്ണിയും കാറിനടുത്തേക്ക് നീങ്ങി.

''ഈ കുട്ടി ഒരു ഐശ്വര്യദേവകുമാരി തന്നെ.'' അമ്മയാണ് സംഭാഷണത്തിന് തുടക്കമിട്ടത്. ''ഇങ്ങനെയൊരു മകൾ നമുക്കുണ്ടായിരുന്നെങ്കിലെന്ന് ഒരു നിമിഷം ഞാൻ ചിന്തിച്ചുപോയി.''

സംഭാഷണം മുഴുവൻ പ്രിൻസ് ശ്രദ്ധിച്ചുകൊണ്ടിരുന്നു. ഇടപെട്ട് ഒന്നും സംസാരിച്ചില്ല. അച്ഛൻ എന്തു പറയുന്നു എന്നതിലായിരുന്നു ഉണ്ണിയുടെ ശ്രദ്ധ.

''വല്ലാത്തൊരു ഐശ്വര്യമാണ് ആ കുട്ടിക്ക് സംശ്യല്യ.'' അച്ഛൻ. ''ഒരുപക്ഷേ, നമ്മുടെ ഉണ്ണിക്ക് കൂടുതലെന്തെങ്കിലും അറിയുമായിരിക്കും.'' അച്ഛൻ സെമിക്കോളനിൽ നിർത്തി.

അല്പം കഴിഞ്ഞേ ഉണ്ണി പ്രതികരിച്ചുള്ളൂ. ബുദ്ധിമോശം പറയരുതല്ലൊ.

''രേണു വളരെ നല്ല കുട്ടിയാണ്. അമ്മയ്ക്ക് ഇഷ്ടപ്പെട്ടില്ലെങ്കിലേ അത്ഭുതമുള്ളൂ. ധനികരല്ലെന്നാണ് തോന്നുന്നത്. സ്കൂൾ യൂണിഫോമിൽതന്നെയാണല്ലോ പരീക്ഷയ്ക്കു വന്നത്. മറ്റുള്ളവരൊക്കെ കളറിൽ വിലസുകയാണല്ലോ. കനാലിനരികെ ആയിരുന്നു ആദ്യത്തെ വീടെന്ന് എന്റെ ഫ്രണ്ട്സിൽ നിന്നറിഞ്ഞു. ഇപ്പോൾ ഭേദപ്പെട്ട ഒരു ചെറിയ വീട്ടിലേക്ക് മാറിയെന്നു കേട്ടു. ഞാൻ രേണുവിനോട് കുടുംബകാര്യങ്ങളൊന്നും ചോദിക്കാറില്ല. കാരണം...''

പ്രിൻസിന്റെ കണ്ഠമിടറിയതിനാൽ അവൻ സംസാരം നിർത്തി.

അവൻ ഒന്നും മിണ്ടാതായപ്പോൾ അച്ഛൻ പിറകിലോട്ട് തിരിഞ്ഞു നോക്കി. അവൻ ടവൽകൊണ്ട് കണ്ണീർ തുടയ്ക്കുകയായിരുന്നു. അച്ഛന്റെ മനസ്സലിഞ്ഞു.

''നീ എന്തിനാ ഉണ്ണീ കരയുന്നത്? കരയാൻ മാത്രം ഞങ്ങൾ ഒന്നും പറഞ്ഞില്ലല്ലോ.''

അച്ഛന്റെ വാക്കുകൾക്കൊന്നും ഉണ്ണിയുടെ കണ്ണീർ നിർത്താനായില്ല. പിന്നെ അമ്മയുടെ മധുരമൊഴി അർത്ഥം വെച്ചുള്ളതായിരുന്നു.

''ഉണ്ണിയുടെ ഇഷ്ടത്തിനെതിരായി നിന്റെ അച്ഛനും അമ്മയും ഒരു തീരുമാനവുമെടുക്കില്ല.''

അമ്മയുടെ വാക്കുകൾ ഉണ്ണിക്ക് ധൈര്യമായി. വിതുമ്പലോടെ ഉണ്ണി, ''അച്ഛാ, അമ്മേ, നിങ്ങൾക്ക് എന്നോട് എത്രത്തോളം ഇഷ്ടമാണെന്ന് എനിക്ക് ഉറപ്പുണ്ട്. നിങ്ങളുടെ ഇഷ്ടത്തിനെതിരെ നിങ്ങളുടെ ഉണ്ണി ഒരിക്കലും ഒരു കാര്യംപോലും ചിന്തിച്ചിട്ടില്ല. പക്ഷേ, എന്റെ ഒരു ഇഷ്ടം അച്ഛനുമമ്മയ്ക്കും ഇഷ്ടപ്പെടുമോ എന്നൊരു ഭീതി.''

വിതുമ്പലിനിടയിൽ ''എനിക്ക് രേണുവിനെ ഇഷ്ടമാണ്.'' പറഞ്ഞു തീർത്തു. ''പക്ഷേ, എന്റെ അച്ഛനമ്മമാരുടെ ഇഷ്ടത്തിനെതിരെ ഒന്നും ചെയ്യില്ല എന്റെ ഈശ്വരന്മാരേ.''

ഉണ്ണിയുടെ വാക്കുകൾ ഒരു കരച്ചിൽവരെ എത്തി.

''എന്താ ഉണ്ണീ ഇത്? നീ ഞങ്ങളുടെ പേരു കളയുമോ?''

അച്ഛന്റെചോദ്യം പ്രിൻസ് നെഗറ്റീവ് ആയി തെറ്റിദ്ധരിച്ചു. ഈ ബന്ധം അവരുടെ സൽപ്പേരിന് കളങ്കമാകുമോ എന്ന അർത്ഥത്തിലാണ് ഉണ്ണി മനസ്സിലാക്കിയത്.

''നിന്റെ ഇഷ്ടംതന്നെ ഞങ്ങളുടെ ഇഷ്ടം. ഞങ്ങൾക്കാകെയുള്ള പൊന്നുണ്ണിയല്ലേ നീ.''

മാതാപിതാക്കൾക്ക് ഉണ്ണിയെ ഇത്രത്തോളം ഇഷ്ടമാണെന്നറിഞ്ഞതോടെ ഉണ്ണി പുഞ്ചിരിച്ചു.

''നമുക്ക് ശംഖുമുഖം വരെ ഒന്നു പോയി വരാം. ഇന്ന് ഹോട്ടൽ മസ്കറ്റിൽ ഡൈൻഔട്ടാകാം.''

അച്ഛൻ റൂട്ട് മാറ്റി. ആകെ മൂഡും മാറിയല്ലോ.

അച്ഛനും അമ്മയും ഇത്രത്തോളം സ്നേഹത്തോടും ഉള്ളുതുറന്നും സംസാരിച്ചിട്ടില്ല. അടുത്ത എക്സാം റിസൾട്ട് അനുകൂലമായാൽ പോലും ഇത്ര സന്തോഷമുണ്ടാകാനിടയില്ല. അമ്മയ്ക്ക് സ്പെഷൽ വെജ് ഐറ്റംസും അച്ഛനും ഉണ്ണിക്കും നോൺ വെജ് ഐറ്റംസും.

ആഘോഷങ്ങൾക്കിടയിലെ ചില നഗ്നയാഥാർത്ഥ്യങ്ങൾ

ഡൈൻഔട്ട് കഴിഞ്ഞ് മൂവരും ഡ്രോയിങ് റൂമിൽ അല്പം റിലാക്സിലിരുന്നു. ഉണ്ണിക്ക് ഏറ്റവും ആശ്വാസമായത് അച്ഛന്റെ സ്ഥിര ഹ്രസ്വസംഭാഷണത്തിൽ വന്ന അയവാണ്. ആരോടും വിരോധമൊന്നും ഉണ്ടായിട്ടില്ല. അദ്ദേഹത്തിന്റെ സ്വഭാവ സവിശേഷതയാണ്. ഒരുപക്ഷേ, മുടങ്ങാതെയുള്ള വായന ഒരു കാരണമായിരിക്കാം. ചിന്താലോകത്തിൽ കഴിയുന്ന ഒരു ബുദ്ധിജീവി.

ഉണ്ണി തന്നെയാണ് വിഷയമെടുത്തിട്ടത്. രേണുവിന്റെ കോച്ചിങ്ങിലൂടെയാണ് അവളെ പരിചയപ്പെട്ടത്. ഞങ്ങളുടെ ഹിന്ദി മിസ്സിനേക്കാൾ കൂടുതൽ അവളാണ് എന്നെ ഹിന്ദി ഗ്രാമർ പഠിപ്പിച്ചുതന്നത്. ഞാൻ ഈ ഭാഷയിൽ എത്രയോ പിന്നിലായിരുന്നു.

പിന്നെ അതു മാത്രമല്ല, ആ കുട്ടിയുടെ പേഴ്സണാലിറ്റി വളരെ നോബിളായിരുന്നു. ഉയർന്ന ഏതോ ഉദ്യോഗസ്ഥ കുടുംബത്തിൽ നിന്നായിരിക്കാമെന്നാണ് ഞാൻ കരുതിയത്. ചുരുക്കം മാത്രം സംസാരിക്കുന്ന സ്വഭാവമായിരുന്നതിനാൽ കൂടുതൽ ഒന്നും ഹൈസ്കൂൾ തലത്തിൽ ചോദിച്ചറിയാനും കഴിഞ്ഞില്ല. ആഘോഷങ്ങൾക്കൊന്നും അവളെ കാണാറില്ല. യൂത്ത് ഫെസ്റ്റിവെലിൽ സോളോ-ഗ്രൂപ്പ് സോങ്ങിൽ മാത്രം പങ്കെടുക്കും. അവധി ദിവസങ്ങളിൽ യൂണിഫോം നിർബന്ധമില്ലാത്തതിനാൽ മറ്റു കുട്ടികൾ ഫാഷൻ പരേഡിന് വരുന്നതുപോലെയാണ് എത്തുക. കാന്റീനിലൊന്നും ഈ കുട്ടിയെ കാണാറില്ല. എന്നാൽ പഠനത്തിൽ രേണുവിനെ വെല്ലാൻ എളുപ്പമല്ല.''

''രാജസ്ഥാനി എന്ന സർ നെയിം...'' അച്ഛന്റെ സംശയം.

''അവളുടെ അച്ഛൻ രാജസ്ഥാൻകാരനാണ്. മാർബിളും പണിക്കാരും മാസങ്ങളോളം കേരളത്തിലുണ്ടാകുമല്ലോ. ആയുധപൂജയ്ക്കു

മാത്രമേ നാട്ടിൽ പോകൂ. അങ്ങനെ ജോലിക്കിടയിൽ കണ്ടുമുട്ടിയ താണ് അവളുടെ അമ്മ. അത് വിവാഹബന്ധത്തിലെത്തി. രേണു വിന്റെ അമ്മ ക്രിസ്ത്യൻ കുടുംബാംഗമാണ്. സ്നേഹിച്ചവളെ വിവാഹം ചെയ്യാൻ അച്ഛൻ ക്രിസ്ത്യാനിയായി. മോളെ സ്കൂളിൽ ചേർക്കു മ്പോൾ വീട്ടുപേരിന്റെ കോളത്തിൽ എഴുതിയ 'രാജസ്ഥാനി' തുടർന്നും സർ നെയ്മായി.''

''അപ്പോൾ രേണു ഹിന്ദു അല്ലേ?'' അമ്മയുടെ സംശയം

''തമ്പ്രാട്ടീടെ മതജാതി ചിന്തയൊക്കെ ഇപ്പോഴും ആമാടപ്പെട്ടീൽ ത്തന്നെ ഉണ്ട് അല്ലേ? മനുഷ്യജാതി ഒന്നേ ഉള്ളൂ. ബാക്കി ഉയർച്ച താഴ്ച വ്യത്യാസങ്ങളൊക്കെ നമ്മളുണ്ടാക്കീതല്ലേ. അച്ഛൻ നമുക്ക് ചരിത്രപരമായ മാതൃകയല്ലേ കാണിച്ചുതന്നത്. സർക്കാരിന്റെ പത്തു സെന്റിനേക്കാൾ മുമ്പ് നമ്മുടെ ഇല്ലം അല്ലേ അത് നടപ്പാക്കീത്. രേണൂന്റെ ജാതീം മതോം ഒന്നും എനിക്ക് പ്രശ്നല്ല. നല്ല കുട്ടിയാ യാൽ തൃപ്തിയായി. എന്റെ പൊന്നു അച്ഛനും അമ്മയും കേട്ടോളൂ. രേണു പവൻ മാറ്റാണ്. ഞാൻ നല്ലപോലെ നിരീക്ഷിച്ചിട്ടുതന്നെയാ പറയുന്നേ. അവൾ ആർക്കും ഒരു അനിഷ്ടോം ഉണ്ടാക്കില്ല.'' ഉണ്ണീടെ ഗാരന്റി.

''ഇതിന്റെ റിസൾട്ട് എന്നാ വരാ?'' അമ്മയ്ക്ക് റിസൾട്ട് എത്രയും വേഗം അറിയാൻ താല്പര്യം.

നീറ്റ് പരീക്ഷയെക്കുറിച്ചെല്ലാവരും മറന്നു. ജീവിതപരീക്ഷയിലും ഇന്റർവ്യൂവിലും കപ്പടിച്ചത് പ്രിൻസ് തന്നെ. ഏതായാലും ഉണ്ണിയുടെ നെഞ്ചിൽനിന്ന് വലിയ ഭാരം ഇറങ്ങിയതുപോലെ അനുഭവപ്പെട്ടു. ഉറക്കമില്ലാത്ത കുറേ രാത്രികൾക്കുശേഷം അന്ന് ഉണ്ണി നന്നായി ഉറങ്ങി.

രേണുവിന്റെ വീട്ടിലും അച്ഛനും അമ്മയും ക്രിസ്മസ്സിനെന്ന പോലെ നല്ലൊരു ഡിന്നർ ഒരുക്കി. അവരുടെ മനസ്സ് സന്തോഷ ത്തിൽ മുങ്ങി. തങ്ങളുടെ മകൾ വീടിന്റെ ഐശ്വര്യചിഹ്നമായി വളരുക യാണെന്ന് അവർക്കും ഉറപ്പായിരുന്നു. സന്ധ്യാപ്രാർത്ഥനയ്ക്കുശേഷം സസന്തോഷം ഡിന്നർ ആഘോഷിച്ചു.

വായനയുടെ ഇടവേള

പരീക്ഷാഫലം വരാൻ രണ്ടുമാസമെങ്കിലും എടുക്കും. മുത്തച്ഛന്റെ മുറിയിൽ നല്ലൊരു പുസ്തകശേഖരമുണ്ട്. താളിയോലഗ്രന്ഥങ്ങളുമുണ്ട്. അതൊന്നും വായിച്ചെടുക്കാൻ ഉണ്ണിക്ക് കഴിഞ്ഞില്ല. വേദങ്ങൾ, രാമായണം, ബൈബിൾ, ഖുറാൻ എന്നിവയുടെ അസ്സൽ കോപ്പികളുമുണ്ടായിരുന്നു. കൃഷിയെക്കുറിച്ചുള്ള കൈയെഴുത്ത് പുസ്തകങ്ങൾ, പ്രഗത്ഭരായ ആയുർവേദ ആചാര്യന്മാർ രചിച്ച ഗ്രന്ഥങ്ങൾ, മനയുടെ ചരിത്രം, നാലുകെട്ടിന്റെ നിർമ്മാണത്തെക്കുറിച്ചുള്ള ആശാരിയുടെ കുത്തിക്കുറിപ്പുകൾ, ഇന്ദുലേഖയുടെ പഴയ പ്രതി, കേരള ചരിത്രം, കേരളത്തിലെ പ്രധാന ഇല്ലങ്ങളെക്കുറിച്ചുള്ള കൈയെഴുത്തു പ്രതികൾ, മനയുടെ പ്രതിഷ്ഠയായ കോവിലിൽ നടത്തേണ്ട ചടങ്ങുകൾ, ദേവിയുടെ പഞ്ചലോഹവിഗ്രഹത്തിനു മുമ്പിൽ 24 മണിക്കൂറും കത്തിനിർത്തേണ്ട കെടാവിളക്ക്, മനയുടെ ആധാരങ്ങൾ, കൊല്ലങ്ങോട് രാജാവ് കരമൊഴിവാക്കിക്കൊടുത്തുള്ള രേഖകൾ, മനയിലെ വേളിയെക്കുറിച്ചുള്ള വിശദാംശങ്ങൾ - ഒരു പുരുഷായുസ്സ് വായിച്ചാൽ തീരാത്ത രേഖകളും.

തങ്ങൾ താമസിക്കുന്ന നാലുകെട്ടിന് നാനൂറ് വർഷം പഴക്കമുണ്ടെന്ന് മനസ്സിലായി. ഒരു വലിയ രാജപൈതൃകത്തിന്റെ ഏറ്റവും ഒടുവിലത്തെ കണ്ണിയാണ് താൻ എന്നതും മനസ്സിലാക്കി. മൂപ്പനുസരിച്ച് മുതിർന്ന കുടിയാന്മാർക്ക് ഓണത്തിന് സമ്മാനിക്കേണ്ട കാര്യങ്ങളൊക്കെ എഴുതിവെച്ചിട്ടുണ്ട്. മുത്തച്ഛന്റെ അച്ഛൻ, അമ്മ തുടങ്ങി അച്ഛനും അമ്മയും വരെയുള്ളവരുടെ എണ്ണച്ഛായചിത്രങ്ങളുമുണ്ട്.

വളരെ ആഡംബരത്തോടെ വീട്ടിയിൽ പണിത ഒരു ചൂരൽ ചാരുകസേരയും കരിവീട്ടികൊണ്ടുള്ള ഊന്നുവടിയും വെള്ളി കൊണ്ടുള്ള ഇടക്കെട്ടുമായുള്ള രാജകീയ ചാരുകസേരയും അവിടെ കണ്ടു. ഇതിൽ ആരും ഇരിക്കരുതെന്നും അത് കുടിവെച്ച ദേവി ഇല്ലം

സന്ദർശിക്കുമ്പോൾ രാജകീയമായി ഇരിക്കാനുള്ളതുമാണ് എന്ന് മരത്തിൽ കൊത്തിവെച്ചിട്ടുണ്ട്. അത് ഹാളിന്റെ ഒരു പ്രത്യേക സ്ഥലത്ത് പരവതാനിയിലാണ് സ്ഥാപിച്ചിരിക്കുന്നത്. അച്ഛൻ ഇതിന് മുമ്പിലൂടെ ചെരിപ്പിട്ട് പോകാറില്ല. ധ്യാനിച്ച് തൊടുന്നതും കണ്ടിട്ടുണ്ട്. ഗ്രന്ഥശേഖരത്തിൽ ആധുനിക പുസ്തകങ്ങൾ കാര്യമയൊന്നും ഇല്ല.

ഉണ്ണി തെരയുന്നത് മോഡേൺ മെഡിസിന്റെ ചില അടിസ്ഥാന പുസ്തകങ്ങളാണ്. അടുത്ത് താമസിക്കുന്ന ഒരു അലോപ്പതി ഡോക്ടറുണ്ട്. കുടുംബസുഹൃത്താണ്. വിശാഖപട്ടണം മെഡിക്കൽ കോളേജിൽ നിന്നാണ് എം.ബി.ബി.എസ്. ബിരുദമെടുത്തത്. ആ പ്രദേശത്തുള്ള ഏക അലോപ്പതി ഡോക്ടറാണ്.

അച്ഛനെയും കൂട്ടി ഒരു ദിവസം പ്രിൻസ് അദ്ദേഹത്തിന്റെ വീട്ടിൽ പോയി. അനാട്ടമി, ഫിഡിയോളജി, ബയോകെമിസ്ട്രി എന്ന മൂന്ന് ആദ്യവർഷ വിഷയങ്ങളുടെ പുസ്തകങ്ങൾ ഡോക്ടർ പ്രിൻസിന് കൊടുത്തു. ലഘുവിവരണങ്ങളും നൽകി. ആദ്യവർഷം വിഷയങ്ങൾ വളരെ ടഫ് ആണ്. അനാട്ടമി (ശരീരശാസ്ത്രം) പൂർണ്ണമായി പഠിക്കണമെങ്കിൽ അസ്ഥിപഞ്ജരത്തിന്റെ ഒരു സെറ്റ് വാങ്ങണം. അതിനു മുമ്പ് ചിത്രങ്ങളുടെ സഹായത്തോടെ രണ്ടുമൂന്ന് ആവർത്തി പഠിക്കാനും മറ്റും ഉപദേശിച്ച് എല്ലാ അനുഗ്രഹങ്ങളും നൽകി. എല്ലാ പുസ്തകങ്ങളും നല്ല ഭാരമുള്ളവയായിരുന്നു.

പുസ്തകങ്ങൾ ലഭിച്ച നിലയിൽ ഉണ്ണി വായന കാര്യമായിത്തന്നെ ആരംഭിച്ചു. ഒരു ഹോം ടൈം ടേബിൾ തയ്യാറാക്കി സമയം നഷ്ടപ്പെടുത്താതെ പഠനം ആരംഭിച്ചു. ലഭിച്ച പുസ്തകങ്ങളിൽ ചിലത് രേണുവിന് എത്തിച്ചുകൊടുക്കണമെന്ന് ആഗ്രഹമുണ്ടായിരുന്നെങ്കിലും ഇപ്പോൾ അത് ഉചിതമായിരിക്കില്ലെന്ന് പ്രിൻസിന് തോന്നി. ഇപ്പോൾ വെള്ളം തെളിഞ്ഞു കിടക്കുകയാണ്. അതിനി കലക്കാൻ ശ്രമിക്കണ്ട. ഏതായാലും റിസൾട്ട് വരട്ടെ.

എല്ലാം പ്രതീക്ഷിച്ചതുതന്നെ

റിസൾട്ട് വരുന്ന ദിവസം രാവിലെതന്നെ പഴവങ്ങാടി ഗണപതി ക്ഷേത്രത്തിലെത്തി തൊഴുതു. സാധാരണഗതിയിൽ അച്ഛൻ ക്ഷേത്ര ദർശനത്തിനൊന്നും പോകാറില്ല. അമ്മ പുഷ്പാഞ്ജലിക്കും പാൽ പ്പായസത്തിനും ചീട്ടാക്കി. പ്രിൻസ് ഉള്ളുരുകി പ്രാർത്ഥിച്ചത് രണ്ടു പേർക്കാണ്. ഒരേ കോളേജിൽതന്നെ അഡ്മിഷൻ കിട്ടണേ ഭഗവാനേ എന്നപേക്ഷിച്ച് ഏത്തമിട്ട് അവർ മടങ്ങി. രണ്ടുമണിക്കാണ് റിസൾട്ട് പ്രഖ്യാപനം.

പ്രതീക്ഷിച്ചതുതന്നെ സംഭവിച്ചു. രണ്ട് കഥാപാത്രങ്ങൾക്കും ഒരേ കോളേജിൽ അഡ്മിഷൻ. റിസൾട്ട് അറിഞ്ഞ ഉടൻ ഉയർന്ന റാങ്ക് ലഭിച്ച എല്ലാ കുട്ടികളും മാതാപിതാക്കന്മാരും പ്രിൻസിപ്പലിനെ അനുമോദിക്കാനെത്തി. സന്തോഷത്തിന്റെ നിമിഷങ്ങൾ. പ്രിൻസ് അച്ഛനോടൊപ്പമാണ് വന്നത്. രേണു ഒറ്റയ്ക്കും. പ്രിൻസിപ്പലിനെ കണ്ടതിനുശേഷം വരാന്തയിൽവെച്ച് അവർ കണ്ടുമുട്ടി ഷെയ്ക്ക് ഹാന്റ് നൽകി അഭിനന്ദനം കൈമാറി.

''കലക്കി മോനേ.'' രേണുവിന്റെ അഭിനന്ദനം.

അല്പം നേരം സംസാരിച്ചപ്പോഴേക്കും പ്രിൻസിന്റെ അച്ഛൻ വന്ന് രേണുവിന് അഭിനന്ദനം നേർന്നു. കാറിലേക്ക് നടക്കുന്നതിനിടയിൽ, ''ആ കുട്ടിയെ നമുക്ക് അവളുടെ വീട്ടിൽ ഡ്രോപ് ചെയ്യാം'' എന്ന അച്ഛന്റെ അഭിപ്രായത്തോട് 'എക്സലന്റ് ജെസ്ച്ചർ' എന്ന് പ്രിൻസ് പ്രതികരിച്ചു. അവൻ തിരിച്ചുനടന്ന് രേണുവിനെ കറിലേക്ക് ക്ഷണിച്ചു. മടിച്ചുനിന്ന രേണുവിനോട്, ''അച്ഛന്റെ ഓർഡറാണ്'' എന്ന് പറഞ്ഞ പ്പോൾ അനുസരണയോടെ അവർ കാറിനടുത്തേക്ക് നടന്നപ്പോൾ ചില രഹസ്യങ്ങൾ കൈമാറുന്നുണ്ടായിരുന്നു. പിന്നെ വരാം, അല്പം തിടുക്കത്തിലാണെന്ന് പറഞ്ഞ് കാർ മുന്നോട്ടു നീങ്ങി.

അച്ഛൻ എന്ത് കരുതുന്നു എന്നറിയാൻ പ്രിൻസിന് കൗതുക മുണ്ടായിരുന്നു. എന്നാൽ അദ്ദേഹം രണ്ടു ദിവസമായി അനുഭവ പ്പെട്ടിരുന്ന ശാരീരിക അസ്വസ്ഥതയെക്കുറിച്ചാണ് സംസാരിച്ചത്.

''ചെറിയൊരു നെഞ്ചുവേദനപോലെ.'' അല്പം ഉൽക്കണ്ഠയോടെ അച്ഛൻ.

''നമുക്ക് നാളെത്തന്നെ നമ്മുടെ ഫാമിലി ഡോക്ടറങ്കിളിനെ കാണാം. ബുദ്ധിമുട്ടുണ്ടെങ്കിൽ വീട്ടിൽപോയി ജീരകവെള്ളം കുടിച്ച് അമ്മയേയും കൂട്ടി ഡോക്ടറങ്കിളിനെ ഇന്നുതന്നെ കാണാം.'' ഉണ്ണിയുടെ നിർദ്ദേശം അച്ഛൻ സ്വീകരിച്ചു.

ഫാമിലി ഡോക്ടർ ഇ.സി.ജി. അടക്കമുള്ള പ്രാഥമിക പരിശോധന നടത്തി. ഇ.സി.ജി.യിൽ ചെറിയൊരു വേരിയേഷൻ ഉണ്ട്. പേടിക്കാനില്ല. നാളെ ഏതായാലും മെഡിക്കൽ കോളേജിലെ ഡോ. ഗോവിന്ദരാജിന് ഒരു റഫറൻസ് ലെറ്റർ നൽകി. അപ്പോൾത്തന്നെ കഴിക്കാൻ ചില മരുന്നുകൾ നൽകി. വീട്ടിൽ ചെന്ന് വിശ്രമിച്ചതോടെ അദ്ദേഹത്തിന് ആശ്വാസമായി. കഞ്ഞി കുടിച്ച് നല്ലൊരു ഉറക്കം. രണ്ടു ദിവസമായി 'നീറ്റ്' ഫലത്തെക്കുറിച്ച് അദ്ദേഹവും ആകുലനായിരുന്നു. അതേക്കുറിച്ച് അധികം സംസാരിക്കാറില്ല എന്നു മാത്രം.

എന്തോ ഉണ്ണി വല്ലാതെ അസ്വസ്ഥനായിരുന്നു. അമ്മയുടെ ഇല്ലം അങ്ങകലെ തിക്കോടിയിലായിരുന്നതിനാൽ സ്വന്തം തറവാട് ശാഖയിലെ ചില ഏട്ടന്മാരെ മാത്രമേ ഉണ്ണിക്ക് അറിയാമായിരുന്നുള്ളൂ. അച്ഛനും അമ്മയും ജീവിച്ചിരിക്കുമ്പോഴും ഉണ്ണി അനുഭവിച്ചിരുന്ന ഏകാന്തതയുടെ ആഴം തിരിച്ചറിഞ്ഞ രാത്രിയായിരുന്നു അത്.

നേരത്തേ എഴുന്നേറ്റ ഉണ്ണി ഏറ്റവും അടുത്തുള്ള കസിൻ പരമേട്ടന്റെ വീട്ടിൽ പോയി വിവരം പറഞ്ഞു. പരമേട്ടനും ആശുപത്രിയിലേക്ക് കൂടെ വരാമെന്നു പറഞ്ഞത് ഒരാശ്വാസമായി. പ്രാതലിനു ശേഷം അച്ഛനും അമ്മയും ഉണ്ണിയും പരമേട്ടനുംകൂടി മെഡിക്കൽ കോളേജിലേക്ക് പുറപ്പെട്ടു. പരമേട്ടനാണ് ഡ്രൈവ് ചെയ്തത്.

അസ്വസ്ഥതയും ആശ്വാസവും

ഡോ. ഗോവിന്ദരാജ് എല്ലാ ഒരുക്കങ്ങളും ഏർപ്പാടാക്കിയിരുന്നു. ബ്ലഡ് ടെസ്റ്റുകൾ, ഇ.സി.ജി., ഇക്കോ തുടങ്ങിയ പ്രധാന ടെസ്റ്റുകളും പ്രത്യേകമായി 'ട്രോപ്ടെസ്റ്റ്' എന്ന ടെസ്റ്റും നടത്തി. ട്രോപ്ടെസ്റ്റ് ഒരു എൻസൈം ടെസ്റ്റാണ്. കൃത്യത കൂടുതലാണ്. Mild Positve എന്നാണ് റിപ്പോർട്ട്. തലേദിവസമോ മറ്റോ ചെറിയൊരു അറ്റാക്ക് നടന്നതിന്റെ പ്രൂഫ് ആയി ഇ.സി.ജിയിൽ ചെറിയ സ്കാറും ഡോ. ഗോവിന്ദരാജ് ശ്രദ്ധിച്ചു.

''ഇപ്പോൾ ഒരു പ്രൊസീജ്യറും വേണ്ട. 24 മണിക്കൂർ ഇ.സി.ജി. മോണിട്ടറിങ്ങിന് ഒന്നോ രണ്ടോ ദിവസം അഡ്മിറ്റ് ചെയ്യണം.''

ഉണ്ണിയുടെ വീട്ടിൽനിന്ന് ഒരാൾ ആദ്യമായാണ് ആശുപത്രിയിൽ അഡ്മിറ്റ് ആകുന്നത്. റൂമിൽ ഒരാളെ മാത്രമേ അനുവദിക്കൂ. ഉണ്ണിയും പരമേട്ടനും മാറി മാറി റൂമിനു പുറത്തുള്ള കസേരയിൽ ഇരിപ്പായി. അടുത്ത ദിവസം ഡോക്ടർ വന്നപ്പോൾ നിരീക്ഷണം രണ്ടു ദിവസം കൂടി വേണമെന്ന് നിർദ്ദേശിച്ചു.

ആശ്വാസമുണ്ട്, ഒരു ടെസ്റ്റിന്റെ റിസൾട്ട് കൂടി കണ്ടിട്ടേ ഡോക്ടർ ഡിസ്ചാർജ് ആക്കുകയുള്ളൂ.

അടുത്ത ദിവസം തികച്ചും അപ്രതീക്ഷിതമായി രേണു റൂമിന് പുറത്തെത്തി. കസേരയിൽ പ്രിൻസ് അല്പം ഉറക്കം പിടിച്ചിരിക്കുക യായിരുന്നു. ചുമലിൽ തട്ടി വിളിച്ചപ്പോഴാണ് ഉണ്ണി ഞെട്ടിയുണർ ന്നത്.

''ഞാൻ ഇന്നു രാവിലെയാണ് അറിഞ്ഞത്. വിഷ്ണു അറിയിച്ചു. ഉടനെ പോന്നു.''

''മോളേ, റൂമിലേക്ക് കടക്കാൻ അനുവാദമില്ലല്ലോ.'' പ്രിൻസിന് നിരാശയായി.

''അതു സാരമില്ല മോനേ, അച്ഛന്റെ മകനെ കണ്ടാലും മതി.'' അവൾ പ്രിൻസിന്റെ ചുമലിൽ തലോടി.

പ്രിൻസിന് സങ്കടം നിയന്ത്രിക്കാനാകുന്നില്ല. അച്ഛന് എന്തെങ്കിലും സംഭവിച്ചാൽ, അമ്മയ്ക്കും തനിക്കും ആരുമില്ലാതാകും. തറവാടിന്റെ നാഡീസ്പന്ദനമാണ് അച്ഛൻ. താൻ വേണ്ടത്ര സ്നേഹമൊന്നും അച്ഛനു കൊടുത്തിട്ടില്ല. മാത്രമല്ല, അല്പം അകന്നു നിൽക്കുകയായിരുന്നില്ലേ. അച്ഛൻ അധികം സംസാരിക്കാറില്ല. പക്ഷേ, ഞാൻ അച്ഛന്റെ ജീവിതത്തിലേക്ക് പ്രവേശിക്കാൻ ശ്രമിച്ചിട്ടുമില്ല. അച്ഛന് ഉണ്ണിയെ എത്രമാത്രം സ്നേഹമായിരുന്നു, പക്ഷേ, ഞാൻ വേണ്ടത്ര സ്നേഹം തിരിച്ചുകൊടുത്തോ?'' ഉണ്ണി ഓരോ കാര്യങ്ങൾ ഓർത്തോർത്ത് വിങ്ങിപ്പൊട്ടുകയാണ്. രേണു എത്ര ശ്രമിച്ചിട്ടും പ്രയോജനമൊന്നും കാണുന്നില്ല.

''എനിക്ക് ആരുമില്ല'' എന്നു പറഞ്ഞ് തേങ്ങുമ്പോൾ അമ്മ വാതിൽ തുറന്ന് പുറത്തു വന്നു. രംഗം കണ്ട് അമ്മയും കരയാൻ തുടങ്ങി. രണ്ടുപേരെയും ആശ്വസിപ്പിക്കാൻ രേണു മാത്രം. അമ്മ ഉണ്ണിയേയും രേണുവിനെയും കെട്ടിപ്പിടിച്ചു കരയുന്നതിനിടയിൽ ഡോ. ഗോവിന്ദ രാജ വന്നു.

''ഡിസ്ചാർജ് എഴുതിക്കഴിഞ്ഞു. ഉച്ചകഴിഞ്ഞ് പോകാം. ഇപ്പോൾ പേടിക്കാനൊന്നുമില്ല.''

ഡോക്ടർ അച്ഛന്റെ മുറിയിലേക്കു കയറി ഒന്നുകൂടി പരിശോധിച്ചു.

''നൗ എവരിതിങ് ഈസ് ഓക്കെ.''

ഡോക്ടർ വിടപറഞ്ഞു. നേഴ്സുമാർ ഇ.സി.ജി. ഉപകരണം മാറ്റി. ഡ്രിപ് സെറ്റ് ഊരി. ഡോക്ടർ എഴുതിയ പ്രിസ്ക്രിപ്ഷൻ വിശദീകരിച്ചുകൊടുത്തു. പരമേട്ടൻ ഡ്രൈവ് ചെയ്ത വണ്ടിയിൽ എല്ലാവരും മടങ്ങി. രേണുവിന് ടൗണിലെവിടെയോ പോകാനുണ്ടെന്നു പറഞ്ഞ് യാത്രയായി.

അച്ഛന് ആശ്വാസമായി. അതിവേഗം ജീവിതം സാധാരണ നിലയിലായി. നഷ്ടപ്പെട്ട സന്തോഷം തിരികെ കിട്ടിയതുപോലെ.

മെഡിക്കൽ കോളേജ് പ്രവേശനം

എല്ലാ പ്രൊഫഷണൽ കോളേജുകളിലെന്നപോലെ ഇവരുടെ കോളേജിലും അല്പം ക്രൂരമായ 'റാഗിംഗ്' ഒരു മാസത്തോളം നീണ്ടുനിന്നു. ഭാഗ്യവശാൽ ശക്തമായ പൊലീസ് നിരീക്ഷണവും ഊരിപ്പിടിച്ച വാളെന്നതുപോലെയുള്ള നിയമങ്ങളും ഉള്ളതിനാൽ റാഗിംഗ് അതിഭീകരതയിലേക്ക് നീങ്ങിയില്ല.

അസഹ്യമായ ലൈംഗികച്ചുവയുള്ള സംഭാഷണത്തിന്റെ പേരിൽ ധൈര്യവതികളായ രണ്ട് പെൺകിടാങ്ങൾ റാഗിംഗ് വിരുദ്ധ ഉന്നത തല കമ്മിറ്റിയിലേക്ക് പരാതിയെഴുതിക്കൊടുത്തു. കളി കാര്യമായി. ഉന്നതാധികാരസമിതി തെളിവെടുപ്പിന് ശേഷം രണ്ട് സീനിയർ വിദ്യാർത്ഥികളെ മൂന്നു വർഷത്തേക്ക് കോളേജിൽ നിന്ന് പുറത്താക്കി. വേറെ ഒരു അപ്പീൽ കോടതിയിലും പരാതി കൊടുത്തിട്ട് കാര്യമില്ല. റാഗിംഗ് ഭീകരന്മാർ പുറത്തായതോടെ രണ്ടാഴ്ചകൊണ്ട് റാഗിംഗ് അവസാനിച്ചു.

ഫ്രഷേഴ്സ് ഡേയോടുകൂടെ കോളേജ് പഠനാന്തരീക്ഷത്തിലേക്ക് പ്രവേശിച്ചു. കഠിനമായ കോഴ്സ് തന്നെ. ഇടയ്ക്കിടെ ഇന്റേണൽ പരീക്ഷകൾ. അതുകൊണ്ട് സമയം കളയാനില്ല. എല്ലാ വാരാന്ത്യത്തിലും ഉണ്ണി വീട്ടിൽ പോകും. വീട് വെറും എട്ട് കിലോമീറ്റർ ദൂരത്തിലാണ്. പക്ഷേ, ഓരോ ദിവസവും യാത്രയ്ക്ക് സമയം കുറേ നഷ്ടപ്പെടും. രേണു ഹോസ്റ്റലിൽത്തന്നെ. ഒന്നോ രണ്ടോ മാസം കൂടുമ്പോഴേ വീട്ടിൽ പോകാറുള്ളൂ. പ്രിൻസ് വീട്ടിൽപോയി വരുമ്പോൾ അമ്മ എന്തെങ്കിലും നല്ല പലഹാരങ്ങൾ കൊടുത്തയയ്ക്കും. രേണുവിന് ഒരു ഷെയർ നിശ്ചയം.

ഈ കാലഘട്ടത്തിൽ ക്ലാസ്റൂമിലൊഴിച്ച് മൊബൈൽ ഫോൺ അനുവദിച്ചു. പ്രിൻസിനും വീട്ടുകാർക്കും അത് വലിയ ആശ്വാസമായി. രേണുവിന് കുറേക്കഴിഞ്ഞു മാത്രമേ ഫോൺ ലഭ്യമായുള്ളൂ.

പ്രിൻസിന് അടുത്ത ബന്ധു സമ്മാനിച്ച സെറ്റ് സമ്മാനിക്കുകയായിരുന്നു. വല്ലപ്പോഴുമൊന്ന് അവളെ വിളിക്കാനും സംശയങ്ങൾ ചോദിക്കാനും മാത്രമേ സെൽഫോൺ ഉപയോഗിക്കാറുള്ളൂ. ഏകാഗ്രത നഷ്ട പ്പെടാൻ ഇത്രയും ഫലപ്രദമായ വേറൊരു ഉപകരണം ഈ യുഗത്തിൽ കണ്ടുപിടിക്കപ്പെട്ടിട്ടുണ്ടോ?''

തികച്ചും അപരിചിതമായ സിലബസ്സും പഠനരീതിയും ആദ്യ വർഷം എം.ബി.ബി.എസ്. വിദ്യാർത്ഥികൾക്ക് അല്പം ബുദ്ധിമുട്ടു തന്നെയായിരുന്നു. ഇടയ്ക്ക് അച്ഛന്റെ ആരോഗ്യസ്ഥിതിയെക്കുറിച്ച് ആകുലനാകും. വല്ലാതെ ഉൽക്കണ്ഠ തോന്നുമ്പോൾ രാത്രി വീട്ടിൽ തങ്ങും. രാവിലെ ഏഴരയാവുമ്പോഴേക്കും കോളേജിലെത്തണം. ലൈബ്രറി രാത്രി പന്ത്രണ്ടുമണിവരെ ഓപ്പൺ ആയതുകൊണ്ട് കൂടു തൽ ശ്രദ്ധയോടെ പഠിക്കാൻ സൗകര്യമുണ്ടായിരുന്നു.

മെഡിക്കൽ കോളേജിൽ ചേർന്നതിനുശേഷം വരുന്ന ആദ്യ ഇന്റേണൽ എക്സാമിന്റെ നോട്ടീസ് ലഭിച്ചു. എല്ലാവരും പഠനത്തി ലേക്ക് പ്രവേശിച്ചു. പരീക്ഷയുടെ കാര്യമൊന്നും പ്രിൻസ് വീട്ടിൽ അറിയിച്ചതേയില്ല. ടെൻഷൻ വഹിക്കാവുന്ന ആരോഗ്യസ്ഥിതി അച്ഛ നില്ലെന്ന് ഉണ്ണിക്കറിയാമായിരുന്നു. ഒന്നിടവിട്ട ദിവസങ്ങളിലായിരുന്നു പരീക്ഷ. കാമ്പസിലെ ആദ്യവർഷക്കാർ താമസിക്കുന്ന ഹോസ്റ്റലിൽ നിശ്ശബ്ദത. എല്ലാവരുടെയും കണ്ണ് പുസ്തകത്തിൽ മാത്രം.

തോൽക്കില്ല, പക്ഷേ, ഉയർന്ന മാർക്ക് കിട്ടാനിടയില്ലെന്ന് ഉണ്ണി വീട്ടിൽ പറഞ്ഞു. പുതിയ സിസ്റ്റവുമായി പരിചയപ്പെട്ടുവരുന്നതേ യുള്ളൂ. പിന്നെ രണ്ടുമൂന്നാഴ്ച റാഗിങ്ങിന്റെ അസ്വസ്ഥതകളും. ഏതാ യാലും പ്രിൻസിപ്പൽ ആദ്യവർഷക്കാർക്ക് മൂന്നു ദിവസം അവധി കൊടുത്തു. ഈ സമയത്ത് ഫൈനൽ ഇയേഴ്സിന് പ്രാക്ടിക്കൽ പരീക്ഷ നടക്കുകയായിരുന്നു. കാമ്പസിലെ ശബ്ദശല്യം കുറയ്ക്കാ നൊരു വഴികൂടിയാണ് ഈ പരീക്ഷാരീതി.

അച്ഛന് വീണ്ടും ആരോഗ്യപ്രശ്നം

കേന്ദ്ര ഗവൺമെന്റിന്റെ പ്രത്യേക നിർദ്ദേശമനുസരിച്ച്, കോഴ്സ് സമയം നീണ്ടുപോകാതിരിക്കാൻ മെഡിക്കൽ കൗൺസിൽ പരീക്ഷകൾ കൃത്യമായി നടത്തുകയും അവധിദിവസങ്ങൾ കുറച്ച് പ്രിവന്റീവ് മെഡിക്കൽ വിഭാഗത്തിൽ ഔട്ട്ഡോർ പരിപാടികളും പരിശോധനകളും കൂടുതലായി നടത്തുകയും ചെയ്തു.

പഠിച്ച കാര്യങ്ങളുടെ പ്രായോഗികതലം നേരിട്ട് അറിയാനുള്ള അവസരമായിരുന്നു ഇത്. കുട്ടികൾ ആസ്വദിച്ച് പഠിച്ച അവസരം. ഈ കുട്ടിഡോക്ടർമാരോടുപോലും ജനങ്ങൾക്ക് എത്ര വലിയ ആദരവായിരുന്നു. അല്പം സ്നേഹവും പരിഗണനയും കൊടുത്താൽ അവരുടെ പ്രതികരണം എത്ര സ്നേഹമയമായിരുന്നു. പുകവലി, വെറ്റിലമുറുക്കൽ, വ്യക്തിപരവും സാമൂഹികവുമായ ശുചിത്വം എന്നീ വിഷയങ്ങളിൽ സാധാരണക്കാർക്ക് മനസ്സിലാകുന്നവിധം ക്ലാസുകളും ഈ പരിപാടിയിലുണ്ടായിരുന്നു.

സമയവും കാലവും ക്ലാസുകളും ഇടവേളകളില്ലാതെ മുന്നേറുകയാണ്. പ്രിൻസ് ഫൈനൽ ഇയറിലെത്തി. രേണുവും നല്ല മാർക്കോടെ മുന്നേറുന്നു.

അവസാനവർഷം എം.ബി.ബി.എസ്. വിദ്യാർത്ഥികൾക്ക് യുദ്ധകാലത്തിന് സമമാണ്. പ്രത്യേകിച്ച് ഫസ്റ്റ് ചാൻസിൽ പാസ്സാകുകവളരെ ബുദ്ധിമുട്ടാണ്. മറ്റു മെഡിക്കൽ കോളേജുകളിൽനിന്നുള്ള പ്രഗത്ഭരായ പ്രൊഫസർമാർ എക്സ്റ്റേണൽമാരായിട്ടുണ്ടാകും. അറിവാണോ അറിവില്ലായ്മയാണോ പരിശോധിക്കപ്പെടുന്നതെന്ന് സംശയം തോന്നും. മെഡിസിൻ, സർജറി, ഗൈനക്കോളജി, ഓർത്തോപീഡിക്സ്, പീഡിയാട്രിക്സ് എന്നിവയിൽ രോഗനിർണ്ണയവും ചർച്ചയും ഉച്ചകഴിഞ്ഞ് വൈവ അഥവാ 'ഓറൽ' എന്ന മുഖാമുഖ ചർച്ചയും ഉണ്ടാകും. ഓരോ ദിവസവും വൈകീട്ട് ആറര-ഏഴുമണിയോടെ

സമാപിക്കുന്ന വൈവവോസി പരീക്ഷയുടെ ഫലം വൈകീട്ടുതന്നെ പരീക്ഷകർ ചേർന്ന് തയ്യാറാക്കി ഒപ്പിട്ട് വകുപ്പുമേധാവിക്കും കോപ്പി പ്രിൻസിപ്പലിനും കൈമാറും. പിന്നെ ആർക്കും ഇതിൽ ഒരു വ്യത്യാസവും വരുത്താനാകില്ല. എല്ലാ പ്രാക്ടിക്കൽസും കഴിഞ്ഞാൽ മുദ്രവെച്ച് എൻവലപ്പുകളിൽ പ്രിൻസിപ്പൽ നിയോഗിക്കുന്ന ഒരു അസിസ്റ്റന്റ് പ്രൊഫസർ യൂണിവേഴ്സിറ്റി കൺട്രോളർ ഓഫ് എക്സാമിനേഷൻസിന് നേരിട്ട് കൈമാറും.

ഏകദേശം ഒന്നരമാസം കഴിയുമ്പോഴേക്കും പരീക്ഷാഫലം യൂണിവേഴ്സിറ്റി പ്രഖ്യാപിക്കും. താൽക്കാലിക രജിസ്ട്രേഷൻ വിജയികൾക്ക് നൽകിക്കഴിഞ്ഞാൽ അതത് കോളേജിൽ നടക്കുന്ന ദ്വിദിന ഓറിയന്റേഷനുശേഷം 'ഹൗസ് സർജൻസി' അഥവാ 'ഇന്റേൺഷിപ്പ്' ആരംഭിക്കും.

മുതിർന്ന അസിസ്റ്റന്റ്, അസോസിയേറ്റ്, പ്രൊഫസർ എന്നിവരുടെ മേൽനോട്ടത്തിൽ ചികിത്സയുടെ പ്രാഥമിക പരിശീലനം നടക്കുന്ന കാലമാണിത്. അലസതയ്ക്ക് സ്ഥാനമില്ലാത്ത കാലം. പ്രിൻസിന് ആദ്യപാദം (മൂന്നുമാസം) ലഭിച്ചത് മെഡിസിൻ വിഭാഗത്തിലും രേണുവിന് പീഡിയാട്രിക്സ് (ശിശുരോഗചികിത്സ) വിഭാഗത്തിലുമായിരുന്നു. എല്ലാ ഹൗസ് സർജൻസും ആശുപത്രിയോട് ചേർന്നുള്ള ഹോസ്റ്റലിൽതന്നെ താമസിക്കണം. രാത്രി ഡ്യൂട്ടിയില്ലാത്ത ദിവസങ്ങളിലും അവിടെയുണ്ടാകണമെന്നാണ് ചട്ടം. പക്ഷേ, ചില വിരുതന്മാർ കൂട്ടുകാരെ കോൾഡ്യൂട്ടി എല്പിച്ച് ചില സ്വകാര്യ ക്ലീനിക്കുകളിൽ ഡ്യൂട്ടിക്ക് പോകും. നല്ല പ്രതിഫലവും കിട്ടും.

പ്രിൻസിന് ചില ദിവസങ്ങളിൽ വീട്ടിൽ പോകേണ്ടി വരാറുണ്ട്. അച്ഛന് അസ്വസ്ഥതയെന്തെങ്കലുമുണ്ടായാൽ അമ്മ വിളിക്കും. അപ്പോൾ ഉണ്ണിക്ക് ഉടനെ അച്ഛന്റെ സമീപമെത്താൻ തിടുക്കമായി. ചില നൈറ്റ് ഡ്യൂട്ടി ദിവസങ്ങളിൽ എന്തെങ്കിലും വീട്ടാവശ്യം വന്നാൽ രേണു പകരം ഡ്യൂട്ടിയെടുത്ത് സഹായിക്കാരുണ്ട്. കൂടുതൽ എമർജൻസി കേസുകളുണ്ടെങ്കിൽ പ്രിൻസിനെ ഫോണിൽ വിളിച്ചാൽ ചുരുങ്ങിയ സമയത്തിൽ അദ്ദേഹമെത്തും. കോളേജിൽനിന്ന് എട്ടു കിലോമീറ്റർ ദൂരം മാത്രമേ വീട്ടിലേക്കുള്ളൂ.

ഒരു വർഷമമാണ് കംപൽസറി ഇന്റേൺഷിപ്പ്. പ്രിൻസ് അത് കഴിയാൻ നോക്കിനിൽക്കുകയാണ് അച്ഛനെ കൂടുതൽ വിശദമായ പരിശോധനകൾ നടത്തണം. പ്രിൻസ് ഇപ്പോൾ മെഡിക്കൽ കോളേജിലെ ചികിത്സാവിഭാഗത്തിലെ അംഗമെന്ന നിലയിൽ അച്ഛന്റെ തുടർപരിശോധനയും മറ്റും എളുപ്പമാകുമല്ലോ.

എന്തായാലും ഹൗസ് സർജൻസി കഴിഞ്ഞ് ഒരു വർഷം ബ്രേക്ക് എടുക്കേണ്ടിവരും. അച്ഛന്റെ ആരോഗ്യസ്ഥിതി അനുസരിച്ചേ മുമ്പോട്ടു പോകാനാകൂ. പിന്നെ വീട്ടിൽ അച്ഛനും അമ്മയോടുമൊപ്പം താമസിച്ചിട്ടും കുറച്ചുകാലമായല്ലോ.

കോൺവോക്കേഷനിൽ ഡോക്ടർമാരുടെ സത്യപ്രതിജ്ഞയും സംസ്ഥാന ഗവർണറിൽനിന്ന് ബിരുദസർട്ടിഫിക്കറ്റും ഏറ്റുവാങ്ങി. ഈ ചടങ്ങിൽ പ്രിൻസിന്റെ അച്ഛനും അമ്മയും പങ്കെടുത്തിരുന്നു. ചായസൽക്കാരവേളയിൽ ഇവർ രേണുവിന്റെ മാതാപിതാക്കന്മാരുമായും സൗഹൃദം പങ്കിട്ടു. രേണു ശിശുരോഗവിഭാഗത്തിൽ ഒരു വർഷം സീനിയർ ഹൗസ് സർജൻസിക്ക് ചേരുകയാണ്. ഇനിയൊരു വർഷം പ്രിൻസിന് അക്കാദമിക് പരിപാടികൾക്ക് സമയം കിട്ടാനിടയില്ല. കോളേജിൽനിന്നുള്ള എല്ലാ സർട്ടിഫിക്കറ്റുകളും വാങ്ങി ഫയലിലാക്കി വെച്ചു. സ്ഥിര രജിസ്ട്രേഷൻ യൂണിവേഴ്സിറ്റിയിൽ നിന്ന് ലഭിക്കാൻ മൂന്നുമാസമെടുക്കും. ഇത് ലഭിച്ചാൽ മാത്രമേ ഒരു ഡോക്ടർക്ക് രോഗികളെ ചികിത്സിക്കാൻ ഔദ്യോഗിക അനുമതിയുള്ളൂ.

അച്ഛന്റെ തുടർചികിത്സ

നാടൻഭാഷയിൽ പറഞ്ഞാൽ ഇടയ്ക്കൊരു 'കുത്തിച്ചുമ'. നെഞ്ചിൽ ഗ്യാസ് കെട്ടിക്കിടക്കുന്നതുപോലെ തോന്നും. അമ്മയുടെ ഭാഷയിൽ 'വായുകോപം'. അപ്പോൾ ജീരകം വെള്ളത്തിലിട്ട് തിളപ്പിച്ചത് കൊടുക്കും. അല്പം ആശ്വാസവും ലഭിക്കും. അതല്ലാതെ മറ്റൊരു രോഗവും അച്ഛനില്ല.

വർഷങ്ങൾക്കു മുമ്പ് ചെറിയ ഒരു അറ്റാക്ക് ഉണ്ടായിരുന്നതായി ഇ.സി.ജി. സ്കാറിൽനിന്ന് മനസ്സിലായിരുന്നു. അതുകൊണ്ട് വിശദമായ ഒരു ചെക്കപ്പ് നടത്തുന്നത് നന്നായിരിക്കുമെന്ന് ഉണ്ണി അച്ഛനെ നിർബന്ധിച്ചു. മനസ്സില്ലാമനസ്സോടെ ഡോ. ഗോവിന്ദരാജിനെ കാണാമെന്ന് സമ്മതിച്ചു. ഡോ. പ്രിൻസിനാണെങ്കിൽ കോളേജിൽ നല്ല ബന്ധങ്ങളുമായിരുന്നു. അച്ഛനെ പരിശോധനയ്ക്കായി ഉണ്ണി കൊണ്ടുപോയപ്പോൾ രേണു ലീവ് എടുത്ത് അമ്മയ്ക്ക് കൂട്ടിരുന്നു.

''എനിക്കിങ്ങനെ ഒരു മോളുണ്ടായിരുന്നെങ്കിൽ'' എന്ന് രേണുവിനെ പരിചയപ്പെട്ട നാൾ മുതൽ അമ്മയ്ക്ക് തോന്നുമായിരുന്നു. രേണു പ്രിൻസിന്റെ അമ്മയെ 'അമ്മ' എന്നു തന്നെയായിരുന്നു വിളിച്ചിരുന്നത്.

എല്ലാ ടെസ്റ്റുകളും ഉച്ചയോടെ കഴിഞ്ഞു. ഹൃദയപേശിയിൽ ഒരു ചെറിയ കാപ്പില്ലറി ബ്ലോക്ക് ഉണ്ട്. ഒരുപക്ഷേ, ബദൽ രക്തക്കുഴലുകൾ വികസിച്ച് പ്രശ്നമൊന്നുമില്ലാതെ പോകുമായിരിക്കും. പക്ഷേ, കാർഡിയോളജി വിഭാഗത്തിലെ സഹപ്രവർത്തകരായി സംസാരിച്ചപ്പോൾ നേരത്തേ ഒരു അറ്റാക്ക് ഉണ്ടായതുകൊണ്ട് 'എൻജിയോപ്ലാസ്റ്റി' ചെയ്യുന്നതായിരിക്കും നല്ലത് എന്ന് ഭൂരിപക്ഷവും അഭിപ്രായപ്പെട്ടു. ഇക്കാര്യം പറയാനായി ഡോക്ടർ ഗോവിന്ദരാജ് അവരെ അദ്ദേഹത്തിന്റെ ഓഫീസിലേക്ക് വിളിച്ചു. ഗൗരവമുള്ള കാര്യമല്ല. ഏൻജിയോപ്ലാസ്റ്റി എന്നൊരു പ്രൊസീഡ്യർ ഇവിടെതന്നെ ചെയ്യാം.

അധികം സമയവും ആവശ്യമില്ല. രണ്ടു ദിവസം ഇവിടെ കിടന്ന് വീട്ടിലേക്കു പോകാം.

അമ്മയ്ക്ക് വ്യസനമായി. ''ഡോക്ടർ ഹൃദയം തുറന്നുള്ള ഓപ്പറേഷനാണോ?''

''രോഗി പോലും ഈ പ്രക്രിയ അറിയുകയില്ല. കൈയിലെ സിരയിലൂടെ നേർത്ത ഒരു ട്യൂബ് കയറ്റി ചെറിയൊരു റിപ്പയർ ശസ്ത്രക്രിയ. നിങ്ങൾ തയ്യാറാണെങ്കിൽ അടുത്ത ദിവസംതന്നെ ചെയ്യാം. ഡോ. പ്രിൻസ് അറിയിച്ചാൽ മതി.''

''രണ്ടു ദിവസം ഒരു ഗ്യാപ് വേണം ഡോക്ടർസാർ. ബുദ്ധിമുട്ടാവില്ലെങ്കിൽ മൂന്നാംദിവസം ഞങ്ങൾ വരാം.'' അച്ഛൻ

ഡേറ്റ് തീരുമാനിച്ച് അവർ ഇറങ്ങി. ക്യാമ്പസിലെ ഇന്ത്യൻ കോഫീ ഹൗസിലേക്ക് അവർ നടന്നു. ഒന്നാംതരം ലഞ്ച് അവിടെ കിട്ടും.

''മോൾ ലീവെടുത്ത് ബുദ്ധിമുട്ടായിട്ടുണ്ടാകും അല്ലേ?'' അച്ഛന്റെ സംശയം.

''ഹേയ് ഇല്ല. ഇന്നെനിക്ക് നൈറ്റ് ഡ്യൂട്ടിയാണ്.''

ഉണ്ണിയുടെ അച്ഛൻ വളരെ സ്നേഹത്തോടെ രേണുവിന് നന്ദി പറഞ്ഞു. ഡോ. പ്രിൻസ് അച്ഛനമ്മമാരോടൊപ്പം വീട്ടിലേക്ക് മടങ്ങി.

അച്ഛൻ ഡോക്ടറോട് രണ്ടു ദിവസത്തെ സാവകാശം ചോദിച്ചത് രണ്ട് പ്രധാന കാര്യങ്ങൾ ചെയ്യാനായിരുന്നു. വീട്ടിലെത്തിയ ഉടനെത്തന്നെ നേരത്തേ പരിചയമുള്ള രജിസ്റ്റർ ഓഫീസിലെ ഉദ്യോഗസ്ഥനായ രാഘവമേനോനെ വിളിച്ചു. ഓഫീസ് കഴിഞ്ഞാൽ വീടുവരെ എത്തണമെന്ന് പറഞ്ഞു.

ഫോണിലെ സംസാരം കേട്ട് അമ്മ അത്ഭുതപ്പെട്ടു.

''എന്തിനാ, ഭാഗാധാരം നടത്താനാണോ? അമ്പത്തേഴ് വയസ്സല്ലേ ആകുന്നുള്ളൂ. അതും വൃശ്ചികം പതിനേഴാകാൻ നാലു മാസം കൂടിയുണ്ട്. ഇത്ര ധൃതി കാണിക്കണോ?''

''എന്നാലും അതെല്ലാം ചെയ്യണം. നേരത്തെ ആയാലെന്താ ഡോക്ടർ അപകടമൊന്നുമില്ല്യാന്ന് പറഞ്ഞത് ശര്യാ. പിന്നെ മനസ്സിലുള്ള ഒരു കാര്യംകൂടി നിങ്ങളോട് പറയാനുമുണ്ട്.''

അപ്പോഴേക്കും കോളിങ് ബെൽ മുഴങ്ങി. രാഘവമേനോനെത്തി. അദ്ദേഹത്തിന് ഈ കുടുംബത്തോട് വലിയ ബഹുമാനമായിരുന്നു. തന്റെ അച്ഛന്റെ കുടിയാന്മാരോടുള്ള പരിഗണനയെക്കുറിച്ച് പറഞ്ഞ് അറിഞ്ഞിരുന്നു. ഭൂപരിഷ്കരണ നിയമം വരുന്നതിനുമുമ്പുതന്നെ

ഈ ഇല്ലം എല്ലാ കുടിയാന്മാർക്കും ഔദാര്യത്തോടെ ഭൂമി രജിസ്റ്റർ ചെയ്തു കൊടുത്തിരുന്നു. ആ കടലാസുകളൊക്കെ തയ്യാറാക്കിയത് മേനോന്റെ അച്ഛനായിരുന്നു.

ഉണ്ണിയുടെ അച്ഛൻ കാര്യങ്ങൾ വിശദീകരിച്ചു. അദ്ദേഹത്തിന്റെ എല്ലാ സ്ഥാവരജംഗമവകകളും ഭാര്യയുടെയും ഉണ്ണിയുടെയും പേരിൽ രജിസ്റ്റർ ചെയ്യുക. തന്റെ പിതാവ് ചെയ്തതുപോലെ കുടുംബ ക്ഷേത്രത്തിലേക്ക് ഒരു നിശ്ചിതതുകയും മാറ്റുക. ഇത്രയേയുള്ളൂ.

''തമ്പ്രാനേ, അതിനുള്ള സമയമായിട്ടില്ലല്ലോ. ഇത്ര തിടുക്കം വേണോ? മേനോൻ.

അമ്മ ഇപ്പോൾ വേണ്ടെന്ന് ഇടപെട്ട്പറഞ്ഞിട്ടും അച്ഛൻ ഒട്ടും സമ്മതിച്ചില്ല.

''നടപടികൾ ഉടൻ ആരംഭിക്കണം. മൂന്നു ദിവസം കഴിഞ്ഞാൽ ഞാൻ ആശുപത്രിയിൽ അഡ്മിറ്റ് ആകും.''

''അങ്ങനെയെങ്കിൽ രജിസ്ട്രാറെ സ്പെഷൽ ഫീസ് കൊടുത്ത് ആശുപത്രിയിലേക്ക് കൊണ്ടുവന്ന് നടപടി പൂർത്തിയാക്കാം. അതിനുള്ള വകുപ്പ് നിലവിലുണ്ട്.''

'മേനോൻ നമസ്കാരം ചൊല്ലി ഇറങ്ങി.

മേനോൻ പോയശേഷം അമ്മ ചായയും പഴംപൊരിയുമായി എത്തി.

''അച്ഛന് ഒരു ടെൻഷനും വേണ്ടാട്ടോ.'' ഡോ. ഗോവിന്ദരാജ് പറഞ്ഞതെല്ലാം ഉണ്ണി വിശദീകരിച്ചു.

''ആൻജിയോപ്ലാസ്റ്റിയെക്കുറിച്ച് ഞാൻ വായിച്ചു മനസ്സിലാക്കിയിട്ടുണ്ട്.''

''അതല്ല ടെൻഷൻ. ഇനി പറയാൻ ഉദ്ദേശിക്കുന്നതിനെക്കുറിച്ചാണ് ആശങ്ക.''

അച്ഛൻ നിർത്തി ആലോചനയിലായി. അമ്മയും മരക്കസേര വലിച്ചിട്ടിരുന്നു.

''നമ്മുടെ വീട്ടിൽ നടക്കേണ്ട ഒരു വേളിയെക്കുറിച്ചാണ് എന്റെ മനസ്സിലുള്ളത്. നമ്മുടെ ഉണ്ണിയുടെ വേളി. പരമ്പരാഗതമായ നമ്പൂതിരി കല്യാണം പോലെ നടത്താനാണ് എന്റെ ഉദ്ദേശ്യം. ഉണ്ണി ചെറുപ്പമാണ്. കുറച്ചുകൂടി കഴിയട്ടെ എന്ന് ആരും പറയരുത്. എനിക്ക് ഉണ്ണിയുടെ വേളി കണ്ടിട്ട് വേണം കണ്ണടയ്ക്കാൻ.''

അച്ഛന്റെ ശബ്ദമിടറിയപ്പോൾ അമ്മ വിതുമ്പി. ഉണ്ണി സങ്കടം സഹിക്കാനാകാതെ മുഖം മൂടി തേങ്ങി.

അച്ഛന്റെ സരസമായ സംഭാഷണമാണ് രംഗം തണുപ്പിച്ചത്. ''നമ്മുടെ കല്യാണം എത്ര ചെറുപ്പത്തിലായിരുന്നു. ഇന്നാണെങ്കിൽ ജയിലിലടച്ചേനേ.''

''ഇനി കാര്യങ്ങളിലേക്ക് കടക്കുക. ഒരു വധു വേണ്ടേ. നിന്റെ അഭിപ്രായം ആദ്യം കേൾക്കട്ടെ.''

അതിനിടയിൽ അമ്മ കയറി പറഞ്ഞു. ''എത്രകാലം ഒരുമിച്ചു ജീവിച്ചതാ. അച്ഛനും ഉണ്ണീം പറയുന്നതുതന്നെ ഈയുള്ളവളുടെ അഭിപ്രായം.''

''ഉണ്ണീ, നീ മിണ്ടാതിരുന്നാൽ പോരാ. നിന്റെ ജീവിതമാണ്.''

അച്ഛൻ ചിന്തിച്ചുകൊണ്ടിരുന്ന ഉണ്ണിയെ തട്ടിയുണർത്തി.

''ഈ ചെറിയൊരു ആൻജിയോപ്ലാസ്റ്റിയോടെ എല്ലാം തീർന്നു വെന്നാണോ അച്ഛൻ ധരിച്ചിരിക്കുന്നത്. ജീവിതം അനായാസമാക്കാനുള്ള ഒരു മൈനർ സർജറിയാണിത്. ബൈപാസ് ഒന്നും അല്ലല്ലോ. പേടിക്കാൻ അശേഷമില്ല.''

ഉണ്ണി നിർത്തിയപ്പോൾ അച്ഛന്റെ ഉപദേശം. ''ഉണ്ണീ, നിന്നേക്കാൾ രണ്ടോണമെങ്കിലും നേരത്തെ ഉണ്ടവനല്ലേ ഞാൻ. കാലത്തെക്കുറിച്ച് ആർക്കും ഒന്നും പ്രവചിക്കാനാവില്ല കുട്ട്യേ.''

ഉണ്ണിക്ക് എന്തെങ്കിലുമൊരു അഭിപ്രായം പറയാതിരിക്കാൻ പറ്റാതായി.

''അച്ഛാ, അമ്മേ, കണ്ട നിമിഷം മുതൽ രേണുവിനോട് എനിക്ക് വലിയ സ്നേഹമായി. അവളുടെ സൗന്ദര്യമല്ല, സ്വഭാവമാണ് ഞാൻ ഇഷ്ടപ്പെട്ടത്. അച്ഛന്റേയും അമ്മയുടെയും അനുഗ്രഹവും സമ്മതവുമുണ്ടെങ്കിൽ ആ കുട്ടിയെ വേളി കഴിക്കാൻ എനിക്കിഷ്ടമാണ്. രേണു സാധാരണ ഒരു കുടുംബത്തിലെ അംഗമാണ്. അതെല്ലാം അറിഞ്ഞുതന്നെയാണ് ഞാൻ ഇഷ്ടപ്പെട്ടത്. ഇനി വേർപിരിക്കാനാവാത്ത ഒരു അടുപ്പത്തിലേക്ക് ഞങ്ങൾ എത്തിച്ചേർന്നിരിക്കുന്നു.'

ഉണ്ണി പൊട്ടിക്കരഞ്ഞു.

അച്ഛനും അമ്മയും ഉണ്ണിയെ ആശ്വസിപ്പിച്ചു.

''ഉണ്ണിയുടെ കണ്ണീർ ഞങ്ങൾക്ക് സഹിക്കാവുന്നതല്ല. മോന്റെ ഇഷ്ടമാണ് ഞങ്ങളുടെ ഇഷ്ടം, ഞാൻ ഒന്ന് മേൽ കഴുകട്ടെ.''

അച്ഛൻ എഴുന്നേറ്റതോടെ അവർ പിരിഞ്ഞു.

''ബാക്കി വിശേഷങ്ങൾ അത്താഴത്തിനാകാം.''

അച്ഛൻ നെറുകയിൽ എണ്ണ പുരട്ടി കുളിമുറിയിലേക്ക് പോയി.

ഏടാകൂടം

"നമ്മുടെ മൂന്നുപേർ ചേർന്ന കുടുംബത്തിന് ഒരേ ഒരു അഭിപ്രായമാണെങ്കിലും ചില മുറുമുറുപ്പുകൾ ഉണ്ടാകാനിടയുണ്ടെന്ന് തോന്നുന്നു."

ഉണ്ണി പറഞ്ഞുതീരുന്നതിനുമുമ്പ് അച്ഛൻ തുറുപ്പ് ചീട്ടിട്ട് പ്രശ്നം വെട്ടി. ആ കുട്ടിക്കെതിരെ പറയാവുന്ന തടസ്സങ്ങൾ അച്ഛൻ പറഞ്ഞു. "ഒന്ന്, മിശ്രവിവാഹം. രണ്ട്, സാമ്പത്തിക നില. ഇതിൽ കൂടുതൽ വല്ലതും ഉണ്ടെങ്കിൽ പറയ്യ്യാ." അച്ഛൻ നിർത്തി.

ഇതിന് ഉത്തരം പറഞ്ഞത് അമ്മയാണ്. "എനിക്കൊരു പ്രശ്നോല്യ. സാമ്പത്തിക പ്രശ്നമാണെങ്കിൽ 'തിക്കൊടി' മനേന്ന് ഇത്രേം വലിയ നാലുകെട്ട് മനേലിക്ക് ഞാൻ എത്ത്യോ. ഇവിടെ ആത്തോലമ്മമാരൊക്കെ വലിയ സ്നേഹത്തിലല്ലേ ഇങ്ങോട്ട് കൈ പിടിച്ചു കേറ്റീത്. മൂത്ത തിരുമേനി (പ്രിൻസിന്റെ മുത്തച്ഛൻ) എത്ര വലിയ ഔദാര്യമാണ് ചെയ്തത്. എത്ര കാളവണ്ടി പരിവാരങ്ങളും വിഭവങ്ങളുമായിട്ടാണ് എന്നെ കൂട്ടിക്കൊണ്ടുവന്നത്. ഒറ്റക്കാളയെ പൂട്ടിയ അലങ്കാര കാളവണ്ടിയിൽ. ദൂരം ഏറെയുണ്ടായിരുന്നതിനാൽ ബന്ധുക്കളായ ചെമ്പൂക്കാവ് മനയിൽ ഉച്ചയൂണും വിശ്രമവും. എത്ര രാജകീയമായ വരവായിരുന്നു. ഓർക്കുമ്പോ കോരിത്തരിക്കുന്നു. ശിവ ശിവ!" അമ്മുടെ അത്ഭുത ഓർമ്മകൾ തീരുന്നില്ല."

"അല്ലാ, ഈ ഞാനല്ലേ നിന്റെ അച്ഛന്റെ കൈയിൽനിന്ന് നിന്നെ ഏറ്റുവാങ്ങിയത്. അന്നും ചില ഏഷണികളുണ്ടായിരുന്നു. ഞാൻ അതൊന്നും വകവെച്ചില്ല. പണവും മനുഷ്യനുമായല്ല യഥാർത്ഥ വേളി, മനുഷ്യനും മനുഷ്യനും തമ്മിലാ. എന്താ ഉണ്ണീ?"

"തന്നെ തന്നെ. പക്ഷേ, അച്ഛനും തറവാട്ടിനും ദോഷപ്പേരുണ്ടാക്കരുതല്ലോ." ഉണ്ണിയുടെ ആശങ്ക.

"ഉണ്ണിക്കു വിഷമമൊന്നും ഇല്ലെങ്കിൽ ഈ മുഹൂർത്തത്തിൽ കുടിവെച്ച ഭഗവതിയെ സാക്ഷിനിർത്തി ഞാൻ ഉറപ്പിച്ചു. ഭഗവാന്മാരേ,

പിതാമഹന്മാരേ, അനുഗ്രഹിക്കണേ. ഇക്കാര്യം ആ കുട്ടിയുടെ വീട്ടുകാരെ അറിയിക്കാൻ നാളെ രാവിലെ നമുക്ക് അവരുടെ വീട്ടിൽ പോകാം. ഉണ്ണി വിവരം രേണുവിനേയും വീട്ടുകാരേയും അറിയിച്ചോളൂ. ഒരു സൽക്കാരോം വേണ്ട. ഇന്ന് നമുക്ക് അതിനൊന്നും സമയം കാണില്ല. ബാക്കി വിശദമായി ആശുപത്രിയിൽ നിന്ന് തിരിച്ചെത്തിയിട്ടാവാം.''

അത്താഴം തീർത്ത് എല്ലാവരും വിശ്രമത്തിന് പിരിഞ്ഞു.

നേരത്തേ പ്രാതൽ കഴിഞ്ഞു. ഉണ്ണി ഡ്രൈവ് ചെയ്ത കാറിൽ രേണുവിന്റെ വീട്ടിലെത്തി. രേണു പൂമുഖവാതിലിൽ കുളിച്ച് കുറിയിട്ട് നിന്നിരുന്നു. പക്ഷേ, അവൾ വിയർക്കുകയായിരുന്നു. ഒരു വിവാഹത്തിലേക്ക് എത്തുംവിധം ഡോ. പ്രിൻസുമായി വലിയ സ്നേഹമായിരുന്നെന്നും രേണുവിന്റെ മാതാപിതാക്കൾക്ക് അറിവില്ലായിരുന്നു. പഠനവുമായി ബന്ധപ്പെട്ട് പ്രിൻസിനെക്കുറിച്ച് വീട്ടിൽ പരാമർശമുണ്ടായിട്ടുണ്ടെന്നു മാത്രം.

രേണുവിന്റെ അമ്മ ഇന്നാട്ടുകാരിയായതിനാൽ പ്രിൻസ് രാജകുടുംബാംഗമായിട്ടാണ് അവരടക്കമുള്ള നാട്ടുകാർ കണക്കാക്കിയിരുന്നത്. നാട്ടിൽ അഭിപ്രായവ്യത്യാസമുണ്ടാകുമ്പോൾ അത് തീർപ്പാക്കാനുള്ള അധികാരം ഈ തമ്പ്രാൻ കുടുംബക്കാർക്കായിരുന്നു.

''തമ്പ്രാക്കന്മാര് ഇങ്ങോട്ട്?'' രേണുവിന്റെ അമ്മയ്ക്ക് ആശ്ചര്യം.

രേണുവിന്റെ അച്ഛൻ ഹിന്ദി കലർന്ന മലയാളത്തിൽ സംസാരിച്ച് ആദരവ് പ്രകടിപ്പിച്ചു. സാമാന്യം നല്ല ഹിന്ദി ഭാഷയിൽ പ്രിൻസിന്റെ അച്ഛൻ സംസാരിച്ചത് പ്രിൻസിനടക്കം അത്ഭുതമുളവാക്കി.

രേണു ചായയും പഴനുറുക്കുമായി ചെറുസൽക്കാരം.

''ഞങ്ങൾ സാധാരണക്കാരാണ്. എന്തു പറയണമെന്ന് അറിയില്ല.'' രേണുവിന്റെ അമ്മ സങ്കോചത്തിൽ.

അപ്പോഴേക്കും പ്രിൻസിന്റെ അമ്മ രേണുവിനെ കെട്ടിപ്പിടിച്ച് നെറ്റിയിൽ ഉമ്മവെച്ചു. രേണു അമ്മയെ കെട്ടിപ്പിടിക്കുമ്പോൾ അവളുടെ കണ്ണിൽനിന്ന് കണ്ണീരൊഴുകി. രേണുവിന്റെ അച്ഛൻ പ്രിൻസിന് ഹസ്തദാനം ചെയ്ത് സ്വീകരിച്ചു.

''ഇനി കല്യാണമുറപ്പിക്കൽ തുടങ്ങിയ ചടങ്ങുകളൊന്നും ഉണ്ടാകില്ലാട്ടോ. ദൈവാനുഗ്രഹത്തോടെ ലളിതമായ ഒരു മാലയിടൽ ചടങ്ങ്, സദ്യ. ഉണ്ണിക്ക് ഡോക്ടർസുഹൃത്തുക്കൾ ഒരു പട ആയി വരും. പിന്നെ ഞങ്ങളുടെ ബന്ധുക്കാരും. വിശദമായി ഞാൻ ആശുപത്രീന്ന് തിരിച്ചുവന്നിട്ട് നമുക്ക് സംസാരിക്കാം.''

ഉണ്ണിയുടെ വീട്ടുകാരെ യാത്രയാക്കാൻ രേണുവും കുടുംബവും കാറിന്റെ അടുത്തുവരെ വന്നു.

‘‘മോള് ആശുപത്രീല് അമ്മേടെ അടുത്തുണ്ടാവണം കേട്ടോ.’’ പ്രിൻസിന്റെ അമ്മ.

‘‘ഒരു സംശയം വേണ്ട അമ്മേ, പേടിക്കാനൊന്നുമില്ല.’’

‘‘അമ്മേ...’’ എന്നു വിളിക്കുമ്പോൾ രേണുവിന്റെ മുഖം എന്നത്തേക്കാൾ പ്രസന്നമായിരുന്നു.

കാറിൽ കയറി യാത്ര തുടങ്ങിയപ്പോൾ അച്ഛന് വന്ന ഒരു വാട്സാപ്പ് മെസ്സേജ് അച്ഛൻ ഉറക്കെ വായിച്ചു.

‘‘കടന്നുപോയ ദിനങ്ങൾ, കണ്ടുമുട്ടിയ മുഖങ്ങൾ, നഷ്ടപ്പെട്ട സ്വപ്നങ്ങൾ, വേദനിപ്പിച്ച വാക്കുകൾ, തനിച്ചായ നിമിഷങ്ങൾ, ഒറ്റപ്പെടുത്തിയ ബന്ധങ്ങൾ, മനസ്സു കീഴടക്കിയ സ്നേഹം, എല്ലാം പാഠങ്ങളാണ്. പഠിക്കാനും തിരിച്ചറിയാനും.’’

‘‘ഇത് ദൈവം അയച്ചതാണെന്ന് തോന്നുന്നു.’’

ഉണ്ണിയുടെ അച്ഛന്റെ അവസരോചിതമായ റിമാർക്ക്.

Uneventful

പ്രശ്നങ്ങളൊന്നുമില്ലാതെ സർജറിയും ശസ്ത്രക്രിയാനന്തര ദിവസങ്ങളും കടന്നുപോയാൽ സാങ്കേതികമായി ഡോക്ടർമാർ ഫയലിൽ രേഖപ്പെടുത്തുന്ന ഒരു പരമ്പരാഗതമായ വാക്കാണ്, 'Uneventful'. അതായത് ഓപ്പറേഷൻ വിജയകരമായി, ശസ്ത്രക്രിയാനന്തര ദിവസങ്ങൾ പ്രശ്നമൊന്നുമില്ലാതെ കടന്നുപോയി എന്നതാണ് ഉദ്ദേശിക്കപ്പെടുന്നത്. ഒന്നോ രണ്ടോ ദിവസം കഴിഞ്ഞാൽ ഡിസ്ചാർജാക്കും. പുനഃപരിശോധന സാധാരണഗതിയിൽ പത്തു ദിവസത്തിനു ശേഷമാകും റിവ്യൂ.

ഡിസ്ചാർജായപ്പോൾ ഡോ. പ്രിൻസിന്റെ വീട്ടുകാരെ കാർ വരെ ചെന്ന് രേണു യാത്രയാക്കി. രേണുവിനെ കെട്ടിപ്പിടിച്ചാണ് യാത്ര പറഞ്ഞത്.

''ഇപ്പോൾ അമ്മയ്ക്ക് ഉണ്ണിയേക്കാൾ സ്നേഹം രേണുവിനോടാണ്.''

ഉണ്ണിയുടെ പരാതിക്ക് അമ്മ ചൂടുള്ള മറുപടി നൽകി.

''ഇനി അവളെന്റെ മോള് തന്ന്യല്ലേ? എന്താ സംശയം. എന്റെ സ്വന്തം മോള് തന്നെ.''

അമ്മയുടെ ഉരുളയ്ക്കുപ്പേരി പ്രിൻസിന് പാൽപ്പായസം പോലെ തോന്നി.

അച്ഛന് വിശ്രമം നിർദ്ദേശിക്കപ്പെട്ടെങ്കിലും അദ്ദേഹം പലതിനെക്കുറിച്ച് ചിന്തിക്കുകയും ചിലതെല്ലാം നോട്ടുപുസ്തകത്തിൽ കുറിച്ചുവെയ്ക്കുകയും ചെയ്യുന്നുണ്ട്. ഒരു ദിവസം ഉണ്ണി പുസ്തകം എടുത്ത് എന്താണ് കുത്തിക്കുറിക്കുന്നതെന്ന് സ്നേഹപൂർവ്വം അന്വേഷിച്ചു.

''ഒന്നും വിട്ടുപോകാൻ പാടില്ല. നമ്മുടെ താവഴികളിലുള്ളവരെ മറക്കേ.'' അച്ഛൻ ഗൗരവം.

''അതിപ്പോൾ ഓർക്കാൻ കാരണം?'' ഉണ്ണി തിരക്കി.

''പണ്ട് ഒരിക്കൽ പത്തായപ്പുരയിൽനിന്ന് ഒരു കൈയെഴുത്ത് പുസ്തകം കിട്ടിയിരുന്നു. എന്റെ വേളിക്ക് ക്ഷണിക്കേണ്ട താവഴികളുടെ ഒരു സ്കെച്ച് പോലെ അച്ഛൻ തയ്യാറാക്കി വെച്ചതാ. ഇതാ, ഇനീം ഒരു വേളി വരാണല്ലോ. നമ്മുടെ താവഴിയിലെ അവസാനത്തേതും. ആരേം ഒഴിവാക്കാൻ പാടില്ല. ഞാൻ ഒരുക്കങ്ങൾ തുടങ്ങി. വെറുതെ ഇരിക്കേണ്ടല്ലോ.''

അച്ഛൻ കൂടുതൽ വാചാലനായപ്പോൾ ഉണ്ണി തടഞ്ഞു.

''റെസ്റ്റ് എന്നാൽ ഫിസിക്കലും മെന്റലും ഇന്റലക്ചലും പെടും അച്ഛാ. ഇപ്പോൾ വിശ്രമിച്ചാൽ പിന്നെ എന്തു വേണേലും ചെയ്യാം.''

ഡോക്ടർ മകന്റെ ഉപദേശം സ്വീകരിച്ച് അദ്ദേഹം പുസ്തകമടച്ച് ചാരുകസേരയിൽ ഇരുന്നു. അടുത്തുള്ള വയലുകളിൽ വെള്ളമുണ്ടായിരുന്നതിനാൽ തണുത്ത കാറ്റ്. അച്ഛൻ സുഖനിദ്രയിലായി.

അച്ഛന്റെ ജോലികളിൽ സഹായിക്കാൻ ഉണ്ണിയും തനിക്കും അമ്മയ്ക്കും പ്രത്യേകമായി ക്ഷണിക്കേണ്ടവരുടെ ലിസ്റ്റ് തയ്യാറാക്കാൻ തുടങ്ങി. ലിസ്റ്റ് വല്ലാതെ ദീർഘിക്കുന്നു. എങ്കിലും അമ്മയും എണ്ണത്തിൽ കുറവ് വരുത്താൻ ആഗ്രഹിക്കുന്നില്ല. നാലുകെട്ടിന്റെ മുൻഭാഗത്ത് പണ്ട് കറ്റ മെതിക്കാനും കതിരുകളിൽനിന്ന് നെല്ല് ഇളം മുളവടികൊണ്ട് തല്ലിക്കൊഴിക്കാനും മറ്റുമുള്ള വിശാലമായ ഒരു മുറ്റമുണ്ട്. അത് പന്തലിനുള്ള സ്ഥലമാക്കാം. അല്പം മാറി കിണറ്റുകരയിൽ ദേഹണ്ഡത്തിനുള്ള പന്തലിടാനും ഒരു വലിയ കലവറ മുറിക്കുമുള്ള സ്ഥലമുണ്ട്. ഉണ്ണി മനസ്സിൽ പ്ലാൻ തയ്യാറാക്കി.

രേണുവിന്റെ വീട്ടിൽനിന്ന് കാര്യമായി ആരും വരാനില്ല. ചില അയൽവാസികൾ വരും. പിന്നെ പഴയ കുടിയാൻ കുടുംബങ്ങളിലെ എല്ലാവരെയും വിളിക്കണമെന്ന് അച്ഛൻ നേരത്തെതന്നെ പറഞ്ഞിട്ടുണ്ട്.

ആകെ അടുത്തുള്ള ഏകബന്ധുവീട് പരമേട്ടന്റേതാണ്. അദ്ദേഹത്തിന്റെ അച്ഛനമ്മമാർ മരണപ്പെട്ടുപോയി. രണ്ട് ഓപ്പോളുമാരിൽ മൂത്തവൾ വിവാഹിതയായി കൽക്കത്തയിലാണ്. പരമേട്ടനും ഭാര്യയും ഏതു സഹായത്തിനും തയ്യാറാണ്. പഴയ ചില കാര്യസ്ഥന്മാരുടെ സഹായം തീർച്ചയായും വേണ്ടിവരും. ദേഹണ്ഡക്കാരേയും തേടി കണ്ടുപിടിക്കണം. അങ്ങനെ പലതും..

ഉറക്കമുണർന്നപ്പോഴേക്കും ചുടുചായയുമായി അമ്മയെത്തി. വറവുസാധനങ്ങൾ ഒഴിവാക്കണമെന്ന് ഡോക്ടർ നിർദ്ദേശിച്ചതിനാൽ തീക്കനലിൽ ചുട്ടെടുത്ത മൂത്ത നേന്ത്രപ്പഴമാണ് കടി.

''ആകെ ഒരു സുഖം കിട്ടിയതുപോലെയായി.''

അമ്മയും ഉണ്ണിയും അച്ഛന്റെ ചുറ്റും കൂടി.

''ഉറക്കം കഴുഞ്ഞ് തലയൊന്ന് തണുത്തപ്പോൾ എനിക്ക് ഒരു ആശയം തോന്നി. ഏതായാലും വേളി മനയാണല്ലോ നടത്തുന്നത്. ഉണ്ണിയുടെ വധുവിനുള്ള വസ്ത്രവും ആഭരണവും നമുക്കുതന്നെ കൊടുക്കാം.''

ഭാര്യയുടെയും മകന്റെയും മറുപടിക്കായി അദ്ദേഹം കാത്തിരുന്നു.

''എല്ലാം എടുക്കാനുള്ള വഹ നമുക്കുണ്ടാകുമോ?'' അമ്മയുടെ ന്യായമായ ഉൽക്കണ്ഠ.

ഉണ്ണി പ്രതികരിച്ചില്ല.

''മോള് ഇനി നമ്മടെ ഇല്ലത്തല്ലേ താമസം. എല്ലാം അവർക്ക് രണ്ടുപേർക്കും ഉള്ളതല്ലേ, അല്ലേ ഉണ്ണീ?'' പ്രിൻസ് ഒന്നു പുഞ്ചിരിച്ചു.

''അച്ഛാ, കുറച്ചു സമയം നടക്കാൻ പറഞ്ഞിട്ടുണ്ടല്ലോ. നമുക്ക് മുറ്റത്ത് കുറച്ച് നടക്കാം.'' ഉണ്ണി അച്ഛന്റെ കൈപിടിച്ച് എഴുന്നേല്പിച്ചു.

''വൈകീട്ട് എനിക്ക് കഞ്ഞീം ഉപ്പുമാങ്ങ ചമ്മന്തീം മതീട്ടോ.''

അങ്ങനെയാകാം എന്ന് പറഞ്ഞ് അമ്മ കുളിക്കാൻ കേറി.

''കുടിവെച്ച ഭഗവതിയെ തൊഴാൻ പോയിട്ട് പത്തു ദിവസായി, അമ്മേ, മാപ്പ്.''

''ഉണ്ണീ, ഞാൻ ഒരു കാര്യം ചിന്തിക്കുകയായിരുന്നു. സാധാരണ ഈ പ്രായത്തിൽ വേളിയൊന്നും നടത്താറില്ല. പക്ഷേ, നീ ഇപ്പോൾ മെഡിക്കൽ ബിരുദമെടുത്തല്ലോ. മാത്രോല്ല, എല്ലാ കാര്യങ്ങളും നേരത്തേതന്നെ ചിട്ടപ്പെടുത്തിവയ്ക്കണമെന്ന് മനസ്സിലിരുന്ന് അച്ഛൻ സംസാരിക്കുന്നതുപോലെ തോന്നുന്നു.''

അച്ഛൻ വാചകം പൂർത്തിയാക്കുന്നതിനു മുമ്പുതന്നെ ഉണ്ണി ഇടപെട്ടു.

''അച്ഛൻ 'നൊാസ്' (യാഥാർത്ഥ്യമല്ലാത്തത്) പറയുന്നതുപോലെ.''

അവൻ വിഷയം അപ്പാടെ മാറ്റി സംസാരിക്കാൻ തുടങ്ങി. ഏതായാലും അച്ഛന്റെ ആരോഗ്യം വളരെ മെച്ചപ്പെട്ട് നോർമൽ ആയി.

വേളി വൃശ്ചികത്തിൽത്തന്നെ

ഇതിനിടയിൽ ഡോ. പ്രിൻസിന്റെ അച്ഛന്റെ രണ്ടും മൂന്നും ചെക്കപ്പുകൾ നടന്നു. എല്ലാം നോർമൽ. കാർഡിയേസ്, ബികോസ്യൂൾസ് എന്നീ രണ്ടു ഗുളികകൾ മാത്രമേ കഴിക്കേണ്ടതുള്ളൂ. രാവിലെയും വൈകീട്ടും നടത്തം നിർബന്ധം. പാട നീക്കിയ പാല്, ഫാറ്റില്ലാത്ത മറ്റു ഭക്ഷണങ്ങൾ തുടങ്ങിയ ശ്രദ്ധിക്കണമെന്ന് മാത്രം. അച്ഛന് ഏറ്റവും ഇഷ്ടമുള്ള പപ്പടം ഒഴിവാക്കേണ്ടി വന്നതിലാണ് അച്ഛന് ദുഃഖം.

ഏൻജിയോപ്ലാസ്റ്റി കഴിഞ്ഞിട്ട് മൂന്നു മാസത്തോളമായി ജീവിതചര്യ നോർമലായി. ഒരു ദിവസം അത്താഴത്തിന് കല്യാണക്കാര്യം അച്ഛൻ ഓർമ്മിപ്പിച്ചു.

''ഇനി ചിങ്ങത്തിന് രണ്ടു മാസമുണ്ട്. ഇല്ലത്തെ എല്ലാ കല്യാണങ്ങളും വൃശ്ചികത്തിലാണ് നടന്നിട്ടുള്ളത്. ഉണ്ണീടെ വേളിയും വൃശ്ചികത്തിലാകണം.''

അച്ഛന്റെ തീരുമാനം ദൃഢശബ്ദത്തിൽനിന്ന് വ്യക്തമാണ്.

''അപ്പോൾ ഇനി അധികം സമയമില്ല. ദീർഘയാത്ര ഒഴിവാക്കാനായി തിക്കൊടി ഇല്ലത്തേക്ക് അമ്മയും ഉണ്ണിയും പോകുക. അടുത്തുള്ള കാരണവന്മാരെ ഞാൻ നേരിട്ട് വിളിക്കാം. തിക്കൊടിക്ക് അടുത്താഴ്ച പൊയ്ക്കോളൂ. നാളെത്തന്നെ രേണുവിന്റെ അച്ഛനെയും അമ്മയെയും ഉണ്ണി കൂട്ടിക്കൊണ്ടുവരിക. അവസാന ചർച്ചകൾ ആവശ്യമാണല്ലോ. നമ്മുടെ ഇല്ലത്ത് സ്ത്രീകളിൽനിന്ന് ഒന്നും കൈപറ്റുന്ന പതിവില്ല. ആ വക വിഷയങ്ങളൊന്നും സംസാരിക്കാനല്ല. എങ്കിലും പാരമ്പര്യമനുസരിച്ചുള്ള ചില കാര്യങ്ങൾ വേണമല്ലോ.''

അമ്മയും ഉണ്ണിയും അച്ഛന്റെ അഭിപ്രായത്തോടെ യോജിച്ചു.

''ഞങ്ങൾ ഈശ്വരവിശ്വാസികളാണെങ്കിലും എല്ലാ ദൈവിക ചൈതന്യങ്ങളെയും ആദരിക്കുന്നവരാണ്. ആരാധനയൊക്കെ സ്വന്തം താല്പര്യം. രാവിലെയുള്ള മുഹൂർത്തത്തിൽ കുടുംബക്ഷേത്രത്തിൽ

വെച്ച് താലി കെട്ടും. ഭാര്യയുടെ ഇല്ലം തിക്കൊടിയിലാണ്. അവർ അവിടേക്ക് പോകുമ്പോൾ വളരെ പഴക്കമുള്ള മാഹിപ്പള്ളിയിൽ വെച്ച് മോതിരം മാറുക. വേറെ മതപരമായ ചടങ്ങുകളൊന്നുമില്ല. പിന്നെ കല്യാണദിവസം കാലത്ത് ഒമ്പതുമണിക്ക് സദ്യയ്ക്ക് ഇലയിട്ടാലേ ഉച്ചതിരിയുമ്പോഴേക്കും എല്ലാവർക്കും വിളമ്പിയെത്തൂ. എല്ലാ ഏർപ്പാടുകളും ചെയ്തുകഴിഞ്ഞിട്ടുണ്ട്. ഒരു പരിഭ്രമവും വേണ്ട.''

അച്ഛൻ പറഞ്ഞുനിർത്തി.

''ഞങ്ങൾക്ക് പാരമ്പര്യമായി ചെത്തിമിനുക്കി ഉരുട്ടിയ മാർബിൾ മാല വധു അണിയുന്ന ചടങ്ങുണ്ട്. വേറെ പ്രത്യേകതകളൊന്നുമില്ല. പിന്നെ രാജസ്ഥാനിലൊന്നു പോയി പ്രായമായ അമ്മയുടെ അനുഗ്രഹം വാങ്ങണം. മാർബിൾ മാലയും വാങ്ങി വരാനുള്ള ഒരു സമയം മാത്രമേ ഞങ്ങൾക്കുവേണ്ടൂ. എല്ലാം ഈശ്വരൻ നടത്തിത്തരും.''

സംഭാഷണമൊക്കെ തീർന്ന് ലഘുഭക്ഷണത്തോടെ അവർ പിരിഞ്ഞു.

വേളി

വേളി അതികേമം എന്നതിൽ കൂടുതൽ എന്തു പറയാൻ. കലവറ, പാചകപ്പുര എന്നിവ ഫുൾഫോമിൽ! നേന്ത്രപ്പഴം പ്രഥമന് എത്തിയ കാഴ്ചക്കുലകൾ ഒരു ചെറിയ മലപോലെയായിരുന്നു. പഴയ കുടിയാന്മാർ രണ്ടു ചുമലുകളിലും കാവുകെട്ടിയും കൊണ്ടുവന്ന, മെഴുക്കുപുരട്ടിക്കും കാളനുമുള്ള പച്ചക്കായക്കുലകളും മഴവിൽഭംഗി വിരിയിച്ചു. നല്ല മൂത്ത് പഴുക്കാറായ പൂവൻകുലകൾ കെട്ടിത്തൂക്കിയത് വരാന്തയിൽ. തട്ടിനുമുകളിൽ സൂക്ഷിച്ചിരുന്ന ചരക്കുകളും പാചകപ്പുരകളിലേക്കിറക്കി. ഉറങ്ങിക്കിടന്നിരുന്ന നാലുകെട്ട് ഉത്സവപ്പറമ്പു പോലെയായി. പടിപ്പുര മുതൽ കുരുത്തോലത്തോരണങ്ങൾ കാറ്റിൽ സന്തോഷത്തിരകളെപ്പോലെ, തൈത്തെന്നലിൽ ഇളംമഞ്ഞതിരകളിലേന്തി അതിഥികളെ പൂമുഖത്തേക്കാനയിച്ചു.

ചാരുകസേരകളിൽ കാരണവന്മാരും മറ്റു മുതിർന്ന തിരുമേനിമാരും മുമ്പിൽതന്നെയുണ്ട്. ചേലചുറ്റിയ മുതിർന്ന ആത്തോലമാർക്കായി അകത്തളങ്ങളിൽ കട്ടിലുകളും മെത്തപ്പായയും തയ്യാറായി.

മാല പരസ്പരമണിയിച്ച് നാഗസ്വരത്തിന്റെ അകമ്പടിയോടെ നവവധൂവരന്മാർ പൂമുഖത്തെത്തിയപ്പോൾ കുരവ ഉയർന്നു. ഉണ്ണിയും രേണുവും കാരണവന്മാരുടെ കാലുതൊട്ടു വന്ദിച്ച് വെറ്റിലയും പാക്കും നാണയവും ദക്ഷിണ നല്കി. കോട്ടക്കൽ താവഴിക്കാര് തലച്ചുമടായി രണ്ടു വല്ലം തളിർവെറ്റിലയും കുന്നംകുളം താവഴി സമൃദ്ധമായി പാക്കടയ്ക്കയും സമ്മാനം. എല്ലാം കുശാൽ.

കുട്ടഞ്ചേരി രാമൻ നമ്പൂതിരിയുടെ നേതൃത്വത്തിൽ പാചകം ചെയ്ത അടപ്രഥമനും പഴംപ്രഥമനും നാക്കിലയിൽ വിളമ്പി ആവോളം ആസ്വദിച്ച്, കൈക്കുമ്പിളിൽ കാന്താരി ചതച്ചിട്ട സംഭാരവും കുടിച്ച് തികഞ്ഞ സന്തോഷത്തോടെ അച്ഛനേയും അമ്മയേയും വണങ്ങി

വന്നവർ മടങ്ങാൻ ആരംഭിച്ചു. കാര്യസ്ഥനമ്മാവൻമാർ ശുചീകരണമാരംഭിച്ചു. പുലർച്ചെയോടെ മാത്രമേ ശുചിയാക്കൽ പൂർത്തിയായുള്ളൂ. കാലത്ത് പന്തൽപൊളിക്കലും ആരംഭിച്ചു. ഉച്ചതിരിഞ്ഞ് ഇല്ലം പൂരം കഴിഞ്ഞ പൂരപ്പറമ്പു പോലെയായി.

അങ്ങനെ രേണു ഉണ്ണിയുടെ സ്വന്തമായി!!

''അച്ഛനും അമ്മയും ഇനി രണ്ട് ഡോക്ടർമാരുടെ സംരക്ഷണത്തിലായി.'' ഉണ്ണി അച്ഛനേയും അമ്മയേയും കാൽതൊട്ട് വന്ദിച്ച് എല്ലാം മംഗളമാക്കിയതിനു നന്ദി പറഞ്ഞു. എല്ലാവരും നല്ല ക്ഷീണത്തിലാണ്.

''കിടക്കാൻ പോകാ, പരമൂ, വാല്യക്കാർക്ക് ആവശ്യത്തിനു കൊടുത്തോളൂ. ഒട്ടും കുറയ്ക്കരുത്. നാളെ രാവിലെ കാണാം.'' അച്ഛന്റെ ഭരതവാക്യത്തോടെ എല്ലാവരും പിരിഞ്ഞു.

''ഒരു കാര്യം കൂടിയുണ്ട് അമ്മാവാ.'' പരമു അഫൻ നമ്പൂതിരി ഇടപെട്ടു. ''പണ്ടൊക്കെ കഥകളിയോടെ ആണല്ലോ വേളിയുടെ ഭരതവാക്യം. അവരാരും ജീവിച്ചിരിപ്പില്ല. ഒരാൾ, കൃഷ്ണൻകുട്ടി വാര്യർ ജീവിച്ചിരിപ്പുണ്ട്. അദ്ദേഹത്തിന് എന്തെങ്കിലും...'' പരമൻ അർദ്ധവിരാമമിട്ട വേളയിൽ അച്ഛൻ അകത്തുപോയി അരപ്പവന്റെ സ്വർണ്ണനാണയം കൃഷ്ണൻകുട്ടിക്കു കൊടുക്കാൻ ഏല്പിച്ചു.

''മറന്നുപോയി, ശിവ ശിവ! എന്റെ അന്വേഷണവും അറിയിക്കുക.'' അച്ഛനും കൂട്ടരും അകത്തേക്കു പോയി.

എല്ലാം ശുഭം!!

രാജസ്ഥാനി രാജസ്ഥാനിലേക്ക്

വേളിക്കുശേഷം രേണു ഇല്ലത്തുനിന്ന് കൂടുതൽ ദിവസങ്ങൾ സ്വന്തം വീട്ടിലേക്കു പോയിട്ടില്ല. മാറിനിൽക്കാൻ അവൾക്കു താൽപ്പര്യമില്ല. രാവിലെ ഉണ്ണി അവളെ ആസ്പത്രിയിൽ കൊണ്ടുവിടും. ചിത്രശലഭത്തിന്റെ രണ്ടു വർണ്ണച്ചിറകുകൾപോലെ വിശാലമായ നാലുകെട്ടിലും തൊടിയിലും അവർ പറന്നുനടന്നു.

''വീട്ടിലൊരു അനക്കായി.'' അമ്മ അച്ഛന്റെ ചെവിയിൽ മൂളി.

''ശരിയായ അനക്കം വരണമെങ്കിൽ ഉണ്ണിപ്പിറവി സംഭവിക്കണം. ഡോക്ടർമാരൊക്കെ വളരെ വൈകീട്ടെ കുടുംബജീവിതത്തിലേക്കു പ്രവേശിക്കൂ എന്നല്ലേ കേൾക്കണേ.'' അച്ഛന്റെ പരിഭവം കലർന്ന വാക്കുകൾ.

''എനിക്കൊരു അഭിപ്രായമുണ്ട്, അവർ രണ്ടാഴ്ച ഒന്ന് ഊരുചുറ്റി വരട്ടെ. രാജസ്ഥാൻ രണ്ടുപേരും കണ്ടിട്ടില്ലല്ലോ.''

അച്ഛന് അമ്മയുടെ ഫുൾ സപ്പോർട്ട്. ''ഇതു ഞാൻ മനസ്സിൽ കരുതിയിരുന്നു. രണ്ടുപേരും അതിനെപ്പറ്റിയൊന്നും സൂചിപ്പിക്കുന്നുമില്ല.''

'രോഗി ഇച്ഛിച്ചതും പാല്, വൈദ്യൻ കല്പിച്ചതും പാല്.' പഴഞ്ചൊല്ലിൽ അശേഷം പതിരില്ലതന്നെ.

രേണുവിന്റെ മനസ്സ് എങ്ങനെയാണ് അച്ഛൻ വായിച്ചെടുത്തതെന്ന് അറിയില്ല. കുറച്ചു ദിവസം മുമ്പ് നവദമ്പതികൾ, അമ്മയുടെ തറവാട്ടിൽ പോയി മടങ്ങുമ്പോൾ രേണുവിനു സ്വാഭാവികമായും, താനിതു വരെ കണ്ടിട്ടില്ലാത്ത അച്ഛന്റെ നാടും ഇപ്പോഴും നൂറുവയസ്സിനടുത്ത് എത്തിനിൽക്കുന്ന രേണുഭായി മുത്തശ്ശിയേയും കാണണമെന്ന് ആഗ്രഹമുണ്ടെന്നു സൂചിപ്പിച്ചു; ഒട്ടും നിർബന്ധമില്ലാത്ത ഒരു കൊച്ചാഗ്രഹം. ''ഡൺ'' എന്ന ഒറ്റവാക്കിനാൽ ഉണ്ണി മറുപടി കൊടുത്തു.

''ഇത്ര സ്നേഹമുള്ള ഭർത്താവിനെ തനിക്കുമാത്രമായി ദൈവം ഒരുക്കിവച്ചല്ലോ ദൈവമേ.'' രേണുവിന്റെ വികാരവായ്പോടെയുള്ള മറുപടി.

''ഇനി തീയതിയും മറ്റും നിശ്ചയിച്ചാൽ മതി. വീട്ടിൽചെന്ന് അച്ഛനോടും അമ്മയോടും അനുവാദം ചോദിക്കണം. രാത്രി ഇല്ലത്തു വന്നുകിടക്കാൻ പരമേട്ടന്റെ സൗകര്യംകൂടി അറിയണം. അച്ഛന്റെ ആരോഗ്യത്തിൽ പ്രത്യേക ശ്രദ്ധവേണമല്ലോ.''

അഞ്ചുമണിയോടെ വീട്ടിലെത്തുമെന്ന് അറിയിച്ചിരുന്നതിനാൽ അച്ഛനും അമ്മയും പൂമുഖത്തുതന്നെ ഇരിക്കുന്നുണ്ടായിരുന്നു. ഉടൻതന്നെ അമ്മ, തൊടിയിൽ നന്നായി കുലച്ചുപഴുത്ത ഏത്തപ്പഴം കൊണ്ട് നെയ്യിൽ പൊരിച്ച പഴംപൊരിയും ചൂടുചായയും തയ്യാറാക്കി. എല്ലാവരും ഊട്ടുമുറിയിൽ കൂടി.

''നിങ്ങളെയൊക്കെ കണ്ടപ്പോൾ അമ്മത്തറവാട്ടിലെ ബന്ധുക്കാർ എന്തു പറഞ്ഞു?'' അച്ഛന്റെ അല്പം ജിജ്ഞാസ കലർന്ന ചോദ്യം. കാരണമുണ്ട്. രേണു ഇതരമതത്തിൽനിന്നാകയാൽ തറവാട്ടിലെ മൂത്ത കാരണവന്മാർക്കും ആത്തോലമാർക്കും ഇഷ്ടപ്പെടുമോ എന്ന് ഒരു സംശയം അച്ഛനുണ്ടായിരുന്നു.

''ചെന്നപാടെ ആരതി ഉഴിഞ്ഞു സ്വീകരിച്ചു. പിന്നെ രേണുവിനെ പോരുന്നതുവരെ കണ്ടിട്ടില്ല. ഞങ്ങൾ അവരുടെയെല്ലാം കാലുതൊട്ട് വണങ്ങി കാഴ്ചയായി കരുതിയിരുന്ന സമ്മാനങ്ങൾ നല്കി അനുഗ്രഹം വാങ്ങി.'' അടുത്തുള്ള ബന്ധുഇല്ലങ്ങളിലെ പല ആളുകളും സന്ദർശകരായി ഉണ്ടായിരുന്നു. പലർക്കും വേളിക്ക് എത്താൻ കഴിഞ്ഞിരുന്നില്ല.

''വല്യമ്മമാരുടേയും ചെറിയമ്മമാരുടേയും വാക്കുകളാണ് എന്നെ അത്ഭുതപ്പെടുത്തിയത്. ജാതകവും ഐശ്വര്യവും ചേർന്ന ഒരു തമ്പ്രാട്ടിക്കുട്ടിയെത്തന്നെ ഉണ്ണിക്കു കിട്ടി. കാരണവന്മാരുടെ അനുഗ്രഹം തന്ന്യാ. സംശയില്ല്യ!!''

ഉണ്ണിയുടെ അച്ഛൻ സന്തോഷം കൊണ്ട് ''കാവിലമ്മേ'' എന്നു വിളിച്ച് കൈകൂപ്പി. ജാതകവും ജാതിയും ഒന്നും ഇവിടെ നോക്കിയിട്ടില്ലെന്ന് അവർക്കു മാത്രമല്ലേ അറിവുള്ളൂ.

സംസാരത്തിനിടയിൽ ഉണ്ണി രേണുവിന്റെ ആഗ്രഹം സൂചിപ്പിച്ചു.

''ഒട്ടും വൈകേണ്ട, വല്ല തടസ്സങ്ങളും വരുന്നതിനുമുമ്പ് യാത്ര പുറപ്പെട്ടോളൂ. ഒരു രണ്ടാഴ്ചയെങ്കിലും എടുക്കും രാജസ്ഥാനിലെ പ്രധാന കൊട്ടാരങ്ങൾതന്നെ ഒന്നു ധൃതിയിൽ കാണാൻ. അവയുടെ ശിൽപ്പസൗന്ദര്യം കാണേണ്ടതുതന്നെ. ഇക്കാലത്ത് അങ്ങനെയൊക്കെ

പണിയാൻ കഴിയാവ്വോ.'' നേരത്തേ ഉത്തരേന്ത്യ സന്ദർശിച്ച അച്ഛന്റെ അഭിപ്രായം.

''ശരിയാണച്ചാ, ഞങ്ങൾക്കു രണ്ടുപേർക്കും പിജി പ്രവേശന പരീക്ഷയ്ക്കൊരുങ്ങാനും സമയം വേണമല്ലോ. യാത്ര പരമാവധി പത്തു ദിവസത്തിലൊതുക്കണം. രേണുവിന് മുത്തശ്ശിയേയും അടുത്ത ബന്ധുക്കളേയും കാണണമെന്നുണ്ട്. രേണു കേരളത്തിലാണല്ലോ ജനിച്ചത്. മുത്തശ്ശിക്ക് പ്രായം നൂറിനടുത്താണെന്നാണ് രേണുവിന്റെ അച്ഛൻ പറഞ്ഞത്.''

ഉണ്ണിയും കുടുംബാംഗങ്ങളും ഒരു തീരുമാനത്തിലെത്തി.

അടുത്ത പ്രഭാതത്തിൽതന്നെ ഉണ്ണി പരമേട്ടന്റെ സൗകര്യം തിരക്കി. അസൗകര്യമില്ലെന്നറിഞ്ഞപ്പോൾ നേരെ റെയിൽവേ സ്റ്റേഷനിലെത്തി ടിക്കറ്റ് ബുക്ക് ചെയ്തു. പത്തു ദിവസത്തിനുശേഷം അടുത്ത യാത്ര. യാത്രയും പരീക്ഷാ ഒരുക്കവും കണക്കിലെടുത്ത് രേണു ജോലിയിൽനിന്ന് വിരമിച്ചു. കുറച്ചു ദിവസം മാതാപിതാക്കൾക്കൊപ്പം താമസിക്കണം.

വാസ്തുശില്പകാനനം

മുത്തശ്ശിയുടെ തൃപ്പാദത്തിൽ രേണുവും പ്രിൻസും സാഷ്ടാംഗ നമസ്കാരത്തോടെ കാണിക്ക സമർപ്പിച്ച് അനുഗ്രഹം സ്വീകരിച്ചു. മുത്തശ്ശിക്ക് നൂറു വയസ്സിനടുത്തെങ്കിലും കാഴ്ചയ്ക്ക് മങ്ങലുണ്ടായിരുന്നില്ല. കേൾവി അല്പം കുറവാണ്. മകനിൽനിന്ന് പറഞ്ഞുകേട്ട അറിവുമാത്രമേ മുത്തശ്ശിക്കു രേണുവിനെക്കുറിച്ചുള്ളൂ. നല്ല ഉയരവും വിരിഞ്ഞ നെറ്റിത്തടവും അഴകാർന്ന കറുത്തുതിളങ്ങുന്ന മുടിയും. സ്വന്തം പേരക്കുഞ്ഞിനെ ഉമ്മവച്ചും കെട്ടിപ്പിടിച്ചും അരികിലിരുത്തിയും മുത്തശ്ശി സന്തോഷം പ്രകടിപ്പിച്ചു. പ്രിൻസിനെ തന്റെ കട്ടിലിൽ ഇരുത്തി ശിരസ്സിൽ കൈവച്ച് അനുഗ്രഹിച്ചു. ഇരുവരുടേയും കൈകൾ ചേർത്തുപിടിച്ചു, ചുംബിച്ചു, രണ്ടു കണ്ണുകളിലും ചേർത്തു വച്ചു.

പല്ലില്ലാത്ത മോണകാണിച്ചു ചിരിക്കുന്ന മുത്തശ്ശിയുടെ നിഷ്കളങ്കമായ ചിരിയുടെ സൗന്ദര്യം പ്രിൻസ് ഫിലിമിലേക്കു പകർത്തി. വീഡിയോ എടുത്തു.

ഗ്രാമത്തിന്റെ പേരക്കുട്ടി എത്തിയതറിഞ്ഞ് ബന്ധുക്കളും അയൽവാസികളും ഓടിയെത്തി. കേരള മധുരം രേണു അവർക്കെല്ലാം നൽകി അനുഗ്രഹം വാങ്ങി. രേണു ഇതുവരെ കാണാത്ത അവളുടെ കസിൻസ് അവരുടെ നാടൻഭാഷയിൽ പാട്ടുകൾ പാടി നൃത്തച്ചുവടുകൾ വച്ചു. ഉച്ചയ്ക്ക് അവർ രാജസ്ഥാനി വിഭവങ്ങൾ ചേർത്ത ഭക്ഷണം കഴിച്ചു.

സമീപഭവനങ്ങളേക്കാൾ അല്പം വലിയ വീടാണ്. കാർഷിക ഉപകരണങ്ങളും ഗോതമ്പ് കറ്റകളും മറ്റും സൂക്ഷിക്കാൻ പനയോല മേഞ്ഞ വേറിട്ടൊരു കയ്യാലയുണ്ട്. ഇവർ വരുന്നുണ്ടെന്നറിഞ്ഞപ്പോൾ ഒരു വൃത്തിയുള്ള മുറിയും സൗകര്യങ്ങളും തയ്യാറാക്കിയിരുന്നു.

വൈകുന്നേരം ചോറും ദാലും മധുരപലഹാരങ്ങളും, മുന്തിയ ഇനത്തിൽപെട്ട, രാജസ്ഥാൻ മരുഭൂമിയിൽ വിളഞ്ഞ ഈന്തപ്പഴവും. അവർ അന്നവിടെ താമസിച്ചു. മുത്തശ്ശിക്ക് വേർപിരിയാനാവാത്ത സ്നേഹം. അടുത്ത ദിവസം പ്രാതലിനുശേഷം ടൂറിസ്റ്റ് ടാക്സിയിൽ യാത്രയാകുമ്പോൾ മുത്തശ്ശി കണ്ണീർ പൊഴിക്കുകയായിരുന്നു. തന്റെ പേരിട്ടിരിക്കുന്ന പേരമകളേയും കുട്ടികളേയും ഇനി കാണാനാകുമോ? ഇനിയും വരാമെന്നു പറഞ്ഞ് ആശ്വസിപ്പിച്ച് അവർ മടങ്ങി.

ഇനി നാലഞ്ചു ദിവസം. പെട്ടെന്ന് ചില നയനാനന്ദകരമായ കാഴ്ചകൾ, കൊട്ടാരങ്ങൾ എന്നിവ കാണാനുണ്ട്. ഇതിനിടയിൽ ഇടയ്ക്ക് വീട്ടിലേക്കു വിളിച്ച് വിവരങ്ങൾ അറിയുമായിരുന്നു.

ഓട്ടപ്രദക്ഷിണം

രാജകീയ നഗരമായ ജോദ്പൂരിലേക്കാണ് ഞങ്ങളെ ടൂറിസ്റ്റ് ടാക്സിക്കാരൻ കൊണ്ടുപോയത്. 'സൂര്യനഗര'മെന്നും 'നീലനഗര'മെന്നും ഈ നഗരം അറിയപ്പെടുന്നു. രാജസ്ഥാനിലെ രാജകീയത എന്താണെന്ന് ഒറ്റനോട്ടത്തിൽതന്നെ വ്യക്തമാണ്. രാജകൊട്ടാരങ്ങൾ നിർമ്മിക്കാൻ ഉപയോഗിച്ച ചുവന്ന വെട്ടുകല്ലിനേക്കാൾ ഉറപ്പുള്ള കല്ലുകൾ നിലകൾക്കുമേൽ നിലകളായി ഉയർന്നുനില്ക്കുന്നു. ഇതിനിടയിലൂടെ എത്ര മനോഹരമായാണ് വെള്ള മാർബിൾ കയർ പിരിച്ചതുപോലെയുള്ള കൊത്തുപണികൾ. വളരെ സൂക്ഷ്മമായി പരിശോധിച്ചിട്ടും കൂടിച്ചേരുന്ന സ്ഥലങ്ങളൊന്നും തിരിച്ചറിയാൻ കഴിയുന്നില്ല. പ്രത്യേക മാർബിൾപൊടി കൊണ്ടുള്ള ശർക്കരയും ചില നാടൻചെടികളുടെ നീരും ചേർത്താണത്രെ പശ നിർമ്മിക്കുന്നത്. ശിൽപ്പികൾക്കു നമോവാകം.

ഓരോ കൊട്ടാരങ്ങളുടേയും ചരിത്രം, ഭരണാധികാരികൾ, ശിൽപ്പങ്ങൾ എന്നിവയെക്കുറിച്ചെല്ലാം ആഴമേറിയ അറിവുള്ള ഗൈഡുകൾ എല്ലാം വിശദീകരിച്ചു തന്നിരുന്നു.

ജോദ്പൂർ കഴിഞ്ഞ് ഉദയ്പ്പൂരിലേക്കാണ് പോയത്. ഇറ്റലിയിലെ വെനീസ് പോലെ ധാരാളം തടാകങ്ങളും ചെറുനദികളും ഉള്ള, 'രാജസ്ഥാനിലെ കശ്മീർ' എന്ന് ഒരു അപരനാമം കൂടി ഉദയ്പ്പൂരിനുണ്ട്. ''ഹണിമൂണിന് വരണമെങ്കിൽ ഇങ്ങോട്ടു വരണം.'' രേണു.

ഏതായാലും, അല്പം ചിലവേറിയതാണെങ്കിലും ഒരു തടാകത്തിനു നടുവിലുള്ള 'ടാജ് ലേക്ക് പാലസി'ൽ അവർ അന്തിയുറങ്ങി. തലയിണമന്ത്രങ്ങൾ ഉറക്കക്ഷീണത്തിൽ മുറിഞ്ഞുപോയി. അടുത്ത ദിവസം അല്പം വൈകിയാണ് ഉണർന്നത്. സാവകാശം രാജസ്ഥാനി പ്രാതൽ കഴിച്ചു. അതിനിടെ രേണുവിന് വിശപ്പില്ലായ്മയും ചെറിയ വയറ്റിൽ വേദനയുമുണ്ടെന്ന് അവൾ പറഞ്ഞപ്പോൾ, പരിചിതമല്ലാത്ത

ഭക്ഷണമായിരിക്കാം കാരണം എന്ന ഡയഗ്നോസിസിൽ രണ്ടു സ്പൂൺ ജെലൂസിൽ ലികിഡ് കഴിച്ചു. അല്പം ആശ്വാസവുമായി.

ചരിത്രപ്രസിദ്ധമായ, 'പിങ്ക് സിറ്റി' എന്നറിയപ്പെടുന്ന ജയ്പൂർ തിരക്കുള്ള പട്ടണമാണ്. ഒട്ടകപ്പുറത്ത് യാത്ര ആസ്വദിക്കുന്നവരും അവിടെ നിരത്തുകളിലുണ്ടായിരുന്നു. പ്രിൻസ് ചെറിയൊരു ഒട്ടക സവാരി ആസ്വദിച്ചു. രേണു പാർക്കിലെ ബെഞ്ചിൽ ചാരിയിരുന്ന് വിശ്രമിച്ചു. ഇടയ്ക്കു ചെറിയ വയറുവേദനയും തോന്നിയിരുന്നു.

പ്രിൻസ് മടങ്ങിയെത്തിയശേഷം രാജസ്ഥാനിലെ ഡെസർട്ട് സഫാരി നടക്കുന്ന ഥാർ മരുഭൂമി കണ്ടു. സഫാരി തുടങ്ങിയ അഭ്യാസങ്ങൾക്കൊന്നും തുനിഞ്ഞില്ല. രേണുവിന് ക്ഷീണമുണ്ടെന്നു ഭർത്താവിനു മനസ്സിലായി. ഏതായാലും ഹോട്ടലിൽ തിരിച്ചെത്തിയശേഷം ഡോ. ഭർത്താവ് ഡോ. ഭാര്യയെ പ്രാഥമികമായ ഒരു പരിശോധന നടത്തി. 'പാൽപേഷനി'(Palpation)ൽ അല്പം ഗ്യാസുണ്ടെന്നതല്ലാതെ മറ്റൊന്നും പ്രശ്നമുള്ളതായി തോന്നിയില്ല.

ബിക്കാനീറിൽ ഉദ്ദേശിച്ചിരുന്ന ഹ്രസ്വസന്ദർശനം വേണ്ടെന്നു വച്ചു. പരിപാടികൾ വെട്ടിച്ചുരുക്കി.

അടുത്ത ദിവസം സിക്കാറിലെ ക്ലോക്ക് ടവറും കോട്ടയും ജൈന ക്ഷേത്രവും കണ്ടു. അവസാന ദിവസം രാജസ്ഥാന്റെ ഹിൽസ്റ്റേഷൻ മൗണ്ട് അബു കാണാൻ പോയി. കരവേലയുടെ മകുടമായ ചില ക്ഷേത്രങ്ങൾ കണ്ട് അത്ഭുതപ്പെട്ടു.

തിരിച്ചെത്തിയശേഷം ട്രെയിൻ ബുക്കിംഗ് ക്യാൻസൽ ചെയ്ത് തിരിച്ചുവരവ് ഫ്ളൈറ്റിലാക്കി. രേണുവിനു വിശ്രമം ലഭിക്കുമെന്നതും രണ്ടു ദിവസം മുമ്പ് നാട്ടിലെത്താൻ കഴിയുമെന്നതും തന്നെ കാരണം.

ഏതായാലും രാജസ്ഥാൻ ഒന്നു കാണുക എന്ന രാജസ്ഥാനിയുടെ ആഗ്രഹം സഫലമായി. തന്റെ ജീവിതത്തിന്റെ മൂലക്കല്ലായ മുത്തശ്ശിയേയും കാണാൻ കഴിഞ്ഞല്ലോ. പിന്നെ ഒഴിവുവേളകളിൽ ദമ്പതികൾക്ക് അവരുടെ മനസ്സിലെ മോഹങ്ങൾ സ്വകാര്യമായി കൈമാറാനും കഴിഞ്ഞു.

ബായ്ക്ക് ഇൻ കേരള, പഠനത്തിരക്ക്

പുതിയ ഉണർവ്വോടെ 'ഹണിമൂൺ' കഴിഞ്ഞ് ഉണ്ണിയും രേണുവും തിരിച്ചെത്തി. രേണുവിന് ഒരു ജീവിതാഭിലാഷപൂർത്തീകരണവുമായിരുന്നല്ലോ. രണ്ടുപേരും ഇരുവീടുകൾ സന്ദർശിച്ച് വിവരങ്ങളറിയിച്ചു; ഫോട്ടോകളും കാണിച്ചുകൊടുത്തു.

''മുത്തശ്ശിയുടെ അതേ ഛായതന്നെ.'' മുത്തശ്ശിയുടെ ചിത്രം കണ്ടപ്പോൾ അച്ഛന്റെ അഭിപ്രായം.

ഏതായാലും, പി.ജി. പ്രവേശന പരീക്ഷയ്ക്കു വൈകാതെ സർക്കാർ നോട്ടിഫിക്കേഷൻ ഇറങ്ങി. രണ്ടുപേരും ഒരുമിച്ച് പഠനമാരംഭിച്ചു - കംബൈൻഡ് സ്റ്റഡി. ഒരുമിച്ചു പഠിച്ചാൽ ചുരുങ്ങിയ സമയത്തിനുള്ളിൽ ഇരട്ടി പഠിക്കാം. രണ്ടുപേർക്കും ഒരുപോലെ അറിവുള്ളതിനാൽ സമയനഷ്ടം അശേഷവുമില്ല. മോഡൽ ചോദ്യപ്പേപ്പറുകളും പരിശോധിച്ചു. കടുപ്പംതന്നെ. പക്ഷേ, ലക്ഷ്യത്തിലെത്തണമല്ലോ. ഇവരുടെ ക്ലാസ്മേറ്റ്സ് ഇപ്പോൾതന്നെ ഒരുവർഷം മുമ്പിലായി. എന്നാലെന്തേ? ജീവിതത്തിലെ കഠിനമായ പരീക്ഷ - വിവാഹം- അവർ പാസ്സായല്ലോ!

രാജസ്ഥാൻ യാത്രയ്ക്കിടയിൽ അനുഭവപ്പെട്ട വയറിലെ വേദന ഇടയ്ക്ക് അനുഭവപ്പെടുന്നുണ്ടോയെന്ന് രേണുവിനു സംശയം. വേദനയുടെ ഇടവേള കുറഞ്ഞപ്പോൾ രേണുതന്നെ സ്വകാര്യമായി ഭർത്താവിനോടു പറഞ്ഞു. രാവിലെ തന്നെ ഇരുവരുടേയും ഗുരുവായ ഒബിജി വകുപ്പുമേധാവിയെ കാണാൻ തീരുമാനമായി. മിക്കവാറും ചെറിയ യൂറിനറി ഇൻഫെക്ഷൻ ആയിരിക്കാമെന്ന് പ്രിൻസ് ആശ്വസിപ്പിച്ചു. അന്നു രാത്രി വേദന ഇടയ്ക്കിടെ രേണുവിന്റെ ഉറക്കത്തെ തടസ്സപ്പെടുത്തി.

തന്റെ പ്രിയ ശിഷ്യയെത്തന്നെയാണ് പ്രൊഫസർ ആദ്യം പരിശോധനയ്ക്ക് വിളിച്ചത്. ഭർത്താവ് ഡോ. പ്രിൻസിനേയും

കൺസൾട്ടേഷൻ റൂമിലേക്കും പ്രാഥമിക പരിശോധനാ ചേംബറിലേക്കും വിളിച്ചു.

"ഏതായാലും സ്കാനുകളും സ്കോപ്പിയും കഴിയട്ടെ. റിസൾട്ടുകൾ നോക്കി അടുത്ത നടപടി ആവശ്യമെങ്കിൽ നിശ്ചയിക്കാം. Nothing serious, I think."

പരിശോധനയ്ക്കുള്ള കുറിപ്പുകൾ നല്കി. ബന്ധപ്പെട്ട പരിശോധനാകേന്ദ്രങ്ങളിലേക്ക് പ്രൊഫസർതന്നെ ആവശ്യമുള്ള നിർദ്ദേശങ്ങൾ നല്കി.

രണ്ടുമൂന്നു കേന്ദ്രങ്ങളിലെ പരിശോധന കഴിഞ്ഞപ്പോഴേക്കും രേണു ക്ഷീണിതയായി. ഡോ. പ്രിൻസ് തന്നെ കഫറ്റേറിയയിൽ പോയി ചായയും ബണ്ണും വാങ്ങിക്കൊണ്ടുവന്ന് കൊടുത്തു. ഇനി എംആർഐ സ്കാനും സ്കോപ്പിയുമുണ്ട്. അല്പം ഇരുന്ന് വിശ്രമിച്ചശേഷം അവർ പതുക്കെ എംആർഐ സ്കാൻ സെന്ററിലെത്തി. അപ്പോഴേക്കും ഉച്ചകഴിഞ്ഞതിനാൽ വിവരം തിരക്കി ഉണ്ണിയുടെ അച്ഛൻ വിളിച്ചു. ഒരു മണിക്കൂറിനകം വീട്ടിലെത്തുമെന്നും പരിഭ്രമിക്കാനൊന്നുമില്ലെന്നും ഉണ്ണി പറഞ്ഞു.

സ്കോപ്പി റൂമിലേക്ക് പ്രൊഫസർ മാഡം നേരിട്ടുവന്ന് തത്സമയ നിർദ്ദേശങ്ങൾ നല്കി.

ബന്ധപ്പെട്ട അവയവങ്ങളുടെ ആന്തരിക ഘടനയും വ്യത്യാസങ്ങൾ ഉണ്ടെങ്കിൽ അതും പരിശോധിക്കുന്ന സംവിധാനമാണ് സ്കോപ്പി. ഉള്ളിലേക്കു കടത്തുന്ന നേർത്ത റ്റ്യൂബിന്റെ അറ്റത്ത് മൈക്രോ ക്യാമറ ഘടിപ്പിച്ചിട്ടുള്ളതിനാൽ ആവശ്യമെങ്കിൽ ഫോട്ടോയും എടുക്കാം. പരിശോധന നടത്തുന്ന ഡോക്ടർക്കോ ടെക്നീഷ്യനോ പുറത്തുള്ള ഉപകരണത്തിലൂടെ കണ്ണുകൾ ഉപയോഗിച്ച്, മൈക്രോസ്കോപ്പിലൂടെ എന്നപോലെ നേരിട്ടും കാണാം.

പരിശോധനകൾക്കുശേഷം മൂന്നുപേരും മാഡത്തിന്റെ കൺസൾട്ടേഷൻ റൂമിലെത്തി. അപ്പോഴേക്കും വിവിധ വിഭാഗങ്ങളിൽനിന്നുള്ള റിപ്പോർട്ടുകളും കംപ്യൂട്ടറിലേക്ക് എത്തിയിരുന്നു. ബയോപ്സിക്കായും സാമ്പിൾ ശേഖരിച്ച് അയച്ചു.

സ്വസ്ഥമായിരുന്നശേഷം മാഡം പ്രൊവിഷണൽ ഡയഗ്നോസിസ് ചർച്ചചെയ്തു. ഗർഭപാത്രത്തിൽ വളരെ ചെറിയ സിസ്റ്റുകൾ (Cysts) രൂപപ്പെടുന്നുണ്ട്. വളരെ ചെറുത്. പക്ഷേ, പിന്നീട് വലുതായേക്കാം. നിരുപദ്രവകരമായ (Benign) സിസ്റ്റുകളായാണ് കാണപ്പെടുന്നത്. പിന്നെ ബയോപ്സിയുടെ ഫലം നാലുദിവസത്തിനകം കിട്ടുമല്ലോ.

എന്റെ നോട്ടത്തിൽ നിരുപദ്രവകരമായ സിസ്റ്റാണെന്നാണ് തോന്നുന്നത്. Malignant (അർബുദസാധ്യത) ഒട്ടുംതന്നെ കാണുന്നില്ല. തൽക്കാലം പോഷകാഹാരവും വിറ്റാമിൻസും മാത്രം കഴിച്ചാൽ മതി. ഗർഭധാരണം തൽക്കാലം ഒഴിവാക്കണം. ബയോപ്സി ഫലം ലഭിക്കുമ്പോൾ ഒരിക്കൽകൂടി ഇരുന്ന് സംസാരിക്കാമെന്നു പറഞ്ഞ് അവർ പിരിഞ്ഞു.

വീട്ടിലെത്തിയപ്പോൾ ഉച്ചകഴിഞ്ഞ് മൂന്നുമണി കഴിഞ്ഞിട്ടും അച്ഛനും അമ്മയും ഊണുകഴിക്കാതെ കാത്തിരിക്കുകയായിരുന്നു. പരിശോധനയെക്കുറിച്ച് വിശദമായി ഒന്നും സംസാരിക്കാതെ അവർ ഉച്ചയൂണിനിരുന്നു.

ആശങ്കയും പഠനവും

രണ്ടു യുവഡോക്ടർമാരുടേയും ലക്ഷ്യം ഒന്നുതന്നെയായതുകൊണ്ട്, പ്രതികൂല സാഹചര്യങ്ങളിലും താങ്ങും തണലുമായി നിൽക്കാനുള്ള ചങ്കുറപ്പ് ഇരുവർക്കുമുണ്ടായിരുന്നു. തങ്ങൾക്ക് നന്മ മാത്രമേ ഉണ്ടാവുകയുള്ളൂ എന്ന ഉറച്ച വിശ്വാസവുമുണ്ട്.

നഷ്ടധൈര്യരാകാതെ അത്താഴത്തിനുശേഷം, ലഭിച്ച രോഗലക്ഷണങ്ങളുടെ വെളിച്ചത്തിൽ അവർ മുറിയിലിരുന്ന് ചർച്ച നടത്തി. എന്തായാലും എന്തും നേരിടാമെന്ന ചങ്കുറപ്പിൽ സ്നേഹപൂർവ്വം അവർ മയക്കത്തിലാണ്ടു.

പ്രൊഫസറെ വീണ്ടും കാണാൻ ഇനിയും മൂന്നു ദിവസങ്ങളുണ്ട്. സമയം പാഴാക്കാതെ ഇരുവരും പരീക്ഷാ തയ്യാറെടുപ്പ് തുടർന്നു. മക്കൾ സാധാരണപോലെ പഠിക്കുന്നതു കണ്ട അച്ഛനും അമ്മയ്ക്കും രേണുവിന്റെ ശാരീരിക അസ്വസ്ഥതകളെക്കുറിച്ച് യാതൊരു സംശയവും തോന്നിയില്ല.

പ്രൊഫസർ പറഞ്ഞതുപോലെ നാലാമത്തെ ദിവസം ബയോപ്സി ഫലം അറിയാനും ചർച്ചചെയ്യാനും രണ്ടുപേരും മെഡിക്കൽ കോളേജിലേക്കു പോയി. ബയോപ്സിയുടെ റിസൾട്ടുമായി മാഡം പേഴ്സണൽ ഓഫീസിലുണ്ടായിരുന്നു. നിരുപദ്രവകരമായ ചെറിയ മുഴകൾതന്നെ; വളരെ ചെറിയവ. ഭാവിയിൽ വളർന്നാൽ എടുത്തുകളയാവുന്ന ഫൈബ്രോയിഡ് മുഴകളാണ്. ഇപ്പോൾ ഒന്നും ചെയ്യേണ്ടതില്ല. വളർച്ച നിയന്ത്രിക്കാനുള്ള മരുന്നുകൾ നല്കി. ഇനി പ്രവേശന പരീക്ഷകൾക്കുശേഷം പുനഃപരിശോധനയാകാം.

''പേടിക്കാനൊന്നുമില്ല'' എന്ന ആശ്വാസവാക്കുകളോടെ ശിഷ്യരെ യാത്രയാക്കി.

ബിനൈൻ ഫൈബ്രോയിഡ് എന്ന ഡയഗ്നോസിസ് ആശ്വാസപ്രദംതന്നെ. മടക്കയാത്രയിൽ അവർ ഇതിന്റെ പ്രത്യാഘാതങ്ങൾ

ചർച്ചചെയ്തു. ഭാവിയിൽ ആവശ്യമെങ്കിൽ സർജറി വേണ്ടിവന്നേക്കാം. ഇപ്പോൾ താക്കോൽദ്വാര ശസ്ത്രക്രിയയുള്ളതിനാൽ ഇതെല്ലാം മൈനർ സർജറി ഇനത്തിലേ കണക്കാക്കേണ്ടതുള്ളൂ. ഏതായാലും ഇക്കാര്യങ്ങളൊന്നും അച്ഛനോടും അമ്മയോടും ഒന്നും പറയേണ്ട തില്ലെന്നും തീരുമാനിച്ചു.

അച്ഛനോടും അമ്മയോടും ആശ്വാസകരമായ വിവരങ്ങൾ മാത്രം നൽകിയതിനാൽ അവർക്ക് ആശ്വാസമായി. അമ്മ കുടുംബക്ഷേത്ര ത്തിൽ പ്രത്യേക പൂജകൾ ഏർപ്പാടാക്കി.

മക്കൾ പഠിപ്പിന്റെ തിരക്കിലേക്ക്. സമയം പരിമിതം. ശിശുരോഗ വിഭാഗത്തിൽ എംഡി പ്രവേശനമാണ് രണ്ടു പേരുടേയും ലക്ഷ്യം. വേറെ കുഞ്ഞുങ്ങൾ ഇല്ലാത്ത വീടുകളിൽനിന്നുള്ള ദമ്പതിമാർക്ക് കുഞ്ഞുങ്ങളെ അതിരറ്റ സ്നേഹമായിരുന്നു.

ഒരു ദിവസം രേണുവിന്റെ മാതാപിതാക്കൾ ഉണ്ണിയുടെ വീട്ടി ലെത്തി. സൗഹൃദസന്ദർശനം. ഒരു മണിക്കൂറോളം കഴിഞ്ഞ് പോകു മ്പോൾ, ഉണ്ണിയുടെ അച്ഛനേയും ഉണ്ണിയേയും മോളേയും ഉച്ചവിരു ന്നിന് ക്ഷണിച്ചു. ക്ഷണം സ്വീകരിച്ച അവർ അടുത്ത ഞായറാഴ്ച വരാമെന്ന് ഉറപ്പുകൊടുത്തു.

''അമ്മ തനി വെജിറ്റേറിയനാണ്.'' ഉണ്ണി രേണുവിന്റെ അമ്മയെ ഓർമ്മിപ്പിച്ചു. ''ബാക്കി ഞങ്ങൾ കോപ്രമൈസ് ചെയ്യാം. അപ്പോൾ ഞായറാഴ്ച കാണാം.''

അവർ സ്നേഹത്തോടെ പിരിഞ്ഞു.

അഗ്നിപരീക്ഷ

രണ്ടു ഡോക്ടർമാരും കൂടുതൽ സമയം പ്രവേശനപരീക്ഷയ്ക്ക് ഉത്സാഹിച്ചു പഠിക്കുന്നുണ്ടെങ്കിലും ഉൾക്കൊള്ളാനാകുന്നതിൽ കുറവ് സംഭവിക്കുന്നു എന്ന് അവർ തിരിച്ചറിഞ്ഞു. കാരണം മനസ്സിലെ അസ്വസ്ഥത തന്നെ. ഈ വർഷം പരീക്ഷ ഒഴിവാക്കി അടുത്ത എൻട്രൻസിനു നോക്കിയാലോ എന്നുവരെ അവർ ഒരുവേള ചിന്തിച്ചു. പക്ഷേ, ചില നല്ല കൂട്ടുകാർ അവരെ ആ ചിന്തയിൽനിന്നു മോചിപ്പിച്ചു. ഒരു ചാൻസ് പരീക്ഷിക്കുക തന്നെ വേണമെന്ന് അവർ നിർബന്ധിച്ചു. ഒരു ശ്രമം നടത്താമെന്ന് രണ്ടുപേരും തീരുമാനിച്ചു.

അതിനിടയിൽ പ്രൊഫസർ മാഡത്തെ കണ്ട് അപ്പോഴത്തെ ആരോഗ്യ നില വിലയിരുത്തി. കാര്യങ്ങൾ പഴയതുപോലെ തന്നെ. പരീക്ഷയെഴുതാൻ പ്രൊഫസറും പ്രോത്സാഹിപ്പിച്ചു. ഇനിയും രണ്ടു മാസമുണ്ടല്ലോ. കൂടുതൽ ഊർജ്ജസ്വലതയോടെ പഠനത്തിലേക്കു തിരിച്ചെത്തി. മുമ്പത്തേക്കാൾ വേഗതയിൽ പഠനം പുരോഗമിച്ചു.

അമ്മ എല്ലാ ദിവസവും കുടുംബക്ഷേത്ര ദർശനത്തിനു പോകുമായിരുന്നു. മനസ്സിൽ എന്തോ അസ്വസ്ഥത തോന്നുന്നതിനാൽ അടുത്ത ദിവസം മുതൽ രേണു കൂടി തന്റെ കൂടെ വരണമെന്ന് ഉണ്ണിയുടെ അമ്മ പറഞ്ഞു. മറ്റേതെങ്കിലും വഴിയിലൂടെ കാര്യങ്ങളറിഞ്ഞ് ഭയപ്പെട്ടിട്ടാണോ എന്ന് ഇരുവർക്കും തോന്നിയെങ്കിലും യാതൊരു മറുചോദ്യവും ചോദിക്കാതെ ആ പതിവ് ആരംഭിച്ചു. അമ്മഹൃദയത്തിന്റെ യഥാർത്ഥ ഉൾക്കാഴ്ച അപാരംതന്നെ. ഒരു ശാസ്ത്ര ശാഖയ്ക്കും അമ്മഹൃദയത്തിന്റെ ശാസ്ത്രം മനസ്സിലാക്കാൻ ഇതുവരെ കഴിഞ്ഞിട്ടില്ല. അതല്ലേ അമ്മഹൃദയത്തിന്റെ സവിശേഷത. അമ്മ എന്നാൽ ദൈവംതന്നെ.

പഠനം സുഗമമാക്കാൻ ഒരു കോച്ചിങ്ങ് സെന്ററിലെ പ്രമുഖ അദ്ധ്യാപകന്റെ സഹായം അവർ തേടി. ഒരു മാസംകൊണ്ട് എളുപ്പമല്ല, എങ്കിലും അവർക്ക് നല്ല വിഷയപരിജ്ഞാനമുള്ളതിനാൽ

സാധിക്കുമെന്നാണ് തന്റെ വിശ്വാസമെന്ന ആമുഖത്തോടെ, ഇനിയുള്ള ദിവസങ്ങളിൽ ഒന്നരമണിക്കൂർ സമയം ഇവർക്കു മാത്രമായി നീക്കിവയ്ക്കാൻ സാറ് സമ്മതിച്ചു. അവർക്കത് വലിയ ബൂസ്റ്ററായി.

ട്യൂഷൻ പാതികഴിഞ്ഞൊരു ദിവസം സായാഹ്നസവാരിക്കിറങ്ങിയ കോച്ചിങ്ങ് സെന്ററിലെ അദ്ധ്യാപകൻ, തന്റെ പഴയ സുഹൃത്തായ ഉണ്ണിയുടെ അച്ഛനെ കാണാനെത്തി. മക്കൾക്ക് ഉയർന്ന റാങ്ക് കിട്ടുമെന്നാണ് തന്റെ നിരീക്ഷണമെന്ന് അദ്ദേഹം പറഞ്ഞു. ഈ സന്തോഷവാർത്ത അച്ഛൻ അത്താഴവേളയിൽ എല്ലാവരോടുമായി പറഞ്ഞതും ഉണ്ണിക്കും രേണുവിനും വലിയ പ്രോത്സാഹനമായി.

''ഏതായാലും എനിക്കു സംശയമൊന്നുമില്ല.'' അച്ഛൻ.

''അങ്ങനെതന്നെ. കാവിലമ്മ തുണയ്ക്കാതിരിക്കുമോ.'' അമ്മയ്ക്കും സന്തോഷം.

പരീക്ഷാദിവസം അടുക്കുംതോറും ഇരുവർക്കും സ്വാഭാവികമായി ഒരു ടെൻഷൻ. പരാജയത്തിന്റെ രുചി ഒരിക്കൽപോലും അവർ അനുഭവിച്ചിട്ടില്ലല്ലോ.

പരീക്ഷ രേണുവിനു വളരെ എളുപ്പമായാണ് അനുഭവപ്പെട്ടത്. ഉണ്ണിക്ക് അത്ര ഉറപ്പില്ല. ഉണ്ണിയാണെങ്കിൽ ഒരു പെർഫെക്ഷനിസ്റ്റ് ആണല്ലോ.

രണ്ടുമാസം കാത്തിരിക്കുക തന്നെ. ഈ അവധിസമയത്ത് അച്ഛനേയും അമ്മയേയും കൂട്ടി ദീർഘമല്ലാത്ത വിനോദയാത്രകൾക്കായി മാറ്റിവച്ചു. മരുമകളെ ഇനിയും പരിചയപ്പെടുത്താത്ത ബന്ധു ഇല്ലങ്ങളിലേക്കും പോയി. ഇതുവരെ ഇവരൊരുമിച്ച് ഇത്രയധികം യാത്രകൾ നടത്തിയിട്ടില്ല. സാധാരണ ഇത്തരം യാത്രകളും പരിപാടികളും ഇഷ്ടപ്പെടാത്ത അച്ഛനും ഇപ്രാവശ്യം വിരോധമൊന്നും പറഞ്ഞതുമില്ല.

പരീക്ഷയുടെ ഉത്തര 'കീ' പ്രസിദ്ധീകരിച്ചപ്പോൾ ഇരുവരേയും ട്യൂഷൻ സെന്ററിലെ അദ്ധ്യാപകൻ വിളിപ്പിച്ചു. പരീക്ഷ കഴിഞ്ഞ ദിവസങ്ങളിൽ കൂടുതൽ ആത്മവിശ്വാസം പ്രകടിപ്പിച്ച രേണുവിനാണ് മാർക്ക് അല്പം കുറഞ്ഞതായി സാറിന് തോന്നിയത്. എന്തായാലും രണ്ടുപേർക്കും അവർ പ്രതീക്ഷിച്ചതിനേക്കാൾ ഉയർന്ന സ്കോർ ഉണ്ടാകുമെന്ന് സാർ ഉറപ്പിച്ചുപറഞ്ഞു. പത്തുദിവസം കഴിഞ്ഞാൽ ഉറപ്പിക്കാം. സാർ അതീവ സംതൃപ്തനായിരുന്നു. വൈകിയാണ് എത്തിയതെങ്കിലും തന്റെ റെഗുലർ വിദ്യാർത്ഥികളേക്കാൾ മുമ്പിൽ ഇവരെത്തുമെന്ന് അദ്ദേഹം കണക്കുകൂട്ടി.

അപ്രതീക്ഷിത വിജയം; പക്ഷേ പിന്നീട്...

ദൈവാനുഗ്രഹമോ, പൂർവ്വികർ ചെയ്ത നന്മയ്ക്കുള്ള പ്രതിഫലമോ എന്താണെന്നറിയില്ല, വിജയം എപ്പോഴും പ്രിൻസിന്റെ സന്തത സഹ ചാരിയാണ്. ഇപ്പോൾ രേണുവും അതിൽ പങ്കുപറ്റുന്നു. ഇപ്രാവശ്യം രേണുവിനാണ് ഉണ്ണിയേക്കാൾ മെച്ചപ്പെട്ട റാങ്ക്. രേണുവിനു ശിശു രോഗ പി.ജി. ഉറപ്പായി. ഉണ്ണിക്കാണെങ്കിൽ ആദ്യ ലിസ്റ്റിൽ ജനറൽ മെഡിസിൻ വിഭാഗത്തിലാണ് സീറ്റ് ലഭിച്ചത്. ഇരുവർക്കും വീട്ടുകാർക്കും വലിയ വിഷമമായി.

ഉണ്ണിയുടെ അമ്മ നേർച്ചകൾ പലതും നേർന്നു. എല്ലാ വിഭാഗ ങ്ങളും മനുഷ്യരുടെ നന്മയ്ക്കാണെന്നതാണ് ഉണ്ണിയുടെ അച്ഛന്റെ നിലപാട്. അദ്ദേഹം ബാഹ്യമായി അസ്വസ്ഥതയൊന്നും പ്രകടിപ്പി ച്ചില്ല. പക്ഷേ, അച്ഛൻ തികച്ചും അസ്വസ്ഥനായിരുന്നുവെന്ന് ഉണ്ണി വളരെ വൈകിമാത്രമാണ് അറിഞ്ഞത്.

അതിനിടയിൽ രണ്ടാം കൗൺസിലിങ്ങിൽ ഡോ. പ്രിൻസിന് ആഗ്രഹിച്ച ശിശുരോഗ വിഭാഗത്തിലേക്കു മാറാൻ കഴിഞ്ഞു. വീട്ടിൽ വലിയ സന്തോഷമായി. ഒരു വിഭാഗത്തിൽ ഭാര്യാഭർത്താക്കന്മാരായ രണ്ട് പി.ജി. വിദ്യാർത്ഥികൾ ഇതിനുമുമ്പ് ഉണ്ടായിട്ടില്ല. എന്തെങ്കിലും ഒരു അത്യാവശ്യം വന്നാൽ ഡ്യൂട്ടി അഡ്ജസ്റ്റ് ചെയ്യാൻ ഇതു വലിയ സൗകര്യമായി. രണ്ട് ഡോക്ടർമാർക്കും കുട്ടികളോട് വലിയ ഇഷ്ട മായിരുന്നതിനാൽ ഒ.പി. ദിവസങ്ങൾ (ഒന്നിടവിട്ട്) ഇവർക്ക് ഉത്സ വമാണ്. വീട്ടിലെത്തിയാൽ പരിശോധിച്ച കുട്ടികളുടെ വിവരങ്ങൾ പറയാൻ ഇരുവർക്കും, താൽപ്പര്യപൂർവ്വം കേട്ടിരിക്കാൻ അച്ഛനും അമ്മയ്ക്കും പ്രത്യേക ഉത്സാഹമാണ്.

''ഇനി എന്നാണ് വീട്ടിൽ ഉണ്ണിവിശേഷം സംസാരിക്കാനാകുക.'' അത്താഴവേളയിൽ ഉണ്ണിയുടെ അച്ഛന്റെ ആത്മഗതം.

''ഒന്നും അധികം വൈകില്ലാന്നേ, വടക്കുന്നാഥന് ഞാനൊരു നേർച്ച നേർന്നിട്ടുണ്ട്. പുത്രദുഃഖം മാറ്റി ആദിശങ്കരപ്പിറവിയുടെ കാരണക്കാരൻ സാക്ഷാൽ വടക്കുന്നാഥനല്ലേ? പ്രാർത്ഥന ഫലിക്കാതിരിക്കില്ല.'' ഉണ്ണിയുടെ അമ്മയ്ക്ക് ഉറപ്പാണ്.

വാർഡിലെ ഏതെങ്കിലും ഒരു കുട്ടി സീരിയസ് ആണെന്ന് നേഴ്സ് അറിയിച്ചാൽ രണ്ടുപേരും കൂടിയാണ് ആസ്പത്രിയിലേക്കു യാത്രയാവുക. രാത്രിയിലെ ഈ യാത്ര കുടുംബത്തിലുള്ള എല്ലാവരുടേയും ഉറക്കത്തിനു തടസ്സമാകും.

''ഒരു താക്കോൽ അച്ഛന്റെ കൈയിലും മറ്റൊരെണ്ണം ഞങ്ങളുടെ കൈയിലുമുണ്ടെങ്കിൽ അച്ഛനും അമ്മയും എഴുന്നേറ്റ് ഉറക്കം കളയേണ്ടിവരില്ലല്ലോ എന്ന ഉണ്ണിയുടെ നിർദ്ദേശം സ്വീകാര്യമായെങ്കിലും ഇല അനങ്ങിയാൽ ഉണരുന്ന അമ്മ ലൈറ്റിട്ട് എഴുന്നേല്ക്കും. മക്കളുടെ കാറ് ഗേറ്റ് കടന്നു പോയതിനുശേഷമേ അമ്മ കിടക്കുകയുള്ളൂ. അപ്പോൾപിന്നെ അച്ഛനും ഉറക്കതടസ്സമുണ്ടാകും. ചിലപ്പോൾ ഇതു മൂലം അച്ഛനും അമ്മയും വൈകിയേ എഴുന്നേൽക്കൂ. വീട്ടിലെ സമയപ്പട്ടികയ്ക്കു മാറ്റംവരാൻ തുടങ്ങി.

''സാരല്ല്യ, കൊച്ചുകുട്ടികളെ നോക്കാനല്ലേ പോകുന്നത്. ഉണ്ണിക്കണ്ണന്മാർ.'' അമ്മയുടെ ആശ്വാസവാക്കുകൾ.

അച്ഛന്റെ അഭാവത്തിൽ ഒരു ദിവസം അമ്മ സ്വകാര്യമായി മക്കളോടു പറഞ്ഞ ഒരു കാര്യം ഡോക്ടർമക്കളെ അസ്വസ്ഥരാക്കി. ഹൃദയത്തിന്റെ പ്രവർത്തനം നേരത്തേതന്നെ താളംതെറ്റിയ നിലയിലായിരുന്നല്ലോ. നെഞ്ചിൽ അച്ഛന് ഭാരം അനുഭവപ്പെടാറുണ്ടെന്നും ജീരകം തിളപ്പിച്ചാറ്റിയ വെള്ളം കൊടുക്കുമ്പോൾ ആശ്വാസം ലഭിക്കാറുണ്ടെന്നും അമ്മ പറഞ്ഞു. മക്കളോടോ മറ്റാരോടുമോ ഇതൊന്നും പറയരുതെന്ന് അച്ഛൻ കർക്കശമായി അമ്മയോടു പറഞ്ഞിരുന്നു. ഈയിടെയായി കൂടുതലായി ക്ഷീണം, വിശപ്പില്ലായ്മ എന്നിവ അനുഭവപ്പെട്ടപ്പോൾ അമ്മയ്ക്കു വ്യസനമായിത്തുടങ്ങിയതു കൊണ്ടാണ് അവസാനം മക്കളോട് ഇതു പറഞ്ഞത്.

ഇതുകേട്ട ഉണ്ണി ശബ്ദമടക്കി കരയാൻ തുടങ്ങി. ചങ്കുപൊട്ടിയ കരച്ചിലായിരുന്നു. അമ്മയും രേണുവും ആശ്വസിപ്പിച്ചിട്ടും കരച്ചിലടക്കാൻ ഉണ്ണിക്കു കഴിഞ്ഞില്ല. കരയുന്നതിനിടയിൽ, അച്ഛനെ 'റിവ്യൂ ചെക്കപ്പ്' ആണെന്നു ധരിപ്പിച്ച് കാർഡിയോളജി പ്രൊഫസറുടെ പരിശോധനയ്ക്ക് കൊണ്ടുപോകണമെന്നു പറഞ്ഞു. അച്ഛൻ സമ്മതിക്കുമോ എന്നായി അമ്മയുടെ ആശങ്ക.

അടുത്ത ദിവസം പ്രാതൽസമയത്ത് പ്രൊഫസർ അച്ഛനെ റിവ്യൂവിന് കൊണ്ടുവരണമെന്ന് പറഞ്ഞതായി അറിയിച്ചു. അച്ഛൻ ഉടനേയൊന്നും വേണ്ടെന്ന നിലപാടിലായിരുന്നു. ചെറിയ വാഗ്വാദം,

അവസാനം അടുത്ത ദിവസം രാവിലെ വരാമെന്ന് സമ്മതിച്ചു.

''അച്ഛൻ സാവകാശം നമ്മെ വിട്ടുപൊയ്ക്കൊണ്ടിരിക്കയാണമ്മേ'' എന്ന ഉണ്ണിയുടെ വാക്കുകേട്ട് അമ്മയും രേണുവും കുഴഞ്ഞു പോയി. ഉണ്ണിയായിരുന്ന കാലംമുതലുള്ള സംഭവങ്ങൾ ഓർത്തോർത്ത് ഉണ്ണി മുറിയിലേക്കു പോയി വിങ്ങിക്കരഞ്ഞു. അച്ഛനില്ലാതെ എനിക്കു ജീവിതമില്ലെന്നു വിങ്ങിപ്പൊട്ടി. കിടക്കയിൽ മുഖമമർത്തി കരയാൻ തുടങ്ങി. രേണുവിന് നിസ്സഹായയായി നോക്കിനിൽക്കാനേ കഴിഞ്ഞുള്ളൂ. ഡോക്ടറായ അവൾക്കു രോഗത്തിന്റെ ഗൗരവാവസ്ഥ നന്നായി മനസ്സിലായിരുന്നു.

അപകടസാധ്യത നൂറ് ശതമാനം

ഉണ്ണിക്ക് ഉറക്കമില്ലാത്ത രാത്രിയായിരുന്നു. പതിവിലും നേരത്തേ ഉണർന്ന അമ്മ തയ്യാറാക്കിയ കടുംകാപ്പിയല്ലാതെ അച്ഛൻ പ്രാതലൊന്നും കഴിച്ചിരുന്നില്ല. എന്തെങ്കിലും പരിശോധന ആവശ്യമെങ്കിൽ ഒഴിഞ്ഞ വയറും ഭക്ഷണത്തിനു മുമ്പുള്ള രക്തപരിശോധനയും ആവശ്യമായി വന്നേക്കാം.

ഡോ. ഗോവിന്ദരാജിന്റെ കൺസൾട്ടേഷൻ റൂമിലേക്ക് അച്ഛനും ഡോ. പ്രിൻസും കടന്നു; അമ്മയും രേണുവും പുറത്തിരുന്നു. ചുരുങ്ങിയ സമയത്തിനുള്ളിൽ ഹൃദ്രോഗവിഭാഗത്തിലെ രണ്ട് ഡോക്ടർമാരും ഏതാനും നേഴ്സുമാരും റൂമിലേക്കു പാഞ്ഞുവരുന്നതും ഓക്സിജൻ ഘടിപ്പിച്ച പ്രത്യേക സ്ട്രെച്ചറിൽ അച്ഛനെ പാഞ്ഞു കൊണ്ടുപോകുന്നതുമാണ് അമ്മയും രേണുവും കാണുന്നത്. രേണുവിനോട് ഉണ്ണി എന്തോ പറഞ്ഞ് സ്ട്രെച്ചറിന്റെ പിന്നാലെ പാഞ്ഞു.

''ചെറിയൊരു ഓപ്പറേഷൻ വേണ്ടിവരുമെന്നാണ് ഉണ്ണി പറയുന്നത്.'' രേണു കാര്യങ്ങൾ മയപ്പെടുത്തി അമ്മയോടു പറഞ്ഞു. ഉടൻ നടത്തേണ്ട ബൈപ്പാസ് സർജറിക്കാണ് വാസ്തവത്തിൽ അച്ഛനെ കൊണ്ടുപോയത്. കാർഡിയാക് സർജന്മാരുടെ നേതൃത്വത്തിൽ പെട്ടെന്ന് ഒരുക്കങ്ങൾ തുടങ്ങി. ഉൽക്കണ്ഠമൂലം അമ്മയുടെ സർവ്വശക്തിയും ചോർന്നുപോയി; ഏതാണ്ട് കുഴഞ്ഞതുപോലെയായി. അപ്പോഴേക്കും കാര്യങ്ങൾ കേട്ടറിഞ്ഞ സഹപ്രവർത്തകരും സഹപാഠികളുമെത്തി അമ്മയെ ഓപ്പറേഷൻ തിയേറ്ററിന്റെ അടുത്തുള്ള ഒരു മുറിയിലെ ബെഡ്ഡിൽ കിടത്തി.

കൂട്ടുകാർതന്നെ ലഘുഭക്ഷണം കാന്റീനിൽ പോയിവാങ്ങി രേണുവിനും അമ്മയ്ക്കും കൊടുത്തു. അമ്മയ്ക്ക് ചെറിയ ഡോസ് ഉറക്കമരുന്ന് ഇൻജക്ഷൻ നല്കി. ഭക്ഷണത്തിനുശേഷം അമ്മ മയക്കത്തിലായി. ഇടയ്ക്ക് ഞെട്ടിയുണർന്ന് അച്ഛനെവിടെ എന്നെല്ലാം ചോദിക്കുന്നുണ്ടായിരുന്നു. വീണ്ടും മയക്കത്തിലേക്കു പോകും.

ശസ്ത്രക്രിയ ഏതാണ്ടൊക്കെ വിജയമായി എന്നു പറഞ്ഞെങ്കിലും കാർഡിയാക് സർജന്മാർ തൃപ്തരായിരുന്നില്ല. കുറച്ചധികം സമയത്തെ നിരീക്ഷണത്തിനായി തിയേറ്ററിൽതന്നെയാണ് കിടത്തിയത്. അടുത്ത ദിവസംമാത്രമേ ഇന്റൻസീവ് കാർഡിയാക് ഐസിയുവിലേക്കു മാറ്റിയുള്ളൂ. ഡോ. പ്രിൻസ് കൂടെത്തന്നെയിരുന്നു. രണ്ട് ദിവസം കഴിഞ്ഞ് സ്റ്റെപ് ഡൗൺ ഐസിയുവിലേക്കു മാറ്റി, ഭയപ്പെടുത്തുന്ന ഉപകരണങ്ങൾ മാറ്റിയാണ് അമ്മയെ അടുത്തേക്ക് കൊണ്ടുവന്നത്. രേണുവും ഉണ്ണിയും ചേർന്ന് അമ്മയ്ക്ക് കാര്യമായി കൗൺസിലിങ്ങ് നടത്തി പരുവപ്പെടുത്തിയാണ് അച്ഛനെ കാണിച്ചത്. വെന്റിലേറ്റർ മാറ്റിയെങ്കിലും സംസാരിക്കാൻ ശബ്ദം ഉയർന്നില്ല. അമ്മയെ തിരിച്ചറിഞ്ഞ് കൈയുയർത്തി. അമ്മയെ നിർബന്ധിച്ച് ബോധ്യപ്പെടുത്തിയതുപോലെ! അമ്മ നിയന്ത്രണം പാലിച്ചു. പുറത്തിറക്കി കസേരയിൽ ഇരുന്നപ്പോഴേക്കും തലകറങ്ങുന്ന പോലെയായി.

എത്രയോ വർഷംമുമ്പ് തിക്കൊടിമനയിൽനിന്ന് കൈപിടിച്ച് ഇറക്കിക്കൊണ്ടുവന്ന ശേഷം മിക്കവാറും സമയം അച്ഛന്റെ നിഴലായാണ് അമ്മ ജീവിച്ചത്. മലബാറിലേക്ക് പിന്നെ അധികമൊന്നും പോയിട്ടുമില്ല. അമ്മയെ അധികം വിട്ടുപിരിഞ്ഞു നിൽക്കുന്നത് അച്ഛനും അസഹ്യമായിരുന്നു.

എന്തെല്ലാം ഓർമ്മകളിലൂടെയാണ് അമ്മ കടന്നുപോയത്. ഇടയ്ക്കിടെ വല്ലാതെ വിതുമ്പിക്കരയും. ഉണ്ണിയുടെ ജനനത്തിനുമുമ്പ് ഒരുപ്രാവശ്യം ഗർഭമലസി. ആ ദുഃഖം മാറിയത് ഉണ്ണിയുടെ ജനനത്തിനുശേഷമാണ്. പ്രസവത്തിന് അച്ഛൻ അമ്മയെ മാതൃമനയിലേക്കു വിട്ടയച്ചില്ല. മെച്ചപ്പെട്ട വൈദ്യന്മാരും പ്രസവാനന്തര ശുശ്രൂഷയും ഇവിടെയാണ് എന്ന നിർബന്ധത്തിൽ പ്രസവശുശ്രൂഷ ഇല്ലത്തുതന്നെയായിരുന്നു. അമ്മയ്ക്ക് ഒരു സുരക്ഷിതത്വം നല്കാൻ ആളെ അയച്ച് അമ്മയെ ഇല്ലത്തിലേക്കു വരുത്തി. അരയിൽ ചരടുകെട്ടൽ ചടങ്ങു കഴിഞ്ഞാണ് അമ്മയെ തിരിച്ചയച്ചത്. അമ്മപോലുമറിയാതെ സമ്മാനമായി രണ്ടുപവന്റെ സ്വർണ്ണവളയും നല്കി.

ഉണ്ണിയുടെ ഓരോ ശ്വാസോച്ഛ്വാസവും അച്ഛൻ ശ്രദ്ധിക്കുമായിരുന്നു. ‘‘കൈയോ കാലോ വളരുന്നതെന്നു നോക്കിയിരിക്കുക’’ എന്നൊരു ചൊല്ലുതന്നെയുണ്ടല്ലോ. അച്ഛനെ കാണുമ്പോൾ അവൻ മോണകാണിച്ച് ചിരിക്കുമ്പോൾ അച്ഛൻ അവനെ വാരിയെടുക്കും... നിലയ്ക്കാത്ത കടലിലെ തിരകൾപോലെ, വികാരത്തിൽ കുതിർന്ന ഓർമ്മകൾ ഒന്നിനുപിറകേ ഒന്നായി.

വീണ്ടും വീട്ടിലേക്ക്

പരിശോധനകൾക്കുശേഷം ഉണ്ണിയുടെ അച്ഛൻ വീട്ടിലെത്തി. മനസ്സിനെ ഉൽക്കണ്ഠപ്പെടുത്തുന്ന കാര്യങ്ങളൊന്നും അദ്ദേഹത്തെ അറിയിക്കരുതെന്ന് ഡോക്ടർമാർ പ്രത്യേക മുന്നറിയിപ്പു നൽകി. താൽക്കാലിക പ്രവർത്തനത്തിന് ഹാർട്ടിനെ റിപ്പയർ ചെയ്യാനേ സാധിച്ചിട്ടുള്ളൂ. മുഴുവൻസമയ വിശ്രമം ഒരുമാസത്തേക്ക്; അതിനു ശേഷം പുനഃപരിശോധനയ്ക്കു ശേഷം മറ്റു ചികിത്സകൾ നിർണ്ണയിക്കാം.

അച്ഛന് അല്പം ഡിപ്രഷൻ ഉണ്ടെന്നതു വ്യക്തം. കുടുംബം സന്തോഷമുള്ള സംസാരങ്ങളുമായി കൂടെയുണ്ട്. കുറച്ചു ദിവസത്തേക്ക് ഉണ്ണി അച്ഛന്റെ മുറിയിൽതന്നെയായിരുന്നു താമസം. എമർജൻസി മെഡിക്കൽ കിറ്റും ഓക്സിജൻ സിലിണ്ടറുമെല്ലാം കൈയിലുണ്ട്. ഏതാനും ദിവസങ്ങൾക്കുശേഷം ഉണ്ണിയുടെ കൈപിടിച്ച് മുറിയിൽ നടന്നുതുടങ്ങി. പിന്നെ ഊന്നുവടിയുടെ സഹായത്തോടെ പതുക്കെ നടക്കാൻ കഴിഞ്ഞു. ഏറ്റവും അടുത്തുള്ള ബന്ധു രവിയേട്ടൻ എന്തു സഹായത്തിനും അടുത്തുണ്ട്.

ചില സമയത്ത് നെഞ്ചു പിടയുന്നതുപോലെ തോന്നുന്നതായി അദ്ദേഹം ഉണ്ണിയോടു പറഞ്ഞു. അങ്ങനെ ഉണ്ടാകുമ്പോൾ നടപ്പ് നിർത്തി ഇരിക്കാൻ ഉണ്ണി ഉപദേശിച്ചു. പേടിക്കാനൊന്നുമില്ലെന്ന് ഉണ്ണിയും രേണുവും അച്ഛന് ഇടയ്ക്കിടെ ഉറപ്പുനൽകുന്നുണ്ട്. എങ്കിലും വിഷാദാവസ്ഥയെ അതിജീവിക്കാൻ അദ്ദേഹത്തിനാകുന്നില്ല. ഏകമകൻ വിവാഹിതനായതിലും അവന് ചേർച്ചയുള്ള ഇണയെ കിട്ടിയതിലുമെല്ലാം അദ്ദേഹത്തിനു സന്തോഷമായിരുന്നു. പക്ഷേ, തനിക്കു മകന്റെ കുഞ്ഞിനെ കാണാനാകുമോ എന്നെല്ലാം അദ്ദേഹം ചിന്തിക്കുന്നുണ്ടായിരിക്കും. അങ്ങനെ ഗൗരവകരമായ ചിന്തകൾ വരുമ്പോഴാണ് നെഞ്ച് പിടയുന്നത്. ഹൃദയത്തിന്റെ താളംതെറ്റുന്നതിന്റെ

സൂചനയാണത്. കൂടുതൽ മരുന്നുകൾ സ്വീകരിക്കാനുള്ള ശക്തി ഇപ്പോൾ അദ്ദേഹത്തിനില്ലതാനും.

നൂറ്റാണ്ടുകൾ പഴക്കമുള്ള ഇല്ലം; ഉണ്ണിക്കു സന്താനങ്ങളില്ലെങ്കിൽ ഇല്ലത്തിന്റെ പരമ്പര അവസാനിക്കുന്നത് ചെറിയ കാര്യമല്ലല്ലോ.

രവിയേട്ടൻ അച്ഛന്റെ മുറിയിൽ ഇരിക്കുന്ന സമയത്ത് ഉണ്ണിയും രേണുവും ചേർന്ന് അച്ഛന്റെ അവസ്ഥയെക്കുറിച്ച് അമ്മയ്ക്ക് വളരെ ലളിതമായി വിവരിച്ചുകൊടുത്തു. ഇനി എത്രനാൾ അച്ഛൻ നമ്മുടെ കൂടെയുണ്ടാകുമെന്ന് അറിയില്ല എന്ന് പറഞ്ഞവസാനിപ്പിക്കാൻ അവനു കഴിഞ്ഞില്ല. അമ്മ മോഹാലസ്യത്തിലേക്ക് പോയി. അല്പം കഴിഞ്ഞപ്പോൾ ഓർമ്മ തെളിഞ്ഞു. അച്ഛന്റെ അവസ്ഥയിൽനിന്ന് അമ്മ ഇങ്ങനെയൊക്കെത്തന്നെ അനുമാനിച്ചിരുന്നു. അമ്മ വ്യസനിക്കുന്നതായി കണ്ടാൽ അച്ഛന്റെ സ്ഥിതി പെട്ടെന്ന് ഗുരുതരമാകുമെന്ന് ഉണ്ണി അമ്മയോടു പറഞ്ഞതിനാൽ, അച്ഛന്റെ അടുത്തെത്തുമ്പോൾ അമ്മ സന്തോഷം അഭിനയിക്കും.

നാലു പതിറ്റാണ്ട് ഒരുമിച്ച് ജീവിച്ചിവരാണ് അവർ. എന്തെങ്കിലും കുടുംബപ്രശ്നങ്ങളുടെ പേരിൽ ചെറിയ പിണക്കംപോലും ഉണ്ണി കണ്ടിട്ടില്ല. അച്ഛന്റെ തത്ത്വശാസ്ത്രം കലർന്ന ഗൗരവവും അമ്മയുടെ സൗമ്യതയുമായിരുന്നു ഇല്ലത്തിന്റെ ഐശ്വര്യം.

അച്ഛന്റെ ക്ഷീണവും ശ്വാസതടസ്സവും ക്രമേണ വർദ്ധിച്ചുവന്നപ്പോൾ ഡോ. പ്രിൻസ് തന്റെ പ്രൊഫസർ ഡോ. ഗോവിന്ദരാജിനെ ചെന്നുകണ്ടു. ചുമതല താൽക്കാലികമായി അസോസിയേറ്റ് പ്രഫസറെ ഏല്പിച്ച് അദ്ദേഹം ഡോ. പ്രിൻസിന്റെ കൂടെ വീട്ടിലേക്കു തിരിച്ചു. തീരെ പരിക്ഷീണിതനായ അച്ഛനെ നിരീക്ഷിക്കുകയും സ്റ്റെതസ്കോപ്പ് വച്ച് പരിശോധിക്കുകയുമല്ലാതെ അദ്ദേഹം വിശദമായ മറ്റു പരിശോധനകളിലേക്കൊന്നും കടന്നില്ല.

മുറിക്കു പുറത്തുവന്ന ഡോക്ടർ ഉണ്ണിയോട് ''ഇനി നമുക്ക് ഒന്നും ചെയ്യാനാവാത്ത സ്ഥിതിയാണ്'' എന്ന് വേദനയോടെ പറഞ്ഞു. രണ്ടോ മൂന്നോ ദിവസത്തേക്കുള്ള എനർജി മാത്രമേയുള്ളൂവെന്നും റെക്കോർഡുകളിൽ ഒപ്പുവയ്ക്കേണ്ടതുണ്ടെങ്കിൽ തള്ളവിരൽ പതിപ്പിച്ച്, എല്ലാമൊന്ന് ഒരുങ്ങണമെന്നും ഒരു നല്ല ജ്യേഷ്ഠനെപ്പോലെ ഉണ്ണിയോടു പറഞ്ഞു. അടുത്ത ബന്ധുക്കളെ അറിയിക്കുകയുമാവാം.

ഇതെല്ലാം കേട്ടുനിൽക്കാൻ ഉണ്ണിക്കു ശക്തിയുണ്ടായിരുന്നില്ല. കുറച്ചുസമയം പ്രൊഫസർ ഡോ. പ്രിൻസിനെ അടുത്തിരുത്തി ധൈര്യം പകർന്നുനല്കി.

ഉണ്ണിയുടെ അടുത്ത ബന്ധു രവിയേട്ടൻ ബന്ധുക്കളെ അറിയിച്ചു തുടങ്ങി. പഴയ സീനിയർ കാര്യസ്ഥന്മാരും വേണ്ട ഒരുക്കങ്ങൾ തുടങ്ങി. ഓക്സിജന്റെ ശക്തിയിൽ മാത്രമാണ് അച്ഛൻ ജീവിച്ചിരിക്കുന്നത്. പൾസ് വളരെ ദുർബലം. ശ്വാസോച്ഛ്വാസം ഗാസ്പിങ്ങിൽ എത്തി. അമ്മ വായുഗുളിക ഗംഗാജലത്തിൽ അലിയിച്ച് തുള്ളിയായി വായിൽ ഇറ്റിച്ചുകൊടുക്കുന്നുണ്ടായിരുന്നു. കാര്യങ്ങളറിഞ്ഞ് സഹ ഡോക്ടർമാർ എത്തിയിരുന്നു. ഏറ്റവും അടുത്ത സുഹൃത്ത് വിഷ്ണു രാത്രിമുഴുവൻ ഉണ്ണിയോടൊപ്പമുണ്ടായിരുന്നു. വീട്ടുകാര്യങ്ങൾ രേണുവിന്റെ അമ്മ വന്ന് ഏറ്റെടുത്തു.

രാത്രിയോടെ ''തമ്പ്രാരാൻ വായു വലിക്കുന്നു'' എന്ന വാർത്ത ഗ്രാമം മുഴുവൻ അറിഞ്ഞു. സമയം ഏറെ വൈകീട്ടും അവർ പിരിഞ്ഞു പോയില്ല. കുറേ പുരുഷന്മാർ ഉറക്കമിളച്ച് എന്തു സഹായത്തിനും തയ്യാറായി സ്ഥലത്തുണ്ടായിരുന്നു. ഒരു നാടിന്റെ അന്നദാതാവാണ് യാത്രയാകുന്നത്!

രാജകീയമായ വിടവാങ്ങൽ

ഗ്രാമം നാളിതുവരെ കാണാത്ത ആൾക്കൂട്ടം. എന്നിട്ടും ഒരു ശബ്ദവുമില്ല. ഇടയ്ക്ക് ചില തേങ്ങലുകൾ. വടക്കുഭാഗത്തൊരുക്കിയ ചിതയിൽ വച്ചശേഷം മകൻ ചിതയ്ക്കു തീകൊളുത്തി. ശാന്തിക്കാരുമില്ല, മന്ത്രോച്ചാരണങ്ങളുമില്ല. ചിതയിലെ അവസാനനാളവും തലയുയർത്തി നോക്കി ഉള്ളിലേക്കു വലിഞ്ഞു. തമ്പ്രാരാന്റെ അവസാന നോട്ടമെന്നവണ്ണം കണ്ട കാഴ്ചയോടെ അതുവരെ അമർത്തിപ്പിടിച്ച ദുഃഖം രോദനത്തിന്റെ സ്ഫോടനമായി.

ഉണ്ണിയുടെ അച്ഛന്റെ വിൽപ്പത്ര പ്രകാരം മതപരമായ ഒരു ചടങ്ങും നടത്തിയില്ല. പക്ഷേ, അമ്മ ഉണ്ണിയെ കെട്ടിപ്പിടിച്ച് ''അച്ഛന്റെ അസ്ഥികൾ പാപനാശിനിയിൽ ഒഴുക്കണ''മെന്ന് കരഞ്ഞുപറഞ്ഞു. ''ചെയ്യാം അമ്മേ.'' ഉണ്ണിയുടെ വാക്കുകൾ മുറിഞ്ഞു.

ശവദാഹം കഴിഞ്ഞപ്പോഴേക്കും ഒരു കനത്ത മഴ, യാഗത്തിന്റെ പരിസമാപ്തി എന്നപോലെ. ഉണ്ണി അമ്മയുടെ ആഗ്രഹം നിറവേറ്റി.

ഉണ്ണി രണ്ടാഴ്ചയെങ്കിലും ലീവെടുത്ത് വിശ്രമിക്കണമെന്ന് സുഹൃത്തുക്കൾ നിർബന്ധിച്ചു. പാപനാശിനിയിൽ അസ്ഥി ഒഴുക്കി വന്നതിനുശേഷം രണ്ടുദിവസം കഴിഞ്ഞപ്പോഴേക്കും ഡോ. പ്രിൻസ് ലീവ് ക്യാൻസൽ ചെയ്ത് ഡ്യൂട്ടിക്കു തിരിച്ചെത്തി. രേണു കുറച്ചു ദിവസം കൂടി അമ്മയ്ക്കു കൂട്ടിരുന്നു. അമ്മയുടെ തറവാടായ തിക്കൊടി ഇല്ലത്തിലെ സമപ്രായക്കാരിയും വിധവയുമായ ചെറിയമ്മ അമ്മയുടെ കൂട്ടിന് കാലനിബന്ധനകളൊന്നുമില്ലാതെ വരാമെന്ന് സമ്മതിച്ചത് അമ്മയ്ക്കും മക്കൾക്കും വലിയ ആശ്വാസമായി.

ശിശുരോഗ വിഭാഗത്തിലെ രണ്ട് ഡോക്ടർമാർ ഒരേസമയം ലീവാകുന്നതുകൊണ്ട് ചികിത്സയെ കുറച്ചൊക്കെ ബാധിക്കാൻ തുടങ്ങിയെന്ന് അറിഞ്ഞപ്പോൾ രേണുവും ലീവ് ക്യാൻസൽ ചെയ്ത് ആസ്പത്രിയിലെത്തി. അമ്മയ്ക്കു കൂട്ടായി ചെറിയമ്മയുണ്ടല്ലോ. മാത്രമല്ല, അടുത്ത ഇല്ലത്തിലെ രവിയേട്ടൻ എല്ലാ കാര്യങ്ങളിലും സഹായിക്കാനുണ്ട്.

രവിയേട്ടൻ ജാതകത്തിന്റെ 'ഇര'യായതിനാൽ വിവാഹം ഉപേക്ഷിക്കേണ്ടി വന്നയാളാണ്. വിവാഹം ചെയ്താൽ അദ്ദേഹത്തിന്റെ ഇല്ലവും വേളിചെയ്തുവരുന്ന അന്തർജനത്തിന്റെ ഇല്ലവും അന്യം നിന്നു പോകുമത്രെ. ഈ മഹാദുരന്തത്തിന് താൻ ഹേതുവാകേണ്ടെന്നു വിശ്വസിച്ച് രവിയേട്ടൻ അവിവാഹിതനാകാൻ തീരുമാനമെടുത്തു. അദ്ദേഹം അവിവാഹിതനായി തുടർന്നെങ്കിലും ഇല്ലത്തിന്റെ അവസ്ഥ മോശമാകുകയാണുണ്ടായത്. പഴക്കംമൂലം നാലുകെട്ടിന്റെ ഒരു ഭാഗം നിലംപൊത്തി, തുടർച്ചയായ കൃഷിനാശം. വരാനുള്ളത് വഴിയിൽ തങ്ങില്ലല്ലോ.

രവിയേട്ടന് ഒരു ചെറിയച്ഛനുള്ള ബഹുമാനമാണ് ഉണ്ണിയും കുടുംബവും നൽകുന്നത്.

അച്ഛൻ മതകർമ്മങ്ങളെല്ലാം വിലക്കിയിട്ടും അമ്മയുടെ നിർബന്ധത്തിൽ ബലിയിടൽ നടത്തി. ചെറിയമ്മ കൂട്ടിനെത്തിയതോടെ അമ്മയുടെ ആരോഗ്യവും ഉത്സാഹവും മെച്ചപ്പെട്ടതിൽ ഉണ്ണിക്ക് അല്പം ആശ്വാസം കണ്ടെത്താനായി.

പിതൃവിയോഗാനന്തരം

നട്ടുച്ചയ്ക്ക് സൂര്യനസ്തമിക്കുക എന്ന ശൈലി സുപരിചിതമാണെ ങ്കിലും, വ്യക്തി - കുടുംബതലത്തിൽ താങ്ങും തണലുമായി നിൽക്കുന്ന വ്യക്തി മരണപ്പെടുന്ന അവസ്ഥയിലേ അതിന്റെ ആഴം മനസ്സിലാകൂ. 'ഷോക്ക്' എന്ന് ഇംഗ്ലീഷ് ഭാഷയിൽ തർജ്ജമ ചെയ്യപ്പെടാവുന്ന അവസ്ഥ. ദീർഘകാലം ദമ്പതിമാരായിരുന്നവർ, സ്നേഹമുള്ള മക്കൾ - മാതാപിതാക്കൾ എന്നിവരുടെ പെട്ടെന്നുള്ള വേർപാട് ചിലർക്കു താങ്ങാനാവുന്നതിലപ്പുറമാണ്.

ഉണ്ണിയുടെ ശൈശവത്തിലും ബാല്യത്തിലുമെല്ലാം മോൻ അച്ഛന്റെ ഉണ്ണിക്കണ്ണൻതന്നെയായിരുന്നു. സ്വയം കണ്ടും പഠിച്ചും വളർന്നാലേ ഒരു വ്യക്തിക്ക് സ്വന്തം കാലിൽ നിൽക്കാനും പ്രതിസന്ധികളെ നേരിടാനും കഴിയൂ എന്ന ആദർശവാനായിരുന്നു അച്ഛൻ. ഇംഗ്ലീ ഷിൽ Learning by doing (ചെയ്തു പഠിക്കുക) എന്ന് ചുരുക്കം. അതുകൊണ്ട് പഠനത്തിലടക്കം അച്ഛൻ അധികം ഇടപെടാറുമില്ല. അമ്മയാണ് ഉണ്ണിയുടെ കാര്യങ്ങളിൽ ഇടപെടാറുള്ളത്. ചില കാര്യ ങ്ങളിലുള്ള അച്ഛന്റെ മൗനത്തെ അമ്മ തെറ്റിദ്ധരിച്ച് വിമർശിക്കുമാ യിരുന്നു. തന്റെ മകൻ ആരാണെന്നും അവന്റെ 'സ്റ്റഫ്' എന്താ ണെന്നുമെല്ലാം വ്യക്തമായി അളന്നുതിട്ടപ്പെടുത്തിയ വ്യക്തിയാ യിരുന്നു അച്ഛൻ. അതുകൊണ്ട് വൈകാരികമായ സ്നേഹപ്രകടനങ്ങൾ അച്ഛനിൽനിന്ന് ഉണ്ണി അധികം കണ്ടിട്ടില്ല. അച്ഛന്റെ ജീവന്റെ ജീവ നാണ് ഉണ്ണിയെന്ന് അവനും നല്ല ബോധ്യമുണ്ടായിരുന്നു.

ഒരിക്കൽ സൈക്കിൾ ചവിട്ടി പഠിക്കുന്നതിനിടെ താഴെവീണ് അസ്ഥി ഭാഗികമായി മുറിഞ്ഞപ്പോൾ കണ്ണീരോടെ താങ്ങിയെടുത്ത് ചികിത്സയ്ക്കു കൊണ്ടുപോയതും പിറന്നാളിന് നല്ല പുസ്തകങ്ങൾ സമ്മാനം തന്നിരുന്നതുമെല്ലാം ഉണ്ണിക്കു മറക്കാൻ കഴിയുന്നില്ല. ഓരോ ക്ലാസ്സിലും ഉയർന്ന മാർക്ക് നേടി വിജയിക്കുമ്പോൾ അദ്ദേഹ ത്തിന്റെ മുഖത്തു വിടർന്നിരുന്ന നിശ്ശബ്ദ പുഞ്ചിരിക്ക് ബദലായി വാക്കുകൾ ആവശ്യമില്ലായിരുന്നു. ചുരുക്കത്തിൽ സ്വന്തം മകനെ

ക്കുറിച്ച് അഭിമാനിക്കുന്ന ഒരു അച്ഛൻ. ആ താങ്ങ് നഷ്ടപ്പെട്ട ഉണ്ണി ജീവിതത്തിൽ ആടിയുലയുന്നതു പോലെയായി.

അമ്മയും രേണുവുമെല്ലാം ദുഃഖം അതിജീവിച്ച് സാധാരണ ജീവിതത്തിലേക്ക് വന്നിട്ടും ഉണ്ണി ഇടയ്ക്കിടെ മൗനമായിരിക്കും, ഇടയ്ക്ക് നിയന്ത്രണംവിട്ട് വിങ്ങിപ്പൊട്ടി. അമ്മയ്ക്കു കൂട്ടുവന്ന ചെറിയമ്മ സ്നേഹത്തോടെ ഉണ്ണിയെ ധൈര്യവാനാക്കാൻ ശ്രമിച്ചിട്ടൊന്നും ഉണ്ണി നോർമലാകാൻ വൈകിപ്പോകുന്നത് ഒരു ഡോക്ടർകൂടിയായ ഭാര്യ മനസ്സിലാക്കി. അല്പമെങ്കിലും ഉണ്ണിയെ ശാന്തനാക്കാൻ കഴിവുള്ളത് ഉറ്റ സുഹൃത്ത് ഡോ. വിഷ്ണുവിനു മാത്രമായിരുന്നു. രേണു ഇക്കാര്യം വിഷ്ണുവുമായി സംസാരിച്ചു. ഡോ. പ്രിൻസ് 'ഡിപ്രഷൻ' – വിഷാദരോഗത്തിലേക്കു വഴുതിവീണുകൊണ്ടിരിക്കുകയാണെന്ന് രേണുവിനു ബോധ്യപ്പെട്ടു.

ഒന്നും മുൻഅറിവില്ലാത്തതുപോലെ ഡോ. വിഷ്ണു ഒരു ദിവസം വൈകീട്ട് ഉണ്ണിയെ കാണാൻ വന്നു. അപ്പോൾ അവൻ മുറിയിൽ കിടന്ന് കരയുകയായിരുന്നു. വിഷ്ണു വന്ന കാര്യം രേണു ഭർത്താവിനെ അറിയിച്ചു. അപ്പോൾതന്നെ ക്ഷോഭിച്ചു. താൻ കാണുകയില്ലെന്ന് രേണുവിനോടു ശബ്ദമുയർത്തി പറഞ്ഞു.

''ഏതായാലും വന്നതല്ലേ, ഒന്നു വന്നുകാണൂ.'' രേണുവിന്റെ കണ്ഠമിടറിയ വാക്കുകൾ കേട്ട് കണ്ണുതുടച്ച് മുഖം കഴുകിത്തോർത്തി അവൻ പൂമുഖത്തേക്കു വന്നു.

''നീ എന്തിനാ വന്ന് എന്നെ ശല്യപ്പെടുത്തുന്നത്?'' അതൊരു അലർച്ചയായിരുന്നു. രേണു നേരത്തേ പറഞ്ഞില്ലായിരുന്നെങ്കിൽ വിഷ്ണുവിന്റെ പ്രതികരണം എങ്ങനെയായിരിക്കുമെന്ന് പറയാൻ പറ്റില്ല. അത്രയ്ക്ക് ദേഷ്യവും രോഷവും കലർന്ന വാക്കുകൾ! വിഷ്ണു കൂട്ടുകാരനെ സ്നേഹത്തോടെ തോളിൽ തലോടി. ഉണ്ണി വിഷ്ണുവിനെ കെട്ടിപ്പിടിച്ച് തേങ്ങിക്കരഞ്ഞു. ''I am sorry''

വിഷ്ണു ഉണ്ണിയെ അടുത്തിരുന്ന് ആശ്വസിപ്പിച്ചുകൊണ്ടിരുന്നു. ''അച്ഛൻ പോയി, ഇനി എനിക്കാരുമില്ല വിഷ്ണു, മരിക്കുന്നതാ ഇതിലും ഭേദം.'' ഉണ്ണി കൊച്ചുകുട്ടികളെപ്പോലെ പഴയ ഓർമ്മകൾ പറഞ്ഞ് തേങ്ങിക്കരഞ്ഞു. പ്രിൻസിന്റെ തേങ്ങൽ അവസാനിക്കുന്നതുവരെ വിഷ്ണു അവനെ കെട്ടിപ്പിടിച്ചിരുന്നു.

അപ്പോഴേക്കും രേണു ചായയുമായി എത്തി. ''വിഷ്ണു ചായ കുടിക്ക്.''

''എനിക്കൊന്നും വേണ്ട, ഞാൻ എന്റെ അച്ഛന്റെ അടുത്തേക്കു പോകാ, അച്ഛനില്ലാതെ എനിക്കു ജീവിതമില്ല.''

വിഷ്ണു കരുതിയതിനേക്കാൾ ആഴമായ ഡിപ്രഷനിലാണ് പ്രിൻസ് എന്ന് അദ്ദേഹത്തിനു ബോധ്യപ്പെട്ടു.

''നമുക്ക് പുറത്തിറങ്ങി അല്പം നടക്കാം.''

വിഷ്ണുവിനോടൊത്ത് ഉണ്ണി പുറത്തേക്കിറങ്ങി. വിഷ്ണു വടക്കേ ഭാഗത്തേക്കു നടന്നപ്പോൾ ഉണ്ണി തടഞ്ഞു. ''അവിടെ അച്ഛൻ കിടപ്പുണ്ട്.'' ഭയന്ന് ഉണ്ണി പിൻവാങ്ങി.

വിഷ്ണു സംസാരം ബോധപൂർവ്വം മാറ്റി. കോളേജ് കാര്യങ്ങൾ സംസാരിക്കാൻ ആരംഭിച്ചപ്പോഴേക്കും ''ഞാൻ ഇനി കോളജിലേക്കു വരുന്നില്ല. ഞാൻതന്നെ രോഗിയായി.'' വാക്കുകൾ ബന്ധമില്ലാതെ പോകുന്നുവെന്ന് വിഷ്ണുവിനു മനസ്സിലായി. ചികിത്സ വൈകിക്കൂടെന്ന് മനസ്സിൽ ഉറപ്പിച്ചു.

''നീ എന്റെകൂടെ ഒന്നു വരണം. ഒരാളെ കാണാനാണ്. രേണുവിനേയും കൂട്ടാം.''

''വിഷ്ണു എന്തു പറഞ്ഞാലും ഞാൻ ചെയ്യും. നമ്മൾ ചെറുപ്പം മുതൽ കളിച്ച് പഠിച്ച് നടന്നവരല്ലേ.''

വൈകാതെ മൂവരും സൈക്കോളജി പ്രഫസർ ഗോപിനാഥന്റെ വീട്ടിലെത്തി. ഇവർ മൂന്നുപേരുടേയും അദ്ധ്യാപകൻകൂടിയാണദ്ദേഹം. ഗുരുവിന്റെ മുമ്പിലെത്തിയപ്പോൾ മൂവരും അനുസരണയുള്ള ശിഷ്യന്മാരായി. ആദ്യം വിഷ്ണു മാത്രം സാറിന്റെ സ്വകാര്യമുറിയിൽ പോയി പശ്ചാത്തലം വിവരിച്ചു. പിന്നെ പ്രൊഫസർ മൂന്നുപേരെയും ഒരുമിച്ചിരുത്തി സംസാരിച്ചു; കുറച്ചധികം നേരം. അവസാനം പ്രിൻസിനേയും രേണുവിനേയും ഒരുമിച്ചിരുത്തിയും സംസാരിച്ചു. അത്രയും സമയം വിഷ്ണു പുറത്തു കാത്തിരുന്നു.

പ്രൊഫസർ ഒരു ഗുളികമാത്രം നല്കി, രണ്ടു ദിവസം രാത്രി കഴിക്കാൻ. ഒരാഴ്ച കോളേജിൽനിന്ന് ലീവെടുക്കാനും പറഞ്ഞു. ഗുരുനാഥൻ ശിഷ്യന്റെ തോളിൽ കൈയിട്ട് സ്നേഹത്തോടെ പുറത്തേക്കു വന്നു. വിഷ്ണുവിന്റെ മുഖത്തും ചെറിയൊരു പുഞ്ചിരി തെളിഞ്ഞു.

''ഞാൻ നാളെ വൈകീട്ട് അഞ്ചുമണിയോടെ ഡോ. പ്രിൻസിന്റെ വീട്ടിൽ വരാം. അച്ഛൻ മരിച്ചപ്പോൾ ഞാൻ നാട്ടിൽ പോയിരിക്കുകയായിരുന്നു. വിഷ്ണുവും ഞാനുംകൂടി വന്നുകൊള്ളാം.''

യഥാർത്ഥ ഗുരു തന്നെ. പ്രിൻസിനു വലിയ സന്തോഷമായി.

''നേരം വളരെ വൈകി, സാരല്ല്യ, നാളെ രേണുവിന്റെ വിരുന്ന് വിശദമായി ആഘോഷിക്കാമല്ലോ.''

ഉണ്ണിയുടെ മനസ്സിലെ ഭാരം ഇറക്കിവച്ചതു പോലെയായി. പ്രൊഫസർ സ്വന്തം മകനെപ്പോലെയാണ് ശിഷ്യനോട് സംസാരിച്ചത്. അന്നു രാത്രി ഉണ്ണി നന്നായി ഉറങ്ങി.

ഒക്യുപ്പേഷണൽ തെറാപ്പി

"ഒരുപാട് കൃഷിസ്ഥലം കാടുപിടിച്ചു കിടക്കുകയാണല്ലോ. ഇപ്പോൾ കൃഷിചെയ്യാത്ത വയലാണെന്നു തോന്നുന്നല്ലോ. വിഷഭക്ഷണം ഒഴിവാക്കി, നെൽകൃഷി ചെയ്യാമല്ലോ ഡോ. പ്രിൻസ്. ഞാനും പങ്കാളി യാവാൻ തയ്യാറാണ്.'' പ്രൊഫസറുടെ നിർദ്ദേശം ശരിയാണെന്ന മട്ടിൽ ഡോ. പ്രിൻസ് തലയാട്ടി.

''എത്ര പറ നെല്ല് അളന്നിരുന്ന പാടമായിരുന്നു ഇത്.'' പൂമുഖ ത്തെത്തിയ അമ്മ ഓർത്തെടുത്തു. ''കളത്തിലും കയ്യാലയിലും മുമ്പ് തിരക്കോടു തിരക്കായിരുന്നു. ഇപ്പൊ ഒരനക്കവും ഇല്ല.'' അമ്മ ഓർമ്മ പ്പുസ്തകം തുറന്നു.

''നമുക്കാ കൃഷി ചെറുതായിട്ടൊന്ന് ആരംഭിച്ചാലോ...''

പ്രൊഫസറുടെ അഭിപ്രായത്തെ അമ്മ ഉടനേ പിന്തുണച്ചു.

''സാറേ, ഇന്ന് വയലിൽ പണിചെയ്യാൻ ആൾക്കാരെയൊന്നും കിട്ടില്ല, പിന്നെങ്ങനാ...'' ഉണ്ണിയുടെ സംശയം.

''അത് ഉണ്ണി പേടിക്കേണ്ട, നമ്മുടെ പഴയ ആളുകൾ എപ്പോഴും വന്നുപറയുന്ന കാര്യമാണ്. അവരൊക്കെ ആത്മാർത്ഥതയുള്ള ജോലി ക്കാരല്ലേ, ഒരു മേൽനോട്ടവും വേണ്ട.'' അമ്മയ്ക്ക് നല്ല ആത്മധൈര്യം.

സംസാരം നെൽകൃഷിയെക്കുറിച്ചായി. ബോധപൂർവ്വം മനശ്ശാസ്ത്ര പ്രൊഫസർ ആ വിഷയം എടുത്തിട്ടതാണ്. പിന്നെ, ഗൗരവമായ ഒരു അവസ്ഥയിൽ മനസ്സ് മാറ്റാൻ ചികിത്സയുടെ ഭാഗമായി തൊഴിൽചികിത്സ (Occupational Therapy) ഡോക്ടർമാർ നിർദ്ദേശിക്കാറുമുണ്ട്. കടുത്ത മാനസിക അനാരോഗ്യമുള്ളവർക്കു പോലും ഫലപ്രദമായ ചികിത്സാ രീതിയായി പ്രയോഗിക്കാറുണ്ട്.

വീട്ടുകാര്യങ്ങളിൽ ഇപ്പോൾ ഏറ്റവും വലിയ സഹായിയായ രവി യേട്ടൻ വന്നപ്പോൾ കൃഷിക്കാര്യം ചർച്ചചെയ്യുന്നതു കേട്ടു. കൃഷി യിൽ തൽപ്പരനായ അദ്ദേഹവും ചർച്ചയിൽ കൂടി. രേണുവിന്റെ ചായസൽക്കാരത്തിനിടയിൽ കാര്യങ്ങൾ ഏതാണ്ട് തീർപ്പായി. മുമ്പ്

ഇല്ലത്തെ കൃഷിക്ക് മേൽനോട്ടം വഹിച്ചിരുന്ന വേലായുധൻ അമ്മാവനെ അടുത്ത ദിവസം കൊണ്ടുവരാമെന്ന് രവിയേട്ടനേറ്റു. പുതിയ ആശയം കിട്ടിയതോടെ ഇല്ലത്ത് തളംകെട്ടിനിന്നിരുന്ന മ്ലാനത താനേ അപ്രത്യക്ഷമായി. ഇതുതന്നെയായിരുന്നു മനശ്ശാസ്ത്ര പ്രൊഫസറുടെ ലക്ഷ്യവും.

ചുരുക്കത്തിൽ ദുഃഖത്തിന് ഹേതുവായ അച്ഛന്റെ മരണം പരാമർശിക്കാതെ ഡോക്ടർ ഫലപ്രദമായി സൈക്കോ തെറാപ്പി നടത്തി. വീണ്ടും വരാമെന്നു പറഞ്ഞ് പ്രഫസറുടെ കൂടെ ഡോ. വിഷ്ണുവും പോയി.

പണി വേഗം തുടങ്ങണമെന്ന ഉപദേശത്തോടെയാണ് ഡോക്ടർമാർ മടങ്ങിപ്പോയത്.

ഒരാഴ്ചയ്ക്കുള്ളിൽ സ്ഥലം വൃത്തിയാക്കി, പഴയ നുകംവച്ച കാളയ്ക്കു പകരം ട്രാക്ടർ ഉഴവ് നടത്തി. വെള്ളത്തിനൊന്നും ഒരു ക്ഷാമവുമില്ല. വേലായുധൻ അമ്മാവന്റെ നേതൃത്വത്തിൽ ഞാറ്റടി തയ്യാറാക്കി. വളക്കൂറുള്ള മണ്ണായിരുന്നതിനാൽ ഞാറ്റുകണ്ടം എളുപ്പത്തിൽ പച്ചപിടിച്ചു. സ്ത്രീ-പുരുഷ തൊഴിലാളികൾ രാവിലെയും ഉച്ചയ്ക്കും ഭക്ഷണത്തിന് കയ്യാലയിലെത്തും. ഇല്ലം ഉണർന്നു, ഭാഗികമായെങ്കിലും പഴയ പ്രതാപത്തിലേക്ക്. ഭയം ജനിപ്പിക്കുന്ന മ്ലാനത നീങ്ങിയത് ഉണ്ണിയുടെ ജീവിതത്തിലും പ്രതിഫലിച്ചു.

ഉണ്ണിയും രേണുവും ജോലിയിൽ തിരികെപ്പോയി. വൈകീട്ട് ദമ്പതികൾ പച്ചപ്പട്ടു വിരിച്ച പാടത്തിനരികിൽ നടന്ന് സംസാരിക്കാൻ സമയം കണ്ടെത്തി. പ്രകൃതി ജീവിതത്തിലെ പിരിമുറുക്കങ്ങൾ ആഗിരണം ചെയ്യുന്ന പ്രകൃതിദത്ത ഔഷധമാണെന്ന പൂർവ്വികരുടെ വിശ്വാസം എത്രയോ സത്യം. പാദരക്ഷയില്ലാത്ത മണ്ണിലെ പണികൾ, സൂര്യപ്രകാശം എന്ന സ്വാഭാവിക വിറ്റാമിനുകൾ, ക്ഷീണമകറ്റാൻ ചായ - കാപ്പി എന്നിവയ്ക്കു പകരം ഉപ്പും മുളകുപൊടിയും ചേർത്ത നല്ല രുചിയാർന്ന കഞ്ഞിവെള്ളം, ചേമ്പ്, ചേന, കാച്ചിൽപുഴുക്ക് - പൂർവ്വികരുടെ കരുത്തിന്റെ രഹസ്യം മറന്നത് ആധുനികതയുടെ വിന എന്നേ പറയാനാകൂ.

ആദ്യ വിളവെടുപ്പും കൊയ്ത്തും മെതിയും നെല്ലളവും ബാക്കി പത്തായത്തിലാക്കിയതുമെല്ലാം ഗ്രാമത്തിലെ മുതിർന്നവരിൽ ഗതകാല സ്മരണകൾ ഉണർത്തി.

വിട്ടൊഴിയാത്ത വിപത്തുകൾ

ഉണ്ണിയുടെ മനസ്സിനു ശക്തി ലഭിച്ചതോടെ ഇല്ലവും സന്തോഷത്തിലായി. അങ്ങനെ എല്ലാം സാധാരണ ഗതിയിലേക്ക് മടങ്ങിയ അവസരത്തിൽ, രേണുവിന് മുമ്പ് ഇടയ്ക്ക് ശല്യപ്പെടുത്തിയിരുന്ന വയറുവേദന തലപൊക്കാൻ തുടങ്ങി. പരിശോധനകൾ പൂർത്തിയായപ്പോൾ കാര്യങ്ങൾ അത്ര പന്തിയല്ല. ഗർഭാശയ മുഴകൾ (Fibroids) കൂടുതൽ വളർന്നിരിക്കുന്നു. ചിലത് അനാരോഗ്യകരമായ രൂപപരിണാമവും പ്രാപിച്ചിരിക്കുന്നു. കാര്യങ്ങൾ നീട്ടിവയ്ക്കാനാവാത്ത അവസ്ഥ.

ഒരു ശസ്ത്രക്രിയ എന്നുമാത്രമേ അമ്മയോട് പറഞ്ഞുള്ളൂ. അതിൽ കൂടുതൽ അറിയിക്കാവുന്ന ആരോഗ്യസ്ഥിതിയിലല്ല അമ്മ. വിശദാംശങ്ങളൊക്കെ പിന്നീട് പറഞ്ഞാൽ മതിയെന്ന് പ്രഫസറും പറഞ്ഞു. ചെറിയമ്മ വീട്ടിലുള്ളതുകൊണ്ട് രേണുവിന്റെ കൂട്ടിന് സ്വന്തം അമ്മയുണ്ടാകും. മറ്റ് ആവശ്യങ്ങളിൽ സഹായിക്കാൻ ഡോ. വിഷ്ണുവും തന്റെ ഡിപ്പാർട്ട്മെന്റിലെ സഹപ്രവർത്തകരും ഉണ്ടാകുമല്ലോ. ശസ്ത്രക്രിയ അപകടമില്ലാത്തതാണെന്നും രണ്ടുമൂന്ന് ദിവസത്തിനകം വീട്ടിലെത്തുമെന്നും അമ്മയെ ബോധ്യപ്പെടുത്തി. ഓരോ ഘട്ടത്തിലും ഉണ്ണി, അച്ഛനെ ധ്യാനിച്ച് പ്രാർത്ഥിച്ച് ധൈര്യപ്പെടുകയായിരുന്നു.

മുഴകൾ പ്രത്യേകമായി എടുത്തുകളയാതെ ഗർഭപാത്രമടക്കം മാറ്റിക്കളയുന്ന ശസ്ത്രക്രിയയാണ് ചെയ്യുന്നത് (Hystrectomy). അങ്ങനെയാകുമ്പോൾ ഗർഭധാരണം ഇനി സാധ്യമാവില്ല! അതിന്റെയൊക്കെ പ്രത്യാഘാതങ്ങളെക്കുറിച്ച് ചിന്തിക്കാൻ ഉണ്ണിക്കു കഴിയുമായിരുന്നില്ല. ഓപ്പറേഷൻ പ്രശ്നങ്ങളൊന്നുമില്ലാതെ തീർന്നു. ഡോ. പ്രിൻസിന്റെ അമ്മയോട് പ്രൊഫസർതന്നെ വലിയ കുഴപ്പമൊന്നുമില്ലെന്നു പറഞ്ഞ് ആശ്വസിപ്പിച്ചു. അമ്മ അതീവ വ്യാകുലതയിലുമായിരുന്നു.

മെഡിക്കൽ കോളേജിലെ എല്ലാവർക്കും കുടുംബത്തിന്റെ ദുരവസ്ഥ അറിയുമായിരുന്നതിനാൽ സ്റ്റാഫംഗങ്ങൾ അമ്മയെ വിഷമിപ്പിക്കുന്ന മട്ടിൽ ഒന്നും സംസാരിക്കുമായിരുന്നില്ല. ഡോ. വിഷ്ണു ഡോ. പ്രിൻസിന്റെ നിഴലായി പ്രവർത്തിച്ചതിനാൽ ഉണ്ണിക്കു സമനില

തെറ്റിയില്ല. എത്ര നല്ല ചികിത്സ നല്കിയാലും ഭാവി ഇരുളടഞ്ഞതു തന്നെ. തൽക്കാലത്തേക്കു പ്രശ്നമില്ല എന്നുമാത്രം.

അഞ്ച് ദിവസങ്ങൾക്കുശേഷം ഡോ. രേണുവും കുടുംബവും വീട്ടിലേക്കു മടങ്ങി. യാതൊരു അസ്വസ്ഥതയും പുറത്തുകാണിക്കാതിരിക്കാൻ അവൾ പ്രത്യേകം ശ്രദ്ധിച്ചിരുന്നു.

ശസ്ത്രക്രിയാനന്തരം വിചാരിച്ചതിലും വേഗം രേണു സുഖം പ്രാപിച്ചു. ഒരു മാസം വിശ്രമം ഡോക്ടർ നിർദേശിച്ചിരുന്നു. ഉണ്ണിയുടെ മനസ്സ് വെന്തുനീറുകയായിരുന്നു. ഇക്കാര്യങ്ങൾ അമ്മയോട് പറയണമോ വേണ്ടയോ എന്ന പിരിമുറുക്കം. എത്രയോ സ്ത്രീകൾ സന്താനഭാഗ്യം ലഭിക്കാത്തവരായുണ്ട്. ചില ഇല്ലങ്ങളിൽ സമാന സാഹചര്യങ്ങളിൽ സന്താന ജനനത്തിനും ഇല്ലത്തിന്റെ തുടർച്ചയ്ക്കുമായി ചില നീക്കുപോക്കുകളൊക്കെ ഉണ്ടായതായും കേട്ടിട്ടുണ്ട്. അത് പഴയകാല കാര്യങ്ങളാണെങ്കിലും ഇപ്പോഴും ചില സ്ഥലങ്ങളിൽ ഉള്ളതായും കേട്ടിട്ടുണ്ട്. ചില ആത്തോലമാർ ഭർത്താവിന് പുനർവിവാഹ സൗകര്യത്തിനായി സ്വന്തം ഇല്ലങ്ങളിലേക്കു പോയി ഒരുതരം വിധവകളായി ജീവിതം നയിച്ച സംഭവങ്ങളുമുണ്ട്. ഡോ. രേണുവും ഇതൊക്കെ മനസ്സിൽ കണ്ടിരുന്നു. സ്വന്തം അമ്മയോടുപോലും ശസ്ത്രക്രിയയെക്കുറിച്ച് രേണു വിശദമായ അറിവൊന്നും കൊടുത്തിട്ടുമില്ല. കൂടുതൽ ആളുകളെ വിഷമിപ്പിച്ചിട്ട് കാര്യമില്ലല്ലോ.

ഇക്കാര്യത്തെക്കുറിച്ച് ദമ്പതികൾക്ക് ഒരു തീരുമാനത്തിലെത്താൻ കഴിയാത്തതിനാൽ അവർ ഡോ. വിഷ്ണുവിന്റെ അഭിപ്രായം തേടി. സന്താനസാധ്യതയെക്കുറിച്ച് നേരിട്ടു പറയാതെ, ഗർഭപാത്രത്തിന് ചില ലഘുവായ തകരാർ ഉള്ളതിനാൽ പ്രസവം വൈകാൻ സാധ്യതയുണ്ടെന്ന സൂചന നല്കുന്നതാണ് നല്ലതെന്നു മൂവർക്കും തോന്നി. അല്പം കഴിയുമ്പോൾ എല്ലാം നോർമലാകുമെന്നും ഉറപ്പ് കൊടുക്കുക.

ഇവർ ഇതൊക്കെ ആലോചിക്കുമ്പോൾതന്നെ അമ്മ കുറച്ചു ദിവസമായി അസ്വസ്ഥയാകുന്നത് അവർ തിരിച്ചറിഞ്ഞു. എവിടെ നിന്നെങ്കിലും രോഗാവസ്ഥയെക്കുറിച്ച് സൂചന ലഭിച്ചോ എന്ന് അവർ സംശയിച്ചു.

അമ്മമനസ്സല്ലേ. ലോകത്തിനും ശാസ്ത്രത്തിനുമെല്ലാം അജ്ഞാതമായ അറിവുകൾ അമ്മമനസ്സുകൾക്കുണ്ടെന്ന് ശാസ്ത്രം അംഗീകരിക്കില്ലെങ്കിലും ഒരു സത്യമാണ്. അമ്മയും ചെറിയമ്മയും ക്ഷേത്രദർശനത്തിനു പുറമേ രാവിലെ കുറച്ചു സമയം ക്ഷേത്രത്തിൽ ഭജനയിരുപ്പും നാമജപവും ആരംഭിച്ചത് മക്കൾ ശ്രദ്ധിച്ചിരുന്നു.

അധികം വൈകാതെ പറയേണ്ടിവരും. എന്ന്? എങ്ങനെ?

സ്നേഹത്തിന്റെ ആഴം

ശസ്ത്രക്രിയയുടെ ആകുലതകളെല്ലാം കഴിഞ്ഞ ദിവസം സ്വന്തം നെൽപ്പാടത്തിനടുത്തേക്ക് ഭാര്യാഭർത്താക്കന്മാർ നടന്നു. കുറച്ചു നാളായി ആ ഭാഗത്തേക്ക് ഇറങ്ങിയിട്ട്. രണ്ടാംപൂവ് കൃഷി കതിരുകൾ പൊട്ടുന്ന സമയം. അതിന്റെ സുഗന്ധം ആസ്വദിച്ച് അവർ പാടത്തിന് ചുറ്റുമുള്ള കരഭൂമിയിലൂടെ നടക്കുകയായിരുന്നു.

‘‘ഉണ്ണി, എന്റെ ഒരു ചിന്ത ഞാൻ പറയട്ടെ. നമുക്ക് മക്കളില്ലാത്ത അവസ്ഥയിൽ, പ്രശസ്തമായ ഈ ഇല്ലം അനാഥമാകും. നൂറ് വർഷം മുമ്പ് സോമയാഗം നടന്നതിന്റെ തെളിവായി ക്ഷേത്രത്തിൽ രാപകൽ വ്യത്യാസമില്ലാതെ ജ്വലിച്ചുനില്ക്കുന്ന ഭദ്രദീപം....’’

ഉണ്ണി തിടുക്കത്തിൽ ഇടയിൽകയറി, അല്പം ദേഷ്യത്തോടെ ചോദിച്ചു. ‘‘അപ്പോൾ നീ എന്താണ് പറഞ്ഞുവരുന്നത്?’’

‘‘ഞാൻ മൂലം ആ ഭദ്രദീപം അണയാൻ ഇടയാകരുത്. മക്കൾ ഉണ്ടെങ്കിൽ മാത്രമല്ലേ ഇല്ലത്തിന്റെ പാരമ്പര്യം തുടരാനാകുക.’’ രേണു അർദ്ധവിരാമമിട്ടു.

‘‘അപ്പോൾ ഞാൻ നിന്നെ ഒഴിവാക്കി മറ്റൊരാളെ വേളികഴിച്ച്, രണ്ടാംകെട്ടുകാരനാകണമെന്നാണോ നീ പറയുന്നത്? അങ്ങനെ ഒരു പാരമ്പര്യത്തുടർച്ച ഞാൻ ഉദ്ദേശിക്കുന്നില്ല. എന്നെ വിട്ടുപോകാൻ നിനക്ക് കഴിയുമോ രേണു?’’ ഉണ്ണിയുടെ കണ്ഠമിടറി.

‘‘ഉണ്ണിയെ ഞാൻ മരിച്ചാലും മറക്കില്ല. ഒരു നിമിഷംപോലും വേർപിരിഞ്ഞിരിക്കാനുള്ള ശക്തിയുമില്ല. എന്നെ വല്ലാതെ അലട്ടിക്കൊണ്ടിരിക്കുന്ന ഒരു ചിന്ത പറഞ്ഞെന്നേയുള്ളൂ. സോറി, ഉണ്ണി..’’

അവർ തിരിച്ചുനടന്ന് ഇല്ലത്തിലെ അവരുടെ മുറിയിലെത്തി കതകടച്ച് സാക്ഷയിട്ടു. അല്ലെങ്കിൽ ഉണ്ണിയുടെ തടഞ്ഞുനിർത്താനാവാത്ത സങ്കടം അമ്മയും മറ്റും അറിയും. മുറി അടച്ചിട്ടായിരുന്നെങ്കിലും വിവാഹത്തിനുശേഷം ഇരുവരുടേയും ഹൃദയകവാടങ്ങൾ പൂർണ്ണമായി ഇതുപോലെ തുറന്നിട്ട ഒരു സമയമുണ്ടായിട്ടില്ല.

''രേണു, നീ തറവാടിന്റെ ഭാവിയെക്കുറിച്ച് ചിന്തിച്ചിട്ടാണെങ്കിലും എന്നെ അതിനായി ഉപേക്ഷിക്കാൻ നിനക്ക് എങ്ങനെയാകും? അത്രത്തോളം നമ്മുടെ മനസ്സുകൾ ഒന്നായതല്ലേ! പാരമ്പര്യങ്ങളെല്ലാം മാറ്റിവച്ചല്ലേ അച്ഛൻ നമ്മുടെ താലികെട്ട് നടത്തിത്തന്നത്. മറക്കാനാകോ ആ ദിവസങ്ങളൊക്കെ? നാം അറിഞ്ഞും അറിയാതെയും എന്തെല്ലാം കിംവദന്തികൾ പരക്കുന്നുണ്ടായിരുന്നു. ചിലർ നമ്മുടെ സ്നേഹബന്ധത്തിന്റെ വിശുദ്ധിയെപ്പോലും മോശമായി ചിത്രീകരിച്ചു. നമ്മുടെ ക്ലാസ്മേറ്റ്സ് പിന്തുണയുമായി കൂടെയില്ലായിരുന്നെങ്കിൽ കാര്യങ്ങൾ പാതിവഴിയിൽ നിൽക്കുമായിരുന്നു..'' ഉണ്ണിയുടെ സംസാരം മുറിഞ്ഞു. കണ്ണീർ വാർന്നുവീഴാൻ തുടങ്ങി.

രേണു ഉണ്ണിയെ ഗാഢമായി കെട്ടിപ്പിടിച്ചിരുന്നു. എന്തെങ്കിലും പറഞ്ഞാൽ കേൾക്കാനുള്ള അവസരയിലായിരുന്നില്ല ഉണ്ണി. രണ്ടു പേരുടേയും കണ്ണീർഅരുവികൾ ഒന്നായി ഒഴുകി. വികാരതീക്ഷ്ണത സൃഷ്ടിച്ച ക്ഷീണത്താൽ ഉണ്ണി ബെഡ്ഡിൽ കിടന്നു. ഞാൻ പോയി ചായ കൊണ്ടുവരാമെന്നു പറഞ്ഞ് രേണു മുറിയിൽനിന്ന് അടുക്കളയിലേക്കു പോയി. ഉണ്ണി ക്ഷീണംകൊണ്ട് മയങ്ങിപ്പോയി.

ചായപ്പാത്രം അടച്ചുവച്ച് ഉണ്ണിയെ വിളിക്കാതെ രേണു അരികിൽ തന്നെയിരുന്നു. ചെറിയ അനക്കം കേട്ടപ്പോൾ ഉണ്ണി കണ്ണു തുറന്നു. അരികിൽ രേണുവിനെ കണ്ടപ്പോൾ അവന് ആശ്വാസമായി. എഴുന്നേറ്റ് രേണു കൊണ്ടുവന്ന ചായ കുടിച്ചു. വാക്കുകളൊന്നും പുറത്തു വന്നില്ല. ദുഃഖവും വികാരവും. ഉണ്ണി രേണുവിന്റെ മടിയിൽ തലവച്ചു കിടന്നു. സ്നേഹത്തിന്റെ കരവലയത്തിലായി. ഉണ്ണിയോടു സംസാരിക്കാവുന്ന അവസരമാണ് ഇതെന്ന് രേണു കരുതി.

''ഞാൻ ഒരിക്കലും ഉണ്ണിയെ വിട്ടുപോകില്ല. എത്രയോ സാധാരണ നിലയിൽനിന്ന്, അതൊന്നും ഗൗനിക്കാതെ, എന്റെ ഉള്ളിലെ സ്നേഹത്തിനുമാത്രം വിലകല്പിച്ച് ഇത്ര ഉയർന്ന തറവാട്ടിലേക്ക് ഉണ്ണിയല്ലേ എന്നെ കൈപിടിച്ചു കൊണ്ടുവന്നത്. ഈ വേളിയെക്കുറിച്ച് അറിഞ്ഞപ്പോൾ ബന്ധു ഇല്ലങ്ങളിലുണ്ടായ ഭൂകമ്പം ഞാൻ അറിഞ്ഞിരുന്നു. ഇതൊക്കെയായിട്ടും, ഇപ്പോഴത്തെ അവസ്ഥയിലും ഉണ്ണി എന്നെ നെഞ്ചോടുചേർത്തു പിടിക്കുകയല്ലേ. ആ സ്നേഹവലയം തകർക്കാൻ എനിക്കു ശക്തിയില്ല.'' അവളുടെ കണ്ണീർ ഉണ്ണിയുടെ ശരീരത്തിലേക്ക് ഇറ്റുവീണു. ഉണ്ണി ആ സ്നേഹത്തിന്റെ ചൂട് തിരിച്ചറിഞ്ഞു. അവളുടെ ഹൃദയച്ചൂടിന്റെ താപം ചെറുതായിരുന്നില്ല. സ്നേഹത്തിന്റെ ഏറുമാടത്തിൽ കൊക്കുരുമ്മി ഇരിക്കുന്ന ഇണപ്പക്ഷികൾ.

കിംവദന്തികളുടെ പെരുമഴ

ഇല്ലത്തെ ഉണ്ണിത്തമ്പ്രാന്റെ ആത്തോലയ്ക്ക് എന്തോ കാര്യമായ ദീനമുണ്ടെന്ന് അരമനരഹസ്യം അങ്ങാടിപ്പാട്ടായി. ഈ വാർത്തയുടെ സ്രോതസ് എന്തായാലും, അത് കാട്ടുതീ പോലെ പടരുകയായിരുന്നു. അമ്മയും കൂട്ടിനെത്തിയ ചെറിയമ്മയും പലപ്പോഴും രഹസ്യമായി സംസാരിക്കുന്നതും ഉണ്ണിയേയും രേണുവിനേയും കാണുമ്പോൾ സംസാരം നിർത്തി ആമ തല പിൻവലിക്കുന്നതുപോലെ അവരുടെ മുറിയിലേക്കു പിൻവലിക്കുകയും ചെയ്യുന്നതെല്ലാം ഉണ്ണിയും രേണുവും വ്യക്തമായി കണ്ടിട്ടും കാണാത്തതുപോലെ നടക്കുകയായിരുന്നു. അവരുടെ രഹസ്യസംഭാഷണങ്ങളുടെ പൊരുളും അവർക്കു വ്യക്തമായി മനസ്സിലായിരുന്നു.

തങ്ങളുടെ കൈപ്പിടിയിലൊതുങ്ങാത്ത ഗൗരവതരമായ കുടുംബപ്രശ്നം എങ്ങനെ കൈകാര്യം ചെയ്യണമെന്ന് ഡോ. വിഷ്ണുവുമായി ഇവർ ചർച്ച ചെയ്യുമായിരുന്നു. ഇലയ്ക്കും മുള്ളിനും കേടുവരാതെ പ്രശ്നം തീർക്കണമെന്നാണ് എല്ലാവരും ആഗ്രഹിക്കുന്നത്. എന്നെങ്കിലും ഒരു ദിവസം അറിയിക്കേണ്ടിവരും. വികാരവിക്ഷോഭങ്ങളും പ്രതീക്ഷിക്കാം. ആഘാതം കുറയ്ക്കുക എന്നതുമാത്രമേ പ്രതീക്ഷിക്കാവൂ. അച്ഛന്റെ വിയോഗശേഷം എന്തോ ചില വാർത്തകൾ കേൾക്കാനിടയായതിനെതുടർന്ന് അമ്മയിൽ വന്ന വ്യത്യാസങ്ങൾ അവരെല്ലാവരും ശ്രദ്ധിച്ചിരുന്നു. മക്കൾ തന്നിൽനിന്ന് എന്തോ മറച്ചുവയ്ക്കുകയാണെന്ന് അമ്മ കരുതിയിരിക്കുകയാണ് എന്ന മട്ടിലാണ് സംസാരവും ബന്ധത്തിൽ വന്ന അകൽച്ചയും. പാരമ്പര്യത്തിനു വിരുദ്ധമായി പ്രിൻസ് വിവാഹം ചെയ്തിട്ടും അമ്മ കാണിക്കാത്ത അകൽച്ച ഉണ്ണിക്കും മാനസിക വേദനയുണ്ടാക്കി.

അശുഭകര വാർത്തകളും സംഭവങ്ങളും പ്രചരിപ്പിക്കുന്നതിൽ അതിവിദഗ്ധരാണല്ലോ മനുഷ്യർ. അതിക്രൂരമായ മൃഗങ്ങൾ പോലും സ്വജീവന് ഭീഷണിയുണ്ടെന്ന് തോന്നിയാൽ മാത്രമേ ക്രൗര്യം പുറത്തെടുക്കുകയുള്ളൂ. എന്നാൽ മനുഷ്യന് സർവ്വരും അന്യരും തന്റെ

വളർച്ചയ്ക്ക് തടസ്സം നിൽക്കുന്നവരുമാണെന്ന് സംശയം. അതിനാൽ അവസരം കാത്തുനിന്ന്, കണ്ടുപിടിച്ച്, ആവേശത്തോടെ പ്രചാരണത്തിന് സമയവും പണവും ചെലവഴിക്കും; തങ്ങളേക്കാൾ ഒരുപടി ഉയർച്ചയുള്ളവരോട് പ്രത്യേകിച്ചും.

ഇതര മതത്തിലെ, ഇല്ലത്തിന്റെ പാരമ്പര്യമില്ലാത്ത ഒരു പെൺകുട്ടിയെ വേളിചെയ്തതാണ് ഒന്നാമത്തെ തെറ്റ്. ജാതകം ചേർന്നതല്ലെങ്കിൽ അനർത്ഥം ഉണ്ടാകുമത്രെ! എത്രയോ കമിതാക്കൾ വിവാഹിതരാകുന്നത് ജാതകച്ചേർച്ച നോക്കിയാണോ? എത്രയോ സന്തോഷകരമായി അവർ ജീവിച്ചു വിജയിക്കുന്നു! വിശ്വാസം അന്ധമായാൽ യുക്തിക്ക് സ്ഥാനമില്ലല്ലോ.

ക്രൈസ്തവകുടുംബത്തിൽ പിറന്ന കുട്ടിയാകയാൽ അമ്പലത്തിൽ പ്രവേശിച്ചാൽ പുണ്യാഹം ചെയ്യണം. അല്ലെങ്കിൽ ദേവീകോപമുണ്ടാകും, പ്രതിഷ്ഠാദേവത ഇറങ്ങിപ്പോവുകയും ചെയ്യും. ഇത് ഇല്ലത്തിനു ദോഷമുണ്ടാക്കും. അതിന്റെ ലക്ഷണങ്ങളാണ് കണ്ടുകൊണ്ടിരിക്കുന്നത് എന്ന് ഒരു കൂട്ടർ.

രേണുവിന് അർബുദമാണെന്നും തന്മൂലം പ്രസവം അസാധ്യമാണെന്നും ചിലർ 'ശാസ്ത്രീയ' നിഗമനങ്ങൾ നടത്തി. തന്മൂലം തമ്പുരാട്ടിയെ ഉണ്ണിത്തമ്പ്രാൻ ഉപേക്ഷിച്ച് രണ്ടാംവേളിക്കുള്ള ഒരുക്കമാണ് നാലുകെട്ടിൽ നടക്കുന്നതെന്ന് ചിലർക്ക് അറിവുകിട്ടി പോലും.

''ഇതൊക്കത്തിനും അച്ഛൻ തമ്പ്രാരാനാണ് കാരണം. ഈ തിന്മകൾ അനുവദിക്കാമോ? സോമയാഗം നടത്തിയിട്ടുള്ള മനയല്ലേ ഇത്! നാടിന്റെ ഐശ്വര്യമായിരുന്ന പ്രതിഷ്ഠ ഇറങ്ങിപ്പോയോ ആവോ?'' വേറെ ചിലരുടെ ഉൽക്കണ്ഠ.

അരമനയിൽ രഹസ്യമൊന്നുമില്ലെങ്കിലും അങ്ങാടിപ്പാട്ടിനുണ്ടോ കുറവ്!!

വേദനാജനകമായ വെളിപ്പെടുത്തലുകളും പ്രത്യാഘാതങ്ങളും

മനസ്സിലാക്കപ്പെടാത്തതിന്റെ വേദനയുടെ തീവ്രത അനുഭവിച്ചവർക്കേ അറിയൂ. അതൊരു വിങ്ങലാണ്. ശരീരത്തിന് ഗൗരവമായ പരിക്ക് പറ്റിയാൽപോലും അതെല്ലാം സഹനീയമാണ്. പക്ഷേ, ഇതിന്റെ ഒരു കഴപ്പ് പറഞ്ഞറിയിക്കാൻ പറ്റാത്തതാണ്, പൊട്ടിക്കരഞ്ഞാലും തീരാത്തതും.

ഉണ്ണിയും രേണുവും വിഷ്ണുവും ചേർന്ന് പ്രശ്നം ലഘുവായി അമ്മയുടെ മുമ്പിൽ അവതരിപ്പിക്കാൻ തീരുമാനിച്ചു. അമ്മയുടെ അവസ്ഥ മുൻകൂട്ടി കണ്ട് മനസ്സ് ബലപ്പെടുത്തിത്തന്നെയാണ് മൂവരും അമ്മയെ സമീപിച്ചത്.

''ഈ വരവിൽ അശുഭമായ എന്തോ ഉണ്ടല്ലോ! അല്ലെങ്കിൽതന്നെ അച്ഛൻതിരുമേനി തീപ്പെട്ടശേഷം മുഴുവൻ അനർത്ഥങ്ങൾതന്നെ. ആട്ടെ, എന്താണാവോ മൂന്നുപേരുംകൂടെ വന്നത്. മനസ്സിന് വ്യസനമുണ്ടാക്കാവുന്നതൊന്നും അമ്മയ്ക്ക് കേൾക്കാൻ ശക്തിയില്ല.'' അമ്മയുടെ കണ്ണിൽനിന്ന് രണ്ടിറ്റ് വീണു. അത് ഉണ്ണിയുടേയും രേണുവിന്റേയും ശരീരത്തിലേറ്റ ഇടിമിന്നൽപോലെയായി. തങ്ങളുടെ ഊഹങ്ങളൊക്കെ സത്യമാണെന്ന് അപ്പോൾ അവർ തിരിച്ചറിഞ്ഞു.

''അമ്മേ, സമാധാനമായിരിക്കൂ. വ്യസനിക്കേണ്ട കാര്യമില്ല. ഭാവിയിൽ ദുഃഖം ഒഴിവാക്കാൻ രേണുവിനു ചികിത്സ വേണ്ടിവന്നു എന്നതു സത്യമാണ്. നാട്ടിലെ പാട്ടിന് അമ്മ ചെവികൊടുക്കരുത്. ഇപ്പോൾ രേണുവിന്റെ ആരോഗ്യത്തിന് ഒരു കുഴപ്പവുമില്ല, സമാധാനമായിരിക്കുക. ഗർഭധാരണം അല്പം വൈകുമായിരിക്കും. അമ്മയുടേയും കുടുംബത്തിന്റേയും സന്തോഷം നഷ്ടപ്പെടുത്തരുത്.'' വിഷ്ണു കൂടുതൽ വിശദാംശങ്ങളിലേക്കു കടന്നില്ല.

പക്ഷേ, അമ്മ ചില ദുഃസ്വപ്നങ്ങൾ കണ്ടതുപോലെ. പരക്കുന്ന വാർത്തകളും അവർ പൂർണ്ണമായി വിശ്വസിച്ചിരുന്നു.

''എന്റെ ഭഗവതീ..'' അവർ നെഞ്ചിലിടിച്ചു കരയാൻ തുടങ്ങി. അമ്മ നെഞ്ചുപൊട്ടി കരയുന്നതു കാണാൻ ഉണ്ണിക്കു ധൈര്യമില്ല. അവൻ അമ്മയെ കെട്ടിപ്പിടിച്ചു. ''അമ്മ കരയരുത്.'' ഉണ്ണി ആവർത്തിച്ചു കൊണ്ടിരുന്നു.

''ഉണ്ണിക്ക് ഇതു സഹിക്കാനാവില്ലമ്മേ.. അച്ഛാ, ക്ഷമിക്കണേ..'' ഉണ്ണി വിതുമ്പിക്കൊണ്ടിരുന്നു.

ഉണ്ണിയുടെ കണ്ണീർ കണ്ടപ്പോൾ അമ്മ തേങ്ങൽ നിർത്തി. മോന്റെ കണ്ണീർ കാണാൻ അമ്മയ്ക്കും ശക്തിയില്ലായിരുന്നു.

വീണ്ടും വിഷ്ണു ഇടപെട്ട് സംസാരിച്ചു. പക്ഷേ, അമ്മയ്ക്കു ബോധ്യം വരാത്തതുപോലെ.

''എല്ലാവരുംകൂടി എന്റെ ഉണ്ണിയെ അനാഥനാക്കി.''

''അമ്മേ, അതുമാത്രം പറയരുത്. നിലത്തെഴുത്തു കാലം മുതൽ ഞങ്ങൾ വലിയ ബന്ധത്തിലായിരുന്നു. സൗഹൃദം എന്നുപറഞ്ഞാൽ മതിയാകില്ല, രക്തബന്ധംതന്നെ. ഞങ്ങൾക്കിടയിൽ രഹസ്യമില്ല, അമ്മ ഇതു വിശ്വസിക്കണം. അമ്മയുടെ ഉണ്ണി എന്റേയും ഉണ്ണി യാണ്.'' വിഷ്ണു.

വിലാപത്തിന്റെ തീവ്രത അല്പം ലഘുവായി. രേണുവും ഉണ്ണിയും വൈകാതെ ആസ്പത്രിയിൽ ചുമതലയേൽക്കുമെന്ന് വിഷ്ണു പറഞ്ഞു.

തൽക്കാലം അമ്മയ്ക്ക് ആശ്വാസം!

പിടയ്ക്കുന്ന മാതൃഹൃദയം

ചർച്ച അവസാനിപ്പിച്ചെങ്കിലും മനസ്സിന്റെ ഉൽക്കണ്ഠ അഗ്നിപർവ്വതം പോലെ തിളയ്ക്കുകയാണ്. വിശപ്പും ഉറക്കവുമെല്ലാം കുറഞ്ഞു. അമ്മയ്ക്ക് കാര്യങ്ങളൊക്കെ മനസ്സിലായി. ഉണ്ണി ഒരു കുഞ്ഞിക്കാൽ കാണുകയില്ല എന്ന ചിന്തയിലാണ് അമ്മ. അങ്ങനെയാണെങ്കിൽ എത്രയും വേഗം അച്ഛന്റെ അടുത്തേക്ക് പോകാൻ അവർ ആത്മാർത്ഥമായി ആഗ്രഹിച്ചു. അതിനായി പ്രാർത്ഥിക്കാൻ തുടങ്ങി.

ഇല്ലത്തിനു ഭാവിയില്ലെങ്കിൽ ഈ മാളികയ്ക്ക് വെറും കാവലിരിക്കാൻ മനസ്സു വരുന്നില്ല. മരിച്ചവർക്കാണ് ജീവിച്ചിരിക്കുന്നവരേക്കാൾ സൗഭാഗ്യം. മനസ്സിടിഞ്ഞാൽ ജീവിതഗോപുരം നിലംപൊത്തും. അത് അത്രയും വേഗം ആയിക്കൊള്ളട്ടെ എന്ന് ആത്മഗതം ചെയ്യുമ്പോഴേക്കും ചെറിയമ്മ കടന്നുവന്നു.

''ഓപ്പോൾ എന്തൊക്കെയോ പറയുന്നുണ്ടല്ലോ, നൊസ്സുണ്ടോ. നീ ഇങ്ങനെയൊക്കെ പറയാൻ തുടങ്ങിയാൽ, ഞാൻ തിക്കൊടിയിലേക്കു മടങ്ങും കേട്ടോ.'' ചെറിയമ്മയുടെ സ്നേഹം കലർന്ന മുന്നറിയിപ്പ്.

''വൈകാണ്ട് മടങ്ങാം. ഞാൻ അദ്ദേഹത്തിന്റെ അടുത്തേക്കു പോകാ. ഈ നാലുകെട്ട് കാണുമ്പോൾ ഭയം തോന്നുന്നു. ഉണ്ണികളില്ലെങ്കിൽ ഇത് സാക്ഷാൽ പ്രേതാലയം.. അമ്മേ ഭഗവതീ..!''

''അതൊന്നും ഇപ്പോൾ പറയാറായിട്ടില്ലെന്നല്ലേ അവർ പറഞ്ഞത്. എനിക്ക് അങ്ങന്യാ തിരിഞ്ഞത്. അല്പംകൂടി ക്ഷമിക്ക്യന്നെ. നമ്മള് അന്തപ്പുര സ്ത്രീകളല്ലേ.'' ചെറിയമ്മ ഇല്ലങ്ങളുടെ മുറ ഓർമ്മിപ്പിച്ചു.

വ്യസനം വർദ്ധിച്ച് അപ്പോഴേക്കും അവർ ചാരുകസേരയിൽ കിടന്നു. നെഞ്ചിൽ വല്ലാത്ത വിമ്മിട്ടം. ചെറിയമ്മ ജീരകവെള്ളത്തിൽ വായുഗുളിക ചാലിച്ചുചേർത്ത് കൊടുത്തു. കുറച്ചൊരു ആശ്വാസം.

''ക്ഷീണം വല്ലാതെ, ഞാൻ കുറച്ചുനേരം ഇവിടെയിങ്ങനെ കിടക്കട്ടെ.'' അമ്മ ചെറിയ മയക്കത്തിലേക്ക്. ഇടയ്ക്ക് ഞെട്ടിയുണരുകയും ഉറക്കത്തിൽ എന്തോ പറഞ്ഞ് വിതുമ്പുകയും ചെയ്യുന്നുണ്ട്.

ഉച്ചയൂണിന്റെ നേരമായപ്പോൾ ചെറിയമ്മ വന്നുവിളിച്ചു. തനിക്കു വിശപ്പില്ല എന്നു പറഞ്ഞ് അവിടെത്തന്നെ കിടക്കാൻ ശ്രമിച്ചു. ചെറിയമ്മയുടെ നിർബന്ധത്തിൽ കുറച്ചു കഞ്ഞി മാമ്പഴപ്പുളിശ്ശേരിയും ചുട്ടെടുത്ത പപ്പടവും കൂട്ടി കുടിച്ചു. അപ്പോൾ കുറച്ച് ഉഷാറു കിട്ടി. അവർ തെക്കേ വരാന്തയിലേക്കു പോയി, ചാരുബെഞ്ചിലിരുന്നു. അവിടെയിരുന്നാൽ പുഞ്ചപ്പാടവും തൊട്ടുരുമ്മിയൊഴുകുന്ന ജലസമൃദ്ധമായ തോടും കാണാം. നദിയിൽനിന്ന് മുത്തച്ഛന്റെ നിർദ്ദേശപ്രകാരം പണിതീർത്തതാണ് ജലസമൃദ്ധമായ തോട്. വേനലിലും വറ്റില്ല. വേലിയേറ്റ സമയത്ത് പാടത്തേക്ക് വെള്ളം കയറും. സ്വാഭാവിക ജലസേചനം.

അന്നത്തെ മനയുടെ ഐശ്വര്യം ഇന്ന് ഓർക്കാനേ വയ്യ. പണിക്കാരും മേസ്ത്രിമാരും എപ്പോഴും തൊടിയിലുണ്ടാകും. തൊഴുത്തിൽ രണ്ട് ഏറു കാളകളും. നുകവും വണ്ടിയും മറ്റൊരു ഷെഡ്ഡിൽ. വലുതും ഇടത്തരവുമായ രണ്ട് വഞ്ചികളുമുണ്ടായിരുന്നു. മുത്തച്ഛന്റെ മരണത്തോടെ കൃഷി നിലച്ചു. ഉണ്ണിയുടെ അച്ഛന് കൃഷി താൽപ്പര്യവുമില്ല.

''പിന്നെ ഇപ്പോഴാണ് ചെറിയതോതിൽ കൃഷിയിറക്കിയത്. രവീടെ താൽപ്പര്യമാ നടന്നത്. പിന്നെ ഉണ്ണിക്കും അത് താൽപ്പര്യമായി. ഇനി ഇതെല്ലാം ആർക്കു വേണ്ടിയാണ്? ചെറിയൊരു ആളനക്കം ഉണ്ടായെന്നുമാത്രം. ഇല്ലത്തിന് എന്തോ ഒരു ബാധ... ഭഗവതീ! കൈവിടല്ലേ!'' അമ്മ കുറച്ചുകൂടി ജീരകവെള്ളം ചോദിച്ചു കുടിച്ചു. വ്യസനം വരുമ്പോൾ നെഞ്ചിൽ പെട്ടെന്ന് ഭാരം തോന്നുന്നു.

രവി ഇടയ്ക്കിടെ വന്ന് കൃഷിയുടെ കാര്യങ്ങൾ ശ്രദ്ധിക്കും. ആവശ്യമുള്ള വളവും മറ്റും പാടത്ത് വിതറും. അദ്ദേഹത്തിന്റെ ഒരു ഹരമായിരുന്നു അത്. നൂറുകണക്കിന് പറ നെല്ലളന്നിരുന്ന ഇല്ലമായിരുന്നല്ലോ ഇതെന്ന് രവി ഓർത്തെടുത്തു.

''ഐശ്വര്യം കയറുന്നതുപോലെ ഇറങ്ങുകയും ചെയ്യും രവീ.'' അമ്മത്തമ്പ്രാട്ടിയുടെ മുന്നറിയിപ്പ്.

''അശുഭകരമായ കാര്യങ്ങളൊന്നും പറയാതെ അമ്മേ. നമ്മുടെ കുടുംബക്ഷേത്രത്തിലെ ഭദ്രദീപം കെടാത്തിടത്തോളം കാലം ഒരു അസ്കിതയും നമുക്കുണ്ടാകില്ല. കൊയ്ത്ത് ഇപ്രാവശ്യം മഴയ്ക്കു മുമ്പ് വേണം. മഴക്കാറും പടിഞ്ഞാറൻ കാറ്റും മഴയുടെ ലക്ഷണങ്ങളല്ലേ. വിളഞ്ഞ നിലയ്ക്ക് നാളെത്തന്നെ കൊയ്ത്തു തുടങ്ങി കറ്റകൾ കളത്തിലെത്തിക്കാം. ഞാൻ പോയി കാര്യസ്ഥന്മാരെ അറിയിക്കട്ടെ.'' രവി തിടുക്കത്തിൽ ഇറങ്ങി.

അപ്പോഴേക്കും ഇല്ലങ്ങളിൽ ഏഷണി അമ്മായി എന്നറിയപ്പെടുന്ന ചിറ്റത്തിലെ ഒരമ്മായി പതുക്കെ വന്നുകയറി. മറക്കുട

നിർബന്ധമായതിനാൽ ബസ്സിലൊന്നും അധികം പോകാറില്ല, മിക്ക വാറും നടപ്പുതന്നെ. പരിചയമുള്ള എല്ലാ മനകളിലുമെത്തും ഈ വൃദ്ധ തേനീച്ച. വാർത്തകളുടെ മധുരം നുകർന്ന് യൗവ്വനത്തിലെന്ന പോലെ ഊർജ്ജസ്വലയാണ് അശീതിയോടടുക്കുന്ന ആത്തോലമ്മ. അയിത്തഭീതിയുള്ളതിനാൽ നോക്കിയും പാത്തുമേ നടക്കുകയുള്ളൂ. 'ബോംബ്' നിർമ്മാണമാണ് കുലത്തൊഴിൽ. ഓരോ കേന്ദ്രങ്ങളിൽ നിന്നും ഒന്നുകിൽ ബോംബ് നിർമ്മാണത്തിനാവശ്യമായ രാസ വസ്തുക്കൾ ശേഖരിക്കും; അല്ലെങ്കിൽ ഒരു വിസ്ഫോടനം ഉറപ്പ്. ഇതറിയാത്ത മനകളില്ല. ഇത്തരം കഥാപാത്രങ്ങൾ എല്ലാ വിഭാഗ ങ്ങളിലുമുണ്ട്. അവരുടെ ആഹാരവും ഊർജ്ജവും ഏഷണി മാത്ര മാണ്. അതില്ലാതെ അവർക്കു ജീവിക്കാനാവില്ല. ഒരുപക്ഷേ ഒരു മനോരോഗമാകാമിത്!

''അല്ല, നാലുകെട്ട് വില്പനയ്ക്ക് വച്ചിരിക്ക്യാല്ലേ! ഇക്കളി തീക്കളി യാണെന്ന് ആർക്കാ അറിയാത്തേ. എന്റെ മുത്തച്ഛൻ തമ്പ്രരാനേ, മോളിലിരുന്ന് ഇതൊന്നും കേൾക്കുന്നില്ലേ. ഇവറ്റയ്ക്ക് തെല്ല് നല്ല 'പുത്തി' കൊടുക്കണേ കാവിലമ്മേ..'' പൂമുഖത്തേക്കു കയറുമ്പോ ഴേക്കും ചെറിയൊരു അട്ടഹാസം.

''ആരോഗ്യണ്ടായിട്ട് വന്നതല്ല, ഈ കേൾക്കുന്നത് ശരിയാണോ എന്ന് അറിയേണ്ടേ! ചിറ്റത്തിലുള്ള സകല ഇല്ലങ്ങളും വാർത്ത കേൾക്കാൻ കാതോർത്തിരിക്ക്യാ. ഞാൻ തൽക്കാലം പൂമുഖത്തിന്റെ ചവിട്ടുപടിയിൽതന്നെ ഇരിക്കട്ടെ. നടന്നുതൊടങ്ങിട്ട് നാഴികകൾ കുറേയായേ. അകത്താരൂല്ല്യേ? തെല്ല് സംഭാരം കുടിക്കണല്ലോ. കനം കുറയ്ക്കേണ്ട; കടുത്ത ക്ഷീണം. ഒരു മൊന്തയായാലും ദാഹം തീരില്ല. വേഗം ആയിക്കോട്ടെ.''

ചെറിയമ്മയാണ് ചെമ്പുമൊന്തയിൽ സംഭാരവുമായി എത്തി യത്.

''നീ ഇപ്പൊ ഇവിട്യാ. ഇപ്പോൾ ഗൃഹഭരണം ഏറ്റെടുത്തോ. സ്വന്തം ഇല്ലത്തുനിന്ന് പൊറത്താക്കീതാവും. പിണ്ഡംവച്ച് പൊറത്താക്കീ താകാൻ സാധ്യത ഇല്ലാതില്ല്യേ.''

ഇതുകേട്ടപ്പോൾ ചെറിയമ്മയ്ക്ക് ശുണ്ഠി വന്നു.

''കെട്ട സംസാരം വേണ്ട. കൂടുതലൊന്നും പറയിപ്പിക്കരുത്.''

ചെറിയമ്മ നിയന്ത്രണം പാലിച്ചു. ഇത്ര പ്രായമായ ആത്തോല യല്ലേ.

''ഇവിടത്തെ അമ്മത്തമ്പ്രാട്ടീല്ല്യേ? ദീനംപിടിച്ച് ചെലപ്പോ കെടപ്പാ യീട്ടുണ്ടാകും. നല്ല കാര്യങ്ങളൊന്നുമല്ലാല്ലോ കേൾക്കണത്. ദേവീ.. പാവം.''

പാടത്തുനിന്ന് കയറിവന്ന രവിയാണ് ഇതിനു മറുപടി പറഞ്ഞത്.

‘‘ഇവിടെ ആർക്കും ദീനമൊന്നുമില്ല. അമ്മായി സർവ്വരുടേയും വാർത്താഭാരം മൊത്തമായി ഏറ്റെടുത്താൽ ദീനം പിടിക്കും.’’

‘‘നീയാണോ ഇപ്പൊ ഇവിടെ കാര്യസ്ഥൻ. അച്ഛൻതിരുമേനി തീപ്പെട്ടശേഷം എന്തൊക്ക്യാ ഇവിടെ നടക്കണെത്. തിരുമേനി ചാരുകസേരയിൽ ഇരുന്നാ മതി, കാര്യങ്ങൾ മുറപോലെയല്ലേ നടന്നിരുന്നത്. കാലം പോയ പോക്കേ!’’

‘‘അമ്മായി അകത്തേക്കു വരൂ, അമ്മത്തമ്പ്രാട്ടീനെ കാണണ്ടേ. വര്യാ അകത്തേക്ക്. കുറേ ദൂരേന്ന് വരണതല്ലേ. മേക്കഴുകി ഉണ്ണാനിരിക്ക്യാ...’’

‘‘നീ എന്നെ ഒന്ന് കൈക്ക് പിടിച്ച് എഴുന്നേല്പിക്ക്യാ.’’ അമ്മായിക്ക് അടുത്ത ചിങ്ങത്തിൽ 81ലേക്ക് കടക്കും. ‘‘ഞാൻ രണ്ടുദിവസം കഴിഞ്ഞിട്ടേ പോണുള്ളൂ. കൃഷ്ണാ.. രാഘവാ...’’

ബോംബ് സ്ഫോടനം

ഇല്ലത്തെ വലിയ കുളത്തിൽ തല്ലിയലച്ച് നീന്തുന്ന സ്വരം നാലു കെട്ടിലേക്ക്. എൺപതാം വയസ്സിലും ഇങ്ങനെ കുളിക്കാനൊന്നും അമ്മായിക്ക് ഒരു ആവതുകേടുമില്ല. ഈറനുടുത്ത്, മറക്കുട ചൂടി കുടുംബക്ഷേത്രത്തിൽ വന്നപ്പോഴേക്കും ഇല്ലത്തിന്റെ സമ്പ്രദായ മനുസരിച്ച് പുതിയ വസ്ത്രം കൊടുക്കും. അത് വിദൂരത്തുനിന്നു വരുന്ന ആത്തോലമാർക്കുള്ളതാണ്. പുതിയ ചേലയൊക്കെ ചുറ്റി വന്നപ്പോഴേക്കും അമ്മയും ചെറിയമ്മയും ഉച്ചഭക്ഷണം തയ്യാറാക്കി യിരുന്നു. എല്ലാവരും ചേർന്ന് ഊണുകഴിക്കാൻ തുടങ്ങി. അമ്മായിക്ക് നല്ല വിശപ്പ്.

സ്വന്തം പാടത്ത് വിളഞ്ഞ് കുത്തിയെടുത്ത അരി വെന്ത സുഗന്ധം ഊട്ടുമുറിയിൽ നിറഞ്ഞു. കടുമാങ്ങ അച്ചാറും നല്ല പാകമായ ചേന കൊണ്ടുള്ള ചാറുകറിയും എല്ലാവരും ആസ്വദിച്ചുകൊണ്ടിരിക്കു മ്പോഴും അമ്മായി വീണ്ടും ചോറ് ചോദിച്ചു.

''യാത്ര കഴിഞ്ഞുവന്ന ക്ഷീണമല്ലേ, കഴിച്ചോളൂ, കഴിച്ചോളൂ'' എന്ന് അമ്മ.

അങ്ങനെ അതുവരെ സമാധാനമായി കാര്യങ്ങൾ നീങ്ങിക്കൊണ്ടി രിക്കുന്നതിനിടയിൽ അമ്മായി 'സ്ഥിരം ശീല'ത്തിലേക്ക് കടന്നു.

''അമ്മാവൻ പോയിട്ട് ഒരുവർഷം തികയുന്നതല്ലേ ഉള്ളൂ. അപ്പോ ഴേക്കും എന്തേ ഇത്രയ്ക്കങ്ങോട്ട് ഇടിഞ്ഞത്. എന്തൊക്കെയാ പുറത്ത് കേൾക്കണത്. സ്നേഹംകൊണ്ട് ചോദിച്ചതാട്ടോ. ഇനീപ്പൊ ജീവി ച്ചിരിക്കുന്നവരിൽ തറവാട്ടിൽ ഞാൻ നാലാംസ്ഥാനത്താണ്. തിരുവ മ്പാടീലെ വല്യമ്മ തീരെ കെടപ്പിലുമായി. ഇന്നോ നാളെയോ എന്ന മട്ടാണ്. ഇവിടുന്ന് ഞാൻ നേരേ തിരുവമ്പാടി മനയിലേക്കാണ് നട ക്കുന്നത്. അപ്പോൾ കാരണവത്തിയായിരിക്കുന്ന ഞാൻ കാര്യങ്ങൾ ചോദിച്ചു മനസ്സിലാക്കണ്ടേ? അമ്മാവൻ തിരുമേനി തീപ്പെട്ടു എന്നു കരുതി എല്ലാം അങ്ങ് മറക്കാനാകോ, എന്റെ ഈശ്വരന്മാരേ!''

ആരും അവരുടെ വാക്കുകൾക്കു മറുപടി നല്കിയില്ല. ഒന്നു പറഞ്ഞാൽ നാല് എന്നാണ് കണക്ക്.

‘‘ആരും മിണ്ടാണ്ട് തലകുനിച്ചിരിക്കുന്നത് കണ്ടാൽതന്നെ അറിയാം.’’ അന്വേഷണമല്ല, വിധിയാണ് അമ്മായിയിൽനിന്ന് അഗ്നിപോലെ ചീറ്റിവരുന്നത്.

‘‘നാലുകെട്ട് വിറ്റാൽ ഞാൻ അഗ്നികുണ്ഠത്തിൽ ചാടി മരിക്കും. സോമയാഗം നടത്തിയ തറവാട് വിക്ക്യേ? സാധ്യമല്ല. അതിനുമുമ്പ് കാരണവന്മാരുടെ ആത്മാക്കൾ നിങ്ങളെ കഴുത്ത് ഞെരിച്ച് കൊന്ന് മാവിൻകൊമ്പിൽ കെട്ടിത്തൂക്കും. ഒറപ്പാണ്.’’

അമ്മായിയുടെ ഗർജ്ജനം കൂടിവന്നപ്പോൾ കയ്യാലയിൽനിന്ന് കൃഷി ഉപകരണങ്ങൾ എടുക്കാൻ വന്ന രവി വരാന്തയിലെ ജനലിലൂടെ ഉത്തരം നല്കി.

‘‘ഇവിടെ ആരും നാലുകെട്ട് വിൽക്കുന്നില്ലല്ലോ. ഇലയിൽ ചവിട്ടി വഴക്കുണ്ടാക്കാനാണോ അമ്മായി എത്തിയിരിക്കുന്നത്. വല്യതിരുമേനി കണ്ണടച്ചതിന്റെ ദുഃഖമൊക്കെ ഒന്നടങ്ങി ഞങ്ങൾ രണ്ട് പൂവ് കൃഷിയിറക്കി. ഇല്ലം പഴയതുപോലെ തന്നെയായി. എന്നിട്ടാണോ അമ്മായി ഇതൊക്കെ പറയുന്നത്. ധർമ്മച്യുതി, അല്ലാതെന്താ പറയ്കാ..’’ വലിയ പ്രതിഷേധത്തോടെ അയാൾ പറഞ്ഞുനിർത്തി. എന്നിട്ടും കൂടുതൽ മൂർച്ചയുള്ള ചോദ്യങ്ങളുമായി അമ്മായി ഊണു കഴിഞ്ഞ ഊർജ്ജത്തിലാണ്.

‘‘മക്കൾ പിറന്നില്ലെങ്കിൽ പിന്നെ ഇല്ലം അന്യംനിന്നു പോകില്ലേ?’’

‘‘മക്കൾ പിറക്കില്ലെന്ന് അമ്മായിയെ മനസ്സിലാക്കിത്തന്നത് ആരാണ്? അമ്മായി ഒരു കാര്യം ചെയ്യ്. ഇപ്പോൾ എന്റെ വീട്ടിലേക്ക് പോകാം. അവിടെ അമ്മ മാത്രമല്ലേയുള്ളൂ. ഇവിടെ വല്യമ്മേം ചെറിയമ്മേം തിക്കൊടീലേക്ക് പോക്വാ. അമ്മായിയെ ഒരു ദിവസം എന്റെ വീട്ടിൽ പാർപ്പിക്കണമെന്ന് എനിക്ക് വലിയ മോഹണ്ട്. വര്യാ.. ഞാൻ കൊണ്ടുപോകാം.’’

അനുസരണയുള്ള ഒരു കുട്ടിയെപ്പോലെ അവർ രവിയുടെ കൈ പിടിച്ച് നടന്നു. (അമ്മയുടേയും മറ്റും യാത്രാപരിപാടി സൃഷ്ടിച്ചത് കൂടുതൽ ബോംബുകൾ നാശം വർഷിക്കാതിരിക്കാനായിരുന്നു.)

രവിയുടെ ഇല്ലത്ത് എത്തിയശേഷവും പരദൂഷണ പരമ്പര ഇടവേളകളില്ലാതെ തുടരുകയായിരുന്നു. ഉണ്ണിയുടേയും രേണുവിന്റെയും രാശികൾ ചേരുന്നതല്ല. ഒരു ജ്യോതിഷിയുടെ പാണ്ഡിത്യംപോലെ കുറേ അല്പജ്ഞാനം വിളമ്പി.

മിക്കവാറും എല്ലാ പ്രധാന ഇല്ലങ്ങളിലും ഇവർ വലിഞ്ഞെത്തുമെങ്കിലും യഥാർത്ഥ ബന്ധങ്ങളൊന്നും ആർക്കും വലിയ അറിവില്ല – മാലോകരുടെ അമ്മായി!!

തകർന്ന മാതൃഹൃദയം

നാട്ടിൽ പരക്കുന്ന അഭ്യൂഹങ്ങളും ഏഷണി അമ്മായിയുടെ വരവും എല്ലാം ചേർന്ന് അമ്മ വല്ലാതെ തളർന്നു. ഇതുവരെ പിടിച്ചുനിന്ന ശക്തിയെല്ലാം ചോർന്നു പോകുന്നതുപോലെ. ഉണ്ണി പ്രാഥമിക പരിശോധനകളെല്ലാം നടത്തി. മരുന്നുകൾ നിശ്ചയിച്ചു. അതൊന്നും അമ്മയെ അലട്ടുന്ന നീറുന്ന പ്രശ്നങ്ങൾക്കു പരിഹാരം നല്കാൻ സഹായിച്ചില്ല. അമ്മ മിക്കവാറും കിടപ്പുതന്നെ.

ഒരു ദിവസം നാലുകെട്ടിനു മുമ്പിൽ വലിയൊരു കാറിൽ ഒരാൾ വന്നു. കൂടെ കാര്യസ്ഥനാണെന്നു തോന്നുന്നു, ചില പുസ്തകങ്ങളും അളക്കാനുള്ള വട്ടൻടേപ്പുമെല്ലാം ഉണ്ട്. മുതലാളി നെറ്റിയിൽ മൂന്ന് നീളൻ ചന്ദനക്കുറികളും കഴുത്തിൽ തിളങ്ങുന്ന കല്ലുമാലയും ചെറി യൊരു രുദ്രാക്ഷമാലയും ധരിച്ചിട്ടുണ്ട്. ഇത്ര വലിയൊരു കാറ് ആ ഗ്രാമത്തിലേക്ക് ആദ്യമായാണ് വരുന്നതുതന്നെ. കാറു കാണാൻ എത്തിയവരോട് കുടുംബക്ഷേത്രത്തിലേക്കുള്ള വഴി ചോദിച്ചു. കണ്ണു കളടച്ച് കൈകൂപ്പി തൊഴുതു. പിന്നെ സാഷ്ടാംഗ നമസ്കാരം, ഏത്തമിടൽ. കാലുകൾ പിണച്ചുവയ്ക്കുന്നതിനിടയിൽ അയാൾ വീഴാൻ തുടങ്ങി. തൂണിൽ പിടിച്ച് അപകടം ഒഴിവാക്കി.

''വിഘ്നേശ്വരാ, നമോ..'' അയാൾ ഉറക്കെ പ്രാർത്ഥിക്കുന്നുണ്ടാ യിരുന്നു. പിന്നെ അമ്പലം മൂന്നുപ്രാവശ്യം വലംവച്ച്, പതുക്കെ നാലു കെട്ടിന്റെ പൂമുഖത്തേക്ക് നടന്നു.

അപ്പോഴേക്കും കാര്യസ്ഥനെപ്പോലെ കൂടെയുള്ള ആൾ ടേപ്പ് വലിച്ചുനീട്ടി നാലുകെട്ടിന്റെ ചുറ്റളവ് അളക്കാനുള്ള തത്രപ്പാടിലായി. അമ്മ ഉണ്ണിയേയും രവിയേയും വിവരമറിയിച്ചു. രവി ഉടനെയെത്തി അളവെടുപ്പ് നിർത്തിവയ്പിച്ചു. രവിയുടെ ചോദ്യംകേട്ട് വന്നവർ ഞെട്ടി.

''നിങ്ങൾ പുറത്തുപോകണോ അതോ നാട്ടുകാർക്കു കൈകാര്യം ചെയ്യാൻ വിട്ടുകൊടുക്കണോ? നൂറ്റാണ്ടുകൾ പഴക്കമുള്ള ഈ നാലുകെട്ട് തൊടാൻ നിങ്ങൾക്കെങ്ങനെ ധൈര്യം വന്നു?''

അപ്പോഴേക്കും തടിച്ചുകൂടിയ ഗ്രാമവാസികൾ ഇളകിവശായി. അവിടെ നിൽക്കുന്നത് അപകടമാണെന്ന് വന്നവർക്കു മനസ്സിലായി. അപ്പോഴേക്കും ഉണ്ണി പാഞ്ഞെത്തി. ഉണ്ണിയെ കണ്ടപ്പോൾ ആദര വോടെ ജനം നിശ്ശബ്ദരായി.

''നാലുകെട്ട് വില്ക്കാൻ പോകുന്നുവെന്നറിഞ്ഞ് സംസാരിക്കാൻ വന്നതാ.'' മുതലാളി ജാള്യതയോടെ പറഞ്ഞു.

ആരു പറഞ്ഞു ഇത് വിൽക്കാൻ പോകുന്നുവെന്ന്?'' ഉണ്ണിയുടെ സ്വരം ഗൗരവമായി.

''ഞങ്ങൾ നിങ്ങൾ പറയുന്ന വില തരാം. പണം പ്രശ്നമല്ല.'' മുതലാളി തനി കച്ചവടക്കാരനായി.

''നിങ്ങൾ പോകുന്നതാണ് ഇരുകൂട്ടർക്കും നല്ലത്. ജനങ്ങൾ ഇളകിയാൽ കാര്യങ്ങൾ കൈവിട്ടുപോകും.'' ഉണ്ണിയുടെ മുന്നറിയിപ്പ് കേട്ട നിമിഷത്തിൽ മുതലാളിയും കാര്യസ്ഥനും കാറിൽ കയറി വേഗം സ്ഥലംവിട്ടു.

ഉണ്ണി അകത്തുപോയി നോക്കിയപ്പോൾ അമ്മ കട്ടിലിൽ തളർന്നു കിടപ്പാണ്. ഉണ്ണി അടുത്ത് ചെന്നിരുന്ന് ആശ്വസിപ്പിച്ചു. പൾസ് പതി വിലും കുറവാണ്.

''ഒരിക്കലും സംഭവിക്കാത്ത ഒരു കാര്യത്തെക്കുറിച്ച് അമ്മ വ്യസനി ക്കേണ്ട.''

ചെറിയമ്മ കൊണ്ടുവന്ന ജീരകവെള്ളം കുടിച്ചപ്പോൾ സ്വല്പം ആശ്വാസമായി.

ആസ്പത്രിയിൽ നല്ല തിരക്കുള്ള ദിവസമാണ്. കാര്യങ്ങൾ നോക്കാൻ രവിയേട്ടനെ ഏല്പിച്ച് ഉണ്ണി ആസ്പത്രിയിലേക്ക് പാഞ്ഞു.

തിരക്ക് മൂലം ഉച്ചയൂണ് നടന്നില്ല. ഡോ. രേണു ചായയും വടയും വാങ്ങി, സ്വകാര്യമുറിയിൽ ഇരുവരും 'ബ്രഞ്ച്' കഴിച്ചു.

ആ ദീപവും പൊലിഞ്ഞു

ആ ഫോൺ കോൾ അപ്രതീക്ഷിതമായിരുന്നില്ല. രേണുവിനോട് ലീവ് എഴുതിക്കൊടുത്ത് ഉടൻ കാർഷെഡിലെത്താൻ ഉണ്ണി പറഞ്ഞു. കൂട്ടുകാരൻ വിഷ്ണുവിനോട് ഉടൻ വീട്ടിലെത്താൻ വിളിച്ചുപറഞ്ഞു. രേണു എത്തിയയുടൻ അവർ വീട്ടിലേക്കു പുറപ്പെട്ടു. രണ്ടുപേരും ഒന്നും സംസാരിച്ചില്ല. വിഷ്ണുവിന്റെ ഫോൺവിളിയിൽതന്നെ എല്ലാം ഊഹിച്ചെടുക്കാമായിരുന്നു.

ഉണ്ണി എത്തിയപ്പോഴേക്കും അമ്മ ഊർദ്ധശ്വാസം വലിക്കുന്ന ഘട്ടത്തിലെത്തിയിരുന്നു. നെഞ്ചിലമർത്തി ഹൃദയമിടിപ്പ് വർദ്ധിപ്പിക്കാൻ ഉണ്ണിയും രേണുവും മാറിമാറി കുറേനേരം ശ്രമിച്ചു. വിഷ്ണുവെത്തി സ്റ്റെതസ്കോപ്പ് ഉപയോഗിച്ച് പരിശോധിച്ചു. പൾസ് നോക്കി, ടോർച്ച് ഉപയോഗിച്ച് കൃഷ്ണമണി പരിശോധിച്ചു. ജീവൻ വിട്ടുപോയെന്ന് ഉറപ്പായപ്പോൾ വിഷ്ണു ഉണ്ണിയെ ചേർത്തുനിർത്തി. ചുടുകണ്ണീർ വീഴ്ത്തുന്ന ഉണ്ണിയെ കെട്ടിപ്പിടിച്ചു നിർത്തി ആശ്വസിപ്പിച്ചു. രേണു കാലിൽവീണ് നമസ്കരിച്ച് കരഞ്ഞു.

ബാക്കി കാര്യങ്ങളെല്ലാം രവിയേട്ടനും കാര്യസ്ഥന്മാരും ഏറ്റെടുത്തു. സൂര്യാസ്തമയത്തിനു മുമ്പുതന്നെ അച്ഛന്റെ ചിതയൊരുക്കിയ സ്ഥലത്തുതന്നെ അഗ്നിജ്വാല ഉയർന്നു. ചന്ദനസുഗന്ധം ഗ്രാമമാകെ വീശി. അമ്മയുടെ വിശ്വാസമനുസരിച്ചുള്ള എല്ലാ ചടങ്ങുകളും മകൻ നിറവേറ്റി. എട്ടാംദിവസം അടിയന്തിരം. നാട്ടുകാർക്കെല്ലാവർക്കും സമൂഹസദ്യയും വിളമ്പി.

ഉണ്ണിയുടെ കൂട്ടുകാരും, പഴയ കാര്യസ്ഥന്മാരുമുള്ളതിനാൽ ഉണ്ണി ഒന്നിലും ഇടപെടേണ്ടിവന്നില്ല. സ്വന്തം സഹോദരന്മാരെന്ന പോലെ ഡോ. വിഷ്ണുവും രവിയേട്ടനും ഉണ്ടായിരുന്നു.

നാൽപ്പത്തിയൊന്നു ദിവസം നീണ്ടുനിന്ന പൂജ വിശേഷാൽ മുറകളോടെ നടത്തി. അമ്മ ഓർമ്മയുടെ താളുകളിലേക്ക് നീങ്ങുന്നു.

നാല്പത്തിയൊന്നിന് അമ്മയുടെ ഇല്ലത്തുനിന്ന് വന്ന ബന്ധുക്കളോടൊപ്പം ചെറിയമ്മയും പോകാനൊരുങ്ങി. കുറച്ചു നാളുകൾകൂടി കഴിയട്ടെ എന്ന് ഉണ്ണി യാചിച്ചുപറഞ്ഞിട്ടും ഫലമുണ്ടായില്ല.

''വയ്യാണ്ടായി മോനെ, പിന്നെ അമ്മയും പോയില്ലേ. ഞാനും ആ വഴിക്കുതന്നെ. അമ്മേക്കാൾ പ്രായക്കൂടുതലാണ് താനും, സ്വന്തം ഇല്ലത്തേക്കു മടങ്ങുകതന്നെ.'' ചെറിയമ്മ ബന്ധുക്കളുടെ കൂടെ തിക്കൊടിക്കു യാത്രയായി. വസ്ത്രവും പണവും മറ്റും നല്കി കണ്ണീരോടെ ഉണ്ണി യാത്രയാക്കി. ചെറിയമ്മയും കണ്ണീർ പൊഴിക്കുകയായിരുന്നു.

അവർ യാത്രയായ ശേഷം ഉണ്ണിയും രേണുവും രവിയേട്ടനും ഹൃദയമിത്രം ഡോ. വിഷ്ണുവും ആലോചനകളിലായി. വലിയ നാലുകെട്ടിൽ അവർ രണ്ടുപേരും ഒറ്റയ്ക്ക് പാർക്കേണ്ടിവരുമെന്നതിനാൽ മുതിർന്ന രണ്ട് കാര്യസ്ഥന്മാരെ നാലുകെട്ടിൽ താമസിപ്പിക്കാൻ തീരുമാനമായി. ഡോക്ടർമാരുടെ പ്രാതൽ പറ്റിയ ഒരാളെ കിട്ടുന്നതുവരെ രവിയേട്ടന്റെ വീട്ടിൽനിന്ന്. അപ്പോഴേക്കും ഒരു വാല്യക്കാരി ഉച്ചഭക്ഷണവും അത്താഴവും തയ്യാറാക്കാൻ വരും. സ്ഥിരം താമസിച്ച് ഭക്ഷണം തയ്യാറാക്കുന്ന ദേഹണ്ഡക്കാരനായി തിരച്ചിൽ തുടങ്ങി. ഇല്ലത്തിന്റെ ശുദ്ധിപോലെ എല്ലാം പാകം ചെയ്യണമല്ലോ.

ഇടയ്ക്കിടെ രേണുവിന്റെ അച്ഛനും അമ്മയും ഉണ്ണിയുടെ വീട്ടിൽ വരും. വരണമെന്ന് ഉണ്ണിക്ക് നിർബന്ധമായിരുന്നു. സ്വന്തം അച്ഛനും അമ്മയും പോയി. ഇനി ഇവരാണ് കാണപ്പെടുന്ന അച്ഛനമ്മമാർ. ഉണ്ണിയും രേണുവും അവർ അർഹിക്കുന്നതിൽ കൂടുതൽ സ്നേഹവും പരിഗണനയും നൽകി. രണ്ടു ദിവസം താമസിച്ചേ അവർ മടങ്ങൂ. രേണുവിന്റെ അവസ്ഥ മനസ്സിലാക്കിയിട്ടും അവർ ഒന്നും ചോദിച്ചറിഞ്ഞില്ല. എല്ലാം മാഹിയിലെ അമ്മയ്ക്ക് സമർപ്പിച്ചു.

നാലുകെട്ട് ശോകമൂകം

അച്ഛന് സഹോദരങ്ങളില്ല. അതിനാൽ ഉണ്ണിക്ക് ഏട്ടനനുജന്മാരും അടുത്ത ബന്ധുക്കളും അധികമായിട്ടില്ല. താനാണെങ്കിൽ ഏക മകനും. രേണുവിന്റെ വീട്ടിലും സഹോദരങ്ങളില്ലല്ലോ. രേണുവിന്റെ അമ്മ ഇടയ്ക്കിടെ മോളെ വന്ന് കാണും. ഉണ്ണിയുടെ കൂടെ ആരുമില്ലാത്തതിനാൽ രേണു സ്വന്തം വീട്ടിൽ പോകാറുപോലുമില്ല.

അറമുറിക്കു മുമ്പിൽ വിശ്വസ്തരും കാര്യശേഷിയുള്ളവരുമായ രണ്ട് കാര്യസ്ഥന്മാരുണ്ടെങ്കിലും, നാല്പതോളം വലിയ മുറികളും നീണ്ട രണ്ട് വരാന്തകളും കുത്തിയ അരി ചാക്കിലാക്കി സൂക്ഷിക്കാനുള്ള വലിയ രണ്ട് ഹാളുകളുമുണ്ട്. വിദ്യുച്ഛക്തിയുള്ളപ്പോൾ തന്നെ ഭയം തോന്നും. നാട്ടിൻപുറമാകയാൽ സപ്ലൈ നിലച്ചാൽ ടോർച്ചും അരിക്കലാമ്പും മാത്രമേ വെളിച്ചമായുള്ളൂ. മച്ചിൽ ഉണ്ടായിരുന്ന പെട്രോമാക്സ് ശരിയാക്കിയെടുത്തു. ദമ്പതിമാർക്ക് വെളിച്ചം ഒരു ആശ്വാസമായി മാറി, ഇരുട്ട് ഭയവും. ഇവരാരെങ്കിലും ഉറക്കെ സംസാരിച്ചാൽ അതിന്റെ പ്രതിദ്ധ്വനി കേൾക്കുന്നതുപോലും ഭയം ജനിപ്പിക്കുന്നു. ഈശ്വരന്മാരെ ഭജിച്ച് ഉറങ്ങാൻ കിടക്കും. ഉണ്ണി ഉറക്കത്തിൽ ഇടയ്ക്ക് ഞെട്ടിയുണർന്ന് എന്തോ സംസാരിക്കുന്നതായി കേൾക്കാറുണ്ട്. ചിലപ്പോൾ ഉറക്കത്തിൽതന്നെ കരയും. ഡിസ്റ്റർബ്ഡ് സ്ലീപ്പ് (Disturbed sleep) എന്ന് മെഡിക്കൽ ഭാഷ്യം.

തൊടിയിൽ കുറുക്കന്റെ ഓരി, തട്ടിൻമുകളിൽ മരപ്പട്ടി ഓടുന്ന ശബ്ദം ഇതെല്ലാം ഉറക്കം കെടുത്തുന്നു. പുലർച്ചെയാകുമ്പോഴേ നല്ല ഉറക്കം ലഭിക്കുന്നുള്ളൂ. ഉറക്കം തൃപ്തിയല്ലാത്തതിനാൽ രാവിലെ ഉറക്കംതൂങ്ങി നടക്കുന്നതുപോലെയാണ്. കോളജിൽ ഡ്യൂട്ടിക്കു വൈകാനാകില്ലല്ലോ.

ഇതു വല്ലാതെ ആവർത്തിച്ചപ്പോൾ ഉണ്ണി അറിയാതെ രേണു ഇക്കാര്യം ഡോ. വിഷ്ണുവിനോട് പറഞ്ഞു. കുറച്ച് ദിവസത്തേക്ക് ഇതൊക്കെ പ്രതീക്ഷിക്കണമെന്നും അവന്റെ മനസ്സ് ഒന്നു തണുക്കട്ടെയെന്നും വിഷ്ണു അഭിപ്രായപ്പെട്ടു.

അടുത്ത ദിവസം വൈകീട്ട് വിഷ്ണു ഒരു സാധാരണ സന്ദർശന മെന്ന മട്ടിൽ ഇല്ലത്തേക്ക് വന്നു. മൂന്ന് കൂട്ടുകാരും പല കാര്യങ്ങളും സംസാരിച്ചു. വിഷ്ണുവിന്റെ സാന്നിധ്യം ഉണ്ണിക്ക് പൂനിലാവിനു സമമാണ്.

ഇല്ലത്തെ അറ്റകുറ്റപ്പണികൾ ചെയ്തിട്ട് കുറേക്കാലമായി. അല്പം മരപ്പണിയും സിമന്റ് റിപ്പയറും ഓട് പൊളിച്ചുമാറ്റി വൃത്തി യാക്കി വീണ്ടും മേയലും വേണ്ടിവരുമെന്നാണ് തോന്നുന്നതെന്ന് ഉണ്ണി പറഞ്ഞു. കൂട്ടത്തിൽ കുമ്മായം പൂശലും അത്യാവശ്യമുള്ളി ടത്ത് പെയിന്റ് പണിയും വേണം.

രാത്രി മരപ്പട്ടിശല്യവും നരച്ചീറുകളുടെ ശബ്ദവും ശല്യമായി ത്തുടങ്ങി. ആവശ്യത്തിനുള്ള പണം ബാങ്കിൽ അച്ഛൻ നിക്ഷേപിച്ചി ട്ടുണ്ട്. പണം കുറേ ചെലവാകുമെങ്കിലും എന്തായാലും ചെയ്യുക തന്നെ. രവിയേട്ടനോട് വേണ്ടതു ചെയ്യാൻ ഏല്പിക്കാം. ഇരുവർക്കും ലീവൊന്നും ബാക്കിയില്ല.

‘‘ഇത്രയും വലിയ നാലുകെട്ടൊക്കെ ഇനി ആവശ്യണ്ടോ?’’ ഉണ്ണി സംശയം പ്രകടിപ്പിച്ചു.

ഏതായാലും മരാമത്ത് വൈകാതെ തുടങ്ങി. ബാക്കി കാര്യങ്ങ ളൊക്കെ നമുക്ക് ആലോചിച്ച് തീരുമാനിക്കാം - ചായ കുടിച്ച് മൂവർ സംഘം സന്തോഷത്തോടെ പിരിഞ്ഞു.

ബദൽചിന്തകൾ

ഒന്നരമാസത്തോളം നിരവധി ജോലിക്കാരുടെ പരിശ്രമ ഫലമായി നാലുകെട്ടിന്റെ പൂർവ്വകാല മുഖശ്രീ തെളിഞ്ഞുവന്നു. ഇതൊക്കെ ഒന്നു കണ്ട് കണ്ണടയ്ക്കാൻ അച്ഛനും അമ്മയ്ക്കും കഴിഞ്ഞില്ലല്ലോ എന്നായിരുന്നു ഉണ്ണിയുടെ ചിന്ത. എല്ലാം ദൈവഹിതം, ഉണ്ണി സ്വയം ആശ്വസിച്ചു. പഴയ പണിക്കാർക്ക് നാലുകെട്ടിന്റെ മുക്കും മൂലയും നന്നായി അറിയാം. പഴയ പണിക്കാരുടെ നേതൃത്വത്തിൽ അരക്കും കുന്തിരിക്കവും ചില പച്ചിലക്കൂട്ടുകളും ചേർത്ത് വാർണീഷും പോളീഷും കാച്ചി, വാറ്റിയെടുത്താണ് മരത്തിലെ പണികൾ പൂർത്തിയാക്കിയത്. ഇനി രണ്ടു ദശാബ്ദമെങ്കിലും ചിതലും കീടങ്ങളും ശല്യം ചെയ്യില്ല. പണി പൂർത്തിയായശേഷം ഇല്ലത്തിന്റെ പുറംകാഴ്ച കാണാൻ പലരും വന്നിരുന്നു. വടക്കുന്നാഥ ക്ഷേത്രത്തിന്റെ ഗോപുരശൈലിയുടെ ചെറിയ പതിപ്പുപോലെ നാലുകെട്ട് തിളങ്ങിനിൽക്കുന്നു.

വീണ്ടും പഴയ ഊഹാപോഹങ്ങൾ തലയുയർത്തി. അതിന്റെ പിന്നാമ്പുറത്ത് സ്ഥലക്കച്ചവടക്കാരും ബ്രോക്കർമാരും ആയിരുന്നു. മരാമത്ത് പണി ചെയ്തത് വില്ക്കാനുള്ള ആദ്യപടിയാണത്രെ. മുമ്പത്തേക്കാൾ വ്യപകമായിരുന്നു ഈ പ്രചാരണം. ഇത്രയധികം പണം മുടക്കി മരാമത്ത് ചെയ്യുന്നുണ്ടെങ്കിൽ ചില ലക്ഷ്യങ്ങൾ ഉണ്ടാകാതിരിക്കുമോ. തികച്ചും ന്യായമായ ഒരു സംശയമാണിത്.

ഉണ്ണിയും രേണുവും ഡോ. വിഷ്ണുവും രവിയേട്ടനും ചേർന്ന ഒരു സായാഹ്ന കൂട്ടായ്മയിൽ ഈ സംസാരം ചർച്ചയ്ക്കു വന്നു. കോടികളുടെ വാഗ്ദാനങ്ങളാണ് കേൾക്കുന്നത്. ഇതിൽ സിനിമാനടന്മാരും ശതകോടീശ്വരന്മാരും വലിയ ആവേശത്തോടെ ഇല്ലത്തിൽനിന്ന് അരസമ്മതം കേൾക്കാൻ കാതു കൂർപ്പിച്ചിരിക്കുകയാണ്.

എത്ര കോടികൾ കിട്ടിയാലും പുരാതനമായ നാലുകെട്ടും പറമ്പും കൊടുക്കേണ്ടതില്ല. എത്ര തലമുറ ഐശ്വര്യമായി താമസിച്ച തറവാടാണിത്. ചില നാട്ടുരാജാക്കന്മാർ ശത്രുആക്രമണത്തിൽനിന്ന് രക്ഷപ്പെടാൻ ഇല്ലത്ത് ഒളിച്ചുതാമസിച്ചിട്ടുണ്ട്. ചുരുക്കത്തിൽ മലയാള

ചരിത്രത്തിൽ അടയാളപ്പെടുത്തിയ ഒരു ഐശ്വര്യചിഹ്നമാണ് ഇത്. വലിയ കുളത്തിലെ പാർശ്വത്തിൽ കാണുന്ന വലിയൊരു അള്ള ആപൽഘട്ടങ്ങളിൽ തിരുമേനിമാർക്കു രക്ഷപ്പെടാനുള്ള ഭൂഗർഭ പാതയാണെന്ന് മുത്തച്ഛൻ ഉണ്ണിയുടെ അച്ഛനോട് പറഞ്ഞതായി ഉണ്ണിക്കറിയാം. ഒരുപക്ഷേ മണ്ണിനടിയിൽ നിധിപോലും കണ്ടേക്കു മെന്നാണ് രവിയേട്ടന്റെ പക്ഷം.

ക്ഷേത്രത്തിലെ മണിക്കിണർ വൃത്തിയാക്കാൻ വറ്റിച്ചപ്പോൾ പഞ്ചലോഹവിഗ്രഹം, സ്വർണ്ണംകൊണ്ട് നിർമ്മിച്ച ചെറിയ കിണ്ടി, ഉരുളി, നിലവിളക്ക് എന്നിവ ലഭിച്ചിരുന്നു. ശത്രുആക്രമണത്തിൽ നിന്ന് രക്ഷനേടാൻ ഒരുപക്ഷേ ശാന്തിക്കാരൻ കിണറിലിട്ട് സംര ക്ഷിച്ചതുമാകാം. അതെല്ലാം തറവാടിനടിയിലുള്ള രഹസ്യഅറയിൽ ഇപ്പോഴും ഭദ്രമായി സൂക്ഷിച്ചിട്ടുമുണ്ട്.

ചർച്ചകൾ ഉണ്ണിയുടെ അഭിപ്രായത്തിലാണ് ചെന്നവസാനിച്ചത്. ''നാലുകെട്ട് വിൽക്കുന്നില്ല.'' പണത്തിന്റെ മേനിയും സുരക്ഷിതത്വവും ആരും ഉണ്ണിയെ പഠിപ്പിക്കേണ്ടതില്ലതന്നെ.

''പണം വരും പോകും. ഭാഗ്യലക്ഷ്മിക്ക് സ്ഥിരമായ ഇരിപ്പിട മില്ല.'' അച്ഛന്റെ വാക്കുകൾ ഉണ്ണി ഓർത്തു.

പലവിധ ചിന്തകളോടെ അവർ പിരിഞ്ഞു. ഒരു നല്ല തീരുമാനം ഉണ്ടാകണം. അത് മനുഷ്യന് ഉപകാരമായി ഭവിക്കണം, അച്ഛനമ്മ മാരുടെ ഓർമ്മ നീണാൾ നിലനിൽക്കണം. ഇതല്ലാതെ ഒരു സ്വാർത്ഥ ലക്ഷ്യവും ഇവർക്കില്ല.

ശുഭാന്ത്യം

എന്തോ തീരുമാനമായ പോലെ രേണു നേരത്തേ എഴുന്നേറ്റു. പാചകശാലയിൽ ചെന്ന് കടുംകാപ്പി തയ്യാറാക്കി കൊണ്ടുവന്നു. ഉണ്ണി ഉണർന്നിട്ടില്ല. അവൾ ഉണ്ണിയെ തട്ടിയുണർത്തി.

''സൂര്യനുദിച്ചു. എഴുന്നേറ്റ് ബെഡ്കോഫി കുടിക്ക്. എനിക്ക് ഒരു കാര്യം പറയാനുണ്ട്. ശ്രദ്ധിച്ചുകേൾക്കണം... വേഗമാകട്ടെ, എഴുന്നേൽക്കൂ.'' രേണു ഭർത്താവിന്റെ പുറത്തുതട്ടി എഴുന്നേൽപ്പിച്ചു.

''ഇതെന്തൊരു പുതുമ. മുമ്പൊരിക്കലും നീ ഇതുപോലെ നിർബന്ധിക്കാറില്ലല്ലോ..'' ബെഡ്കോഫി ഒരു കവിൾ ഇറക്കി ഉണ്ണി ശ്രദ്ധിച്ചിരുന്നു. ''എന്താണാവോ വെളിപാട്.'' ഉണ്ണി നർമ്മഭാവത്തിൽ തിരക്കി.

''അതൊരു വെളിപാട് തന്ന്യാ.. എന്റെ വെളിപാടല്ല, ദൈവത്തിന്റെ സന്ദേശം. ഞാൻ ഒരു തീരുമാനത്തിലെത്തി. ഇനി ഉണ്ണിയുടെ കൈയൊപ്പ് മാത്രം മതി.''

''ക്ഷമ പരീക്ഷിക്കുകയാണല്ലോ.'' ഉണ്ണി.

''അതൊന്നുമല്ല. കേൾക്കൂ, ഇഷ്ടപ്പെടും. ഇവിടെ ഉണ്ണികളുടെ കുറവുകൊണ്ട് ഇല്ലം ശോകമൂകമായെന്നല്ലേ പറയുന്നത്. നമുക്കിവിടെ ഉണ്ണികളുടെ കളിയും ചിരിയും കൊഞ്ചലും കൊണ്ട് മുഖരിതമാക്കാം.''

''അതെങ്ങനെ?'' ഉണ്ണി.

''ക്ഷമിക്കൂ, കേൾക്കൂ.'' രേണു വിശദീകരിക്കാൻ തുടങ്ങി.

''നമ്മുടെ നാട്ടിൽ, നമ്മുടെ വാർഡിൽപോലും ചിലർ കുഞ്ഞുങ്ങളെ ഉപേക്ഷിച്ചുപോകാറില്ലേ. അവരെ നമുക്ക് ഇവിടെ പരിപാലിക്കാം. മറ്റാരുടേയോ കുഞ്ഞുങ്ങളാണെങ്കിലും, അവർ കണ്ണീരണിയുന്നത് സ്വന്തം അമ്മയേയും അച്ഛനേയും കാണാതാകുമ്പോഴല്ലേ. പ്രത്യേകിച്ച് അമ്മയുടെ സ്നേഹച്ചൂട് കിട്ടിയില്ലെങ്കിൽ അവർ മരിക്കും. നാം ഇതിനു സാക്ഷികളാണല്ലോ.''

''അല്ലെങ്കിൽ അവർ ഏതെങ്കിലും കുപ്പത്തൊട്ടിയിൽ ഉപേക്ഷിക്കും.'' ഉണ്ണി.

''നമുക്ക് ആ കുഞ്ഞുങ്ങളെ ഇവിടെ കൊണ്ടുവന്ന് പരിപാലിക്കാം. അവരെ പരിപാലിക്കാൻ മാതൃഹൃദയമുള്ള ആയമാരെ നിയമിക്കാം.'' രേണുവിന്റെ ഊർജ്ജം പത്തിരട്ടിയായി ഉയർന്നു.

''ഇന്നലെ എന്റെ ചെവികളിൽ ഈ കുഞ്ഞുങ്ങളുടെ കളിയും ചിരിയും കരച്ചിലും നിറഞ്ഞുനിൽക്കുകയായിരുന്നു.''

''ഇത് ആലോചിക്കാവുന്ന കാര്യമാണല്ലോ. ഗുരുവായൂരപ്പനും ഒരു ഉണ്ണിയായിരുന്നല്ലോ.'' ഉണ്ണി.

രേണു പ്രാതൽ തയ്യാറാക്കാൻ തിടുക്കത്തിൽ പുറത്തുപോയി. തല മുഴുവൻ കുട്ടികളെക്കുറിച്ചുള്ള ചിന്തകൾ തുടികൊട്ടുകയായിരുന്നു.

''ഡ്യൂട്ടി കഴിഞ്ഞുവരുമ്പോൾ നമുക്ക് ഒന്നുകൂടി ആലോചിക്കാം. ആശയം നല്ലതാണെങ്കിലും എല്ലാ വശങ്ങളും പരിശോധിക്കേണ്ടതുണ്ട്.'' കാര്യമറിഞ്ഞപ്പോൾ ആശങ്കയോടെ വിഷ്ണു പറഞ്ഞു.

അല്പം തിടുക്കത്തിൽ ജോലികൾ പൂർത്തിയാക്കി രവിയേട്ടനേയും കൂട്ടി ഇല്ലത്തേക്ക് തിരിച്ചു. ഡോ. വിഷ്ണു നേരിട്ട് ഇല്ലത്തേക്കു വരാമെന്ന് അറിയിച്ചിരുന്നു. ഇപ്പോൾ ഈ നാലുപേരും ചേർന്നതാണ് ഉണ്ണിയുടെ അടുത്ത ബന്ധുക്കൾ.

ആദ്യം രേണു തന്റെ ആശയങ്ങൾ പറഞ്ഞുതുടങ്ങി. ആദ്യം വേണ്ടത് ഒരു പശുവിനെയാണ്. ചെറിയ തോതിലേ ആരംഭിക്കാവൂ. ആസ്പത്രിയിൽ ഉപേക്ഷിക്കപ്പെട്ട ശിശുക്കൾമാത്രം. അവർ അധികം കാണില്ല. രണ്ടുപേരും ശിശുരോഗ വിദഗ്ധരായതിനാൽ നേഴ്സിന്റെ ആവശ്യമില്ല. പക്ഷേ, പരിശീലനം ലഭിച്ച ആയ വേണം. മറ്റ് ആരോഗ്യ കാര്യങ്ങൾ നോക്കാൻ ഡോക്ടർമാരുണ്ടല്ലോ.

''സർക്കാരിൽനിന്ന് ആവശ്യമായ സർട്ടിഫിക്കറ്റുകൾ കിട്ടിയിട്ടേ തുടങ്ങാനാകൂ. കിണർവെള്ളത്തിന്റെ പരിശുദ്ധി നിശ്ചിതസമയങ്ങളിൽ പരിശോധിക്കണം. പ്രവർത്തനമാരംഭിക്കുന്നതിനു മുമ്പ് ശിശുക്ഷേമ സമിതി പരിശോധിച്ച് എൻഒസി നൽകണം.'' നിയമവശങ്ങൾ ഡോ. വിഷ്ണു വിശദീകരിച്ചു.

ഏതായാലും മൂന്നുനാലു മാസത്തെ ഒരുക്കം വേണം.

ഡോ. വിഷ്ണുവും രവിയേട്ടനും വേണ്ടത്ര നിയമപത്രങ്ങൾ ലഭ്യമാക്കാൻ ഊർജ്ജിതമായ പ്രവർത്തനം തുടങ്ങി. എത്രയും വേഗം സംരംഭം ആരംഭിക്കണമെന്നാണ് രേണുവിന്റെ ആഗ്രഹം. ഏതൊരു സ്ത്രീയുടേയും മനസ്സിൽ മാതൃത്വദാഹം ഒളിച്ചിരിക്കുന്നുണ്ടാകുമോ..?

രേണുവിന്റെ അച്ഛൻ മുത്തശ്ശിയുടെ പ്രായസംബന്ധമായ രോഗം മൂർച്ഛിച്ചതിനാൽ നാട്ടിലേക്കു പോയി. ഏതു നിമിഷവും മുത്തശ്ശി മരണപ്പെട്ടേക്കാം. അങ്ങനെയാണെങ്കിൽ മരണാനന്തരകർമ്മങ്ങൾക്ക് മകനുണ്ടാവണം, നാല്പത്തിയൊന്നു ദിവസംകൂടി കഴിഞ്ഞേ വരാനാകൂ.

വിചാരിച്ചതിനേക്കാൾ വേഗതയിൽ അനുമതിപത്രം ലഭിച്ചു. സർക്കാർ ശിശുക്ഷേമവകുപ്പിന്റെ ഫൈനൽ പരിശോധനയും പൂർത്തിയായിരുന്നു.

ആസ്പത്രിയിലെ അമ്മത്തൊട്ടിലിൽ ഒരു കുഞ്ഞിനെ ആരോ നിക്ഷേപിച്ച് സ്ഥലംവിട്ടിരുന്നു. പ്രിൻസിപ്പലിന്റേയും സർക്കാർ വകുപ്പിന്റേയും സഹകരണത്തോടെ കുഞ്ഞിനെ ദമ്പതികൾ ഏറ്റെടുത്തു. തൽക്കാലം ആയ എന്ന സ്ഥാനം രേണുവിന്റെ അമ്മ ഏറ്റെടുത്തു. വർഷങ്ങളായി ഒരു കുഞ്ഞിന്റെ അനക്കം കേൾക്കാതിരുന്ന നാലുകെട്ടിലെ സുരക്ഷിതമായ ഒരു മുറിയിൽ പുതിയ കുഞ്ഞിന് പോറ്റമ്മ നെഞ്ചിലെ ചൂടു പകർന്നു. ശിശു ഓരോ പ്രാവശ്യവും വിശന്നുകരയുമ്പോൾ പാൽക്കുപ്പിയിൽ പാലുകൊടുക്കണം. രേണുവിന്റെ മകൾ എന്നപോലെയാണ് അമ്മ കുഞ്ഞിനെ കരുതിയത്. രേണുവും ഉണ്ണിയും കുഞ്ഞിനെ കാണാൻ സമയം കിട്ടുമ്പോഴെല്ലാം ഓടിയെത്തും. കുഞ്ഞ് ഉറങ്ങുമ്പോൾ സുന്ദരമായി ചിരിക്കുന്നതും, ചിലപ്പോൾ ചുണ്ടുകോട്ടി കരയുന്നതുപോലെ കാണപ്പെടുന്നതും ഇവർക്ക് അമൃതധാരയായി.

രണ്ടു മാസം കഴിഞ്ഞപ്പോഴേക്കും ശിശുവാർഡിൽ ഒരു ശിശുവിനെ ഉപേക്ഷിച്ച് അമ്മ രാത്രി മുങ്ങിക്കളഞ്ഞു. നേഴ്സുമാർ ഇക്കാര്യം ഡോക്ടർദമ്പതിമാരെ അറിയിച്ചു. സമ്പൂർണ്ണ പരിശോധനയ്ക്കുശേഷം രോഗമില്ലെന്ന് ഉറപ്പുവരുത്തി ആ കുഞ്ഞിനെ ഏറ്റുവാങ്ങി നാലുകെട്ടിലേക്ക് കൊണ്ടുവന്നു. നാല് ആട്ടുകട്ടിലുകൾ വാങ്ങിയിരുന്നതിനാൽ മറ്റു ബുദ്ധിമുട്ടുകളൊന്നുമുണ്ടായില്ല. ഈ കുഞ്ഞ് ആൺകുട്ടിയായിരുന്നു. അതുകൊണ്ടുതന്നെ വാശിയും വിശപ്പും കൂടുതലാണെന്ന് രേണുവിന്റെ അമ്മ പറഞ്ഞു.

രണ്ട് കുട്ടികളിൽ കൂടുതൽ അമ്മയ്ക്ക് തനിയേ നോക്കാനാവില്ല. ശിശുരോഗവിഭാഗത്തിൽനിന്ന് റിട്ടയർ ചെയ്ത സീനിയർ നേഴ്സ് ഇവിടെ ജോലിചെയ്യാൻ സന്നദ്ധയാണെന്ന് ഡോക്ടർദമ്പതിമാരെ അറിയിച്ചു. സസന്തോഷം സിസ്റ്ററിനെ വേതനം നല്കി നിയമിച്ചു. നേഴ്സായതിനാൽ വേണ്ടത്ര ശ്രദ്ധയും മുൻകരുതലും നൽകാൻ അവർക്കായി. നൈറ്റ് ഡ്യൂട്ടി പരിചയമുള്ളതിനാൽ കുഞ്ഞുങ്ങളെ രാത്രി പരിചരിക്കാനും അവർക്ക് ബുദ്ധിമുട്ടുണ്ടായില്ല.

കുഞ്ഞുങ്ങൾ കൈകാലിളക്കി കളിക്കുന്നത് ഈ ഡോക്ടർദമ്പതികൾക്ക് എത്ര കണ്ടാലും മതിയാവില്ല. രേണുവിന്റേയും പ്രിൻസിന്റേയും

മുഖത്തുനിന്ന് അസ്വസ്ഥതയുടെ കാർമേഘം മാഞ്ഞുപോയി. ജീവിതത്തിൽ തങ്ങളെ കാത്തിരിക്കുന്നവർ ഉണ്ടെന്ന ചിന്ത രണ്ടുപേർക്കും ഉന്മേഷം നൽകി. ആസ്പത്രിയിൽനിന്ന് മടങ്ങിയെത്തി അണുനശീകരണ ലായനിയിൽ കൈകാലുകൾ അണുവിമുക്തമാക്കി, കുളിച്ച് പുതുവസ്ത്രമണിഞ്ഞ് ഇരുവരും കുഞ്ഞുങ്ങളെ കളിപ്പിക്കാനും ചിരിപ്പിക്കാനും എത്തും. കൃത്യമായ രോഗപ്രതിരോധ കുത്തിവയ്പുകളും പോഷകാഹാരവും ലഭിച്ച കുഞ്ഞുങ്ങൾ ചുണ്ടിലൊന്ന് തൊടുമ്പോഴേക്കും പൂനിലാവുപോലെ പുഞ്ചിരിക്കും.

''ഇപ്പോൾ നമ്മളെയൊന്നും വേണ്ട; ഞാൻ ഔട്ടായി.'' സന്തോഷം കലർന്ന പരിഭവത്തോടെ രണ്ട് കുഞ്ഞുടുപ്പുകളും വാങ്ങി ഡോ. വിഷ്ണു വീട്ടിലെത്തി. മൂകമായ വീട്ടിൽ കുട്ടികളുടെ കളകള ശബ്ദങ്ങൾ.

കുട്ടികളുടെ എണ്ണം വർദ്ധിച്ച് പത്തായി. ആയമാരുടെ എണ്ണം കൂടി. തറവാടിന്റെ അകച്ഛായ പാടെ മാറി. ശോകവും മൂകവുമായിരുന്ന സ്ഥലം മുഖരിതമായി. കുട്ടികളുടെ കളിചിരികളോടൊപ്പം 'മാതാപിതാക്കളു'ടെ സന്തോഷപ്രകടനങ്ങളും. ഹാളിന്റെ ചുമരിൽ സ്ഥാപിച്ചിരുന്ന അച്ഛന്റേയും അമ്മയുടേയും എണ്ണച്ഛായാചിത്രങ്ങളും ഇതോടൊപ്പം മന്ദഹസിച്ചു.

ഉണ്ണിയും രേണുവും ഇപ്പോൾ കൂടുതൽ സമയം ചെലവഴിക്കുന്നത് കുട്ടികൾ താമസിക്കുന്ന വലിയ ഹാളിലാണ്. ആദ്യം വന്ന രണ്ട് കുട്ടികൾ ഉറയ്ക്കാത്ത കാലുകളോടെ ഒറ്റയടിവച്ച് കൈവിരൽ പിടിച്ചും കട്ടിലുകളിൽ കൈതാങ്ങിയും നടക്കാൻ ആരംഭിച്ചു. ഉണ്ണിയും രേണുവും വരുന്നത് അവർക്ക് വലിയ സന്തോഷമാണ്. പതുക്കെ നടന്നുവന്ന് അവർ 'അച്ഛന്റേ'യും 'അമ്മ'യുടേയും അടുത്തെത്തി കാലുകളിൽ കെട്ടിപ്പിടിക്കും. 'അച്ഛാ', 'അമ്മ' എന്നാണ് ആയമാർ ഇവരെ വിളിക്കുക. ഒറ്റവാക്കുകളിൽ കുഞ്ഞുങ്ങളും അതു പഠിച്ചു. കുട്ടികൾ അടുത്തുവന്ന് മുണ്ടും സാരിയും പിടിച്ച് അവരുടെ മുഖത്തു നോക്കി മോണകാണിച്ച് ചിരിക്കും; കൈ ഉയർത്തും. ഉണ്ണികൾക്ക് അവരെ കൈത്തണ്ടയിലെടുത്താൽ മതി, സന്തോഷമായി. സ്നേഹം കൊണ്ട് തലമുടിയൊക്കെ പിടിച്ചുവലിച്ച് കളിക്കും. ഉമ്മ കിട്ടിയാൽ സന്തോഷായി. ഒന്നല്ല, തെരുതെരാ ഉമ്മകളാണ് ഉണ്ണികൾക്കു ലഭിക്കുന്നത്. ചില ഉണ്ണികൾ അച്ഛനമ്മമാരുടെ ചുമലിൽ അള്ളിപ്പിടിച്ചു കിടക്കും. ഒന്നു പുറത്തു തലോടിക്കൊടുത്താൽ സന്തോഷായി.

ആദ്യ രണ്ടു ശിശുക്കളും സന്തോഷം വരുമ്പോൾ കടകട ശബ്ദമുണ്ടാക്കി ചിരിക്കും. അപ്പോഴേക്കും മറ്റ് ആട്ടുതൊട്ടിലുകളിൽ കിടക്കുന്ന കുഞ്ഞുങ്ങൾ വിശപ്പിന്റെ ഉണ്ണിക്കരച്ചിൽ തുടങ്ങും. അവർക്ക് കുപ്പിപ്പാൽ കൊടുക്കാനും രണ്ടുപേരും തിരക്കിടും.

തൊഴുത്തിലെ പശു നല്ല പാല് ചുരത്തുന്നുണ്ട്. കൃഷ്ണൻ അകിടെല്ലാം വൃത്തിയായി കഴുകുന്നുണ്ടെന്ന് ഉണ്ണി തന്നെ പോയി ഇടയ്ക്ക് പരിശോധിക്കും. കുഞ്ഞുങ്ങളെ കാണാൻ ആരേയും മുറിയിൽ പ്രവേശിപ്പിക്കില്ല. അണുബാധ ഒഴിവാക്കാൻ ഡോക്ടർമാർ പ്രത്യേകം ശ്രദ്ധിച്ചിരുന്നു.

ഉണ്ണിക്കും രേണുവിനും മക്കൾ ഒന്നല്ല, രണ്ടല്ല, പത്തുപേരായി. ഇനി എന്തായാലും തൽക്കാലം കൂടുതൽ പേരെ എടുക്കുന്നില്ലെന്ന് തീരുമാനിച്ചു. മാതൃത്വത്തിന്റേയും പിതൃത്വത്തിന്റേയും നെഞ്ചിലെ ചൂടനുഭവിച്ച് കുട്ടികൾ വളരാൻ തുടങ്ങി. കുട്ടികൾക്കുള്ള പേര് തെരഞ്ഞെടുക്കുന്നത് രേണുവാണ്. പേരുവിളിച്ചാൽ ഓരോ കുഞ്ഞും തലയുയർത്തി അച്ഛനമ്മമാരെ നോക്കും. നടക്കാനായവർ ഓടിയും വീണും അച്ഛന്റേയും അമ്മയുടേയും അടുത്തെത്തും.

രണ്ടു ഡോക്ടർമാർക്കും തിരക്കോട് തിരക്ക്. പത്തു മക്കളെ നോക്കിവളർത്തേണ്ടേ. ആ സന്തോഷത്തിൽ നാലുകെട്ട് മുങ്ങി; സ്നേഹത്തിന്റെ കോട്ടയായി മാറി പഴയ നാലുകെട്ട്. ഇതുകണ്ട് സ്വർഗ്ഗത്തിലിരുന്ന് ഈശ്വരന്മാരോടൊപ്പം അച്ഛനും അമ്മയും ആനന്ദാശ്രു പൊഴിച്ചു.

■